ध्यासपर्व

मधुवंती सप्रे

मेहता पब्लिशिंग हाऊस

Please contact us at **Mehta Publishing House,** Pune 411030.
✆ +91 020-24476924 / 24460313 / Mob. No. 9545000513
Email : production@mehtapublishinghouse.com
Website : www.mehtapublishinghouse.com

DHYASPARVA by MADHUVANTI SAPRE
ध्यासपर्व : मधुवंती सप्रे / ललित लेख

author@mehtapublishinghouse.com

संस्थापक : सुनील अनिल मेहता
प्रकाशक : अखिल सुनील मेहता, मेहता पब्लिशिंग हाऊस,
१९४१ सदाशिव पेठ, माडीवाले कॉलनी, पुणे ४११०३०
मुद्रक : ट्रिनिटी ॲकॅडमी फॉर कॉर्पोरेट ट्रेनिंग लिमिटेड
मुखपृष्ठ : फाल्गुन ग्राफिक्स
प्रथमावृत्ती : मार्च, २०२२
किंमत : ₹ २५०

P Book ISBN 9789392482557
E Book ISBN 9789392482625
E Books available on : amazonkindle Apple Books Google Play Books

छबूताई आणि लीलूताई
या माझ्या
बहिणींच्या स्मृतीला अर्पण

प्रस्तावना

१९व्या शतकाच्या उत्तरार्धात जन्माला आलेल्या सहा स्त्रिया आणि विसाव्या शतकाच्या पूर्वार्धात जन्मलेल्या सहा स्त्रिया, यांचं मोठेपण, कर्तृत्व, स्त्रीत्वाच्या मर्यादा ओळखून गगनाला घातलेली गवसणी आणि तरीही संसाराचा त्याग न करता, त्यातली सुख-दुःखं, मुलंबाळं हे सर्व अगत्यानं प्रेमानं सांभाळून केलेलं विलक्षण काम मला स्वतःला स्तिमित करून गेलं. १८६५ ते १९२८ असा त्रेसष्ट वर्षांचा कालखंड. त्यांतल्या पहिल्या नऊ जणींची शताब्दी होऊन गेली आहे. फक्त मृणालताई या त्या मानानं अलीकडच्या म्हणता येतील.

या त्रेसष्ट वर्षांच्या कालखंडात आणखी अनेक जणी आपलं तेज प्रकट करून गेल्या. तत्पूर्वी सावित्रीबाई फुले (१८३१), राणी लक्ष्मीबाई या दोघींनी स्वतःबद्दल काही लिहून ठेवलं नाही. त्यांच्या कार्याबद्दल अनेकांनी लिहिलं आहे. इथे घेतलेल्या बारा जणींनी मात्र आत्मचरित्र, पत्र, कथा, कादंबरी, वैचारिक, वैज्ञानिक या पद्धतीचं मूलभूत म्हणावं असं लेखन केलं आहे. या त्यांच्या पारदर्शक, प्रामाणिक लेखनामुळेच या स्त्रियांकडे मी ओढले गेले. आत्मचरित्रात्मक लेखन लक्ष्मीबाई टिळक, कमलाबाई देशपांडे, राधा शेवडे, शांता कांबळे अशा अनेकींनी केलं आहे; परंतु मला स्वतःला एक अनामिक हुरहुर लावली ती या बारा जणींनी. कारण त्यांचं काम!

हल्ली लेखनाकडेही जाती-धर्माच्या दृष्टिकोनातून पाहिलं जातं. त्यावरती त्याच पूर्वग्रहदूषित चश्म्यातून पाहून लिहिलं जातं; परंतु इथे एक अत्यंत महत्त्वाची गोष्ट म्हणजे वरील सर्व बारा स्त्रिया या कर्मठ वातावरणात लहानाच्या मोठ्या झाल्या; परंतु त्यांचं वागणं, लिहिणं हे जाती-धर्मापलीकडचं होतं. यांतल्या कोणीच अशा विचारबाह्य गोष्टींना थारा देणाऱ्या नव्हत्या.

रमाबाई रानडेंपासून मृणाल गोरेंपर्यंत सर्व जणी महाराष्ट्रातल्या आणि मराठी

भाषक तर माँ अन्नपूर्णादेवी या उत्तरप्रदेशातल्या; परंतु शीलवती केतकर या परदेशातून इथे येऊन हिंदू झाल्या. मराठी भाषा, संस्कृती शिकल्या. इतकंच काय, पती ज्ञानकोशकार केतकर यांचं निधन झाल्यावरही त्या इथेच राहिल्या, नवऱ्याचं जीवितकार्य पूर्ण करण्यासाठी. त्यांनी जे सोसलं ते त्यांनी अत्यंत संयतपणे लिहिलं आहे. 'मी हे सांगितलं पाहिजे' या पुस्तकाला थोर लेखिका दुर्गाबाई भागवत यांची प्रस्तावना आहे. शीलवतीबाईंचं लेखन व दुर्गाबाईंची प्रस्तावना वाचताना अनेकदा डोळे भरून आले, उदास व्हायला झालं.

रमाबाई रानडे, बाया कर्वे, पार्वतीबाई आठवले, पार्वतीबाई ठोंबरे, आनंदी जोशी या पाच जणींचा आपल्या कर्मठ सनातनी समाजानं जो छळ केला, त्याला तोड नाही. त्यातून बाहेर पडून या स्त्रिया उभ्या राहिल्या आणि त्यांनी मरेपर्यंत काम केलं. याला डॉ. आनंदी जोशी अपवाद ठरली. ती फक्त छळ सोसून ज्ञान मिळवण्यासाठी जगली. आणि त्या ज्ञानाचा समाजाला लाभ न देता अस्ताला गेली; तेसुद्धा कर्मठपणामुळेच. आनंदीबाईंवर प्रथम काशीबाई कानिटकरांनी लिहिलं. त्यानंतरही तिच्यावर खूप लेखन झालं; परंतु मला ती वेगळी भासली. मालतीबाई बेडेकरांनाही सामाजिक रोषाला सामोरं जावं लागलं. अगदी त्यांची जिवंतपणी प्रेतयात्रा काढली गेली. मालतीबाईंनी समाजकार्य आणि गंभीर व ललित लेखन केलं. स्त्रियांचे प्रश्न धीटपणे मांडणारी, काळाच्या पुढे असणारी त्या काळातली ही देदीप्यमान लेखिका. कुसुमावती देशपांडे यांना सामाजिक नाही; पण घरचा रोष पत्करावा लागला. एकटीनं इंग्लंडला जाऊन त्यांनी शिक्षण घेतलं. आणि आंतरजातीय विवाह केला (पती कवी अनिल). प्रथम प्राध्यापक मग आकाशवाणीवर अधिकारी. त्यांना अखिल भारतीय साहित्य संमेलनाचं अध्यक्षपदही प्राप्त झालं. अ.भा. साहित्य संमेलनाची अध्यक्ष होणारी ही पहिली स्त्री.

कथा आणि समीक्षा हा त्यांच्या लेखनाचा बाज खरा; परंतु विवाहपूर्व कवी अनिल व कुसुमावती यांनी एकमेकांना पाठवलेली पत्रं (सगळी नाही) 'कुसुमानिल'

या नावानं पुस्तकरूपानं प्रसिद्ध आहेत. ती वाचताना आपलं संवेदनशील मन डहुळत राहतं. तिच्या अंतरीचं गूज या पत्रांमध्ये सामावलेलं आहे. प्रकाशक ह. वि. मोटे यांनी हे असं पत्रांचं पुस्तक प्रसिद्ध करून मराठी साहित्यात मोलाची भर घातली आणि वाचकांना एक वेगळाच प्रत्यय दिला. कुसुमावती लेखिका म्हणून नावारूपाला येण्यापूर्वीच्या या पत्रातून त्यांची प्रतिभा जाणवत राहते.

कमला सोहोनी या पूर्वीच्या कमल भागवत, दुर्गा भागवतांची बहीण. अख्खं भागवत कुटुंब तीव्र बुद्धिमत्तेचं लेणं घेऊन जन्माला आलं. कमला सोहोनी मुंबईत राहत होत्या. विज्ञान क्षेत्रात त्यांची कामगिरी अफाट आणि अजोड आहे. भारतीय परिप्रेक्ष्यात संशोधनाच्या क्षितिजावर उगवलेली ही पहिली शास्त्रज्ञ. तिच्या बुद्धिमत्तेनं परदेशातले विज्ञान क्षेत्रातले दिग्गज चकित झाले. त्या मानानं भारतात, बंगळूरूच्या विज्ञान संस्थेतले त्यांचे गुरू वगळता, सर्वत्र कमलाबाईंना 'स्त्री' म्हणून अडचणींशी सामना करावा लागला. त्यांचं संशोधन (अन्नधान्य-कडधान्यावरचं संशोधन) कार्य पुरेशा गांभीर्यानं आपण घेतलं नाही. त्याच्या संशोधनात्मक लेखांची संख्या १५५ इतकी आहे. डिसेंबर १९३७मध्ये त्यांना केंब्रिजमध्ये प्रवेश मिळाला तेव्हा अनेक शिषवृत्त्या त्यांच्या हातात होत्या. या विद्यापीठात चौदा महिन्यांत आपला प्रबंध पुरा करणारी कमला ही एकमेव विद्यार्थिनी. त्यांना परदेशात अनेक संधी उपलब्ध असताना त्या भारतात परतल्या. त्यांनी अनेक उच्च स्थानं भूषवली. संशोधन केलं. इथे पुरुषांनी दिलेला त्रास सोसला आणि आपलं संशोधनाचं काम अविरत करत राहिल्या.

मृणाल गोरे 'पाणीवाली बाई' म्हणून मुंबईत प्रसिद्धीस आल्या. आमदार, विरोधी पक्ष नेत्या म्हणून त्यांनी सबंध महाराष्ट्र पालथा घातला. लोकांचे अनेक प्रश्न सोडवले. इतकंच काय, खासदार असताना उत्तर प्रदेशमध्ये त्या पक्षाच्या प्रचारासाठी गेल्या, तर तिथल्या स्त्रियांना त्या आपल्या वाटल्या. केंद्रीय मंत्रिपद, निरनिराळ्या आयोगांचं अध्यक्षपद नाकारणारी आणि ते नाकारताना 'मला लोकांमध्ये राहायचंय,

त्यांचे प्रश्न सोडवण्यात मदत करायचीय, म्हणून ही पदं नकोत,' असं सांगणारी खासदार. १९४९मध्ये साधेपणानं लग्न झालं. आईनं सोन्याच्या बांगड्या दिल्या. सोन्याच्या स्पर्शानं त्यांचा हात भगभगत होता. त्या बांगड्या त्यांनी बहिणीच्या पर्समध्ये टाकल्या. बंडू गोरे व त्या लोकलनं गोरेगावला गेल्या. बंडूच्या संसारात पाऊल टाकताक्षणीच त्यांनी गळ्यातलं मंगळसूत्र डबीत ठेवून दिलं. हे आजच्या स्त्रियांना आजही सुचणार नाही; कृती करणं तर अशक्यच.

राजकारणातून पैसा केला नाही. आयुष्यभर भाड्याच्या घरात राहिल्या; पण गरिबांसाठी मुंबई गोरेगाव पूर्व इथे सहा हजार घरं त्यांच्याच पैशांनी बांधून दिली. अत्यंत पारदर्शक कारभार, एकाही पैशाची लाच न देता सहा हजार फ्लॅट असणाऱ्या इमारती उभ्या केल्या. मुळात वडील त्यांना डॉक्टर करून परदेशी पाठवणार होते; पण मृणालताईंचा निर्धार इतका पक्का, की एमबीबीएसच्या दुसऱ्या वर्षाला असताना कॉलेज सोडून त्या लोकांसाठी काम करू लागल्या.

आणीबाणीत तर त्यांना क्रूरतेनं वागवलं गेलं; परंतु सहा महिने (जून १९७५ ते डिसेंबर १९७५) त्या पोलिसांना चकवू शकल्या, इतका जनसंपर्क दांडगा. महागाईविरुद्ध त्यांनी अफाट लढा दिला. लेखामध्ये त्यांचं मोठेपण वाचायला मिळेलच.

माझं भाग्य असं की मी मृणाल गोरे आणि मालतीबाई बेडेकर यांना भेटले. त्यांच्या मुलाखती घेतल्या. त्यांची भाषणं ऐकली आणि माझी विचारपद्धती बदलत गेली, हे या दोघींचं मोठं ऋण माझ्यावर आहे. माँ अन्नपूर्णादेवी या सुप्रसिद्ध सतारवादक रवि शंकर यांच्या पत्नी. त्या संगीतातील, पतीपेक्षाही उच्च कोटीच्या कलाकार होत्या. हे नवऱ्याला सहन झालं नाही आणि माँ अन्नपूर्णांना घराच्या बाहेर कधी सरोद-सूरबहार वाजवणार नाही, ही प्रतिज्ञा करावी लागली.

सुधा जोशींचे पती महादेवशास्त्री जोशी हे थोर लेखक आणि कोशकार. सुधाताई एक साधी गृहिणी; पण गोवा स्वतंत्र व्हावा म्हणून तिनं १२ वर्षं तुरुंगवास

पत्करला, ही कहाणी विलक्षणच आहे.

आनंदी जोशी, रमाबाई रानडे, शीलवती केतकर, मालतीबाई बेडेकर, कमला सोहोनी, माँ अन्नपूर्णादेवी, सुधा जोशी हे लेख दै.लोकसत्तेच्या 'चतुरंग' पुरवणीत प्रसिद्ध झाले तर शीलवती केतकर हा लेख 'लोकरंग' या रविवार पुरवणीत प्रसिद्ध झाला, त्यासाठी मी 'लोकसत्ता'ची आभारी आहे. बाया कर्वे, पार्वतीबाई आठवले, पार्वतीबाई ठोंबरे, मृणाल गोरे, कुसुमावती देशपांडे हे लेख या पुस्तकासाठी लिहिले.

वाचक या पुस्तकाचं स्वागत करतील अशी दृढ आशा आहे. मेहता पब्लिशिंग हाऊसनं हे पुस्तक काढायचं ठरवलं, याचा आनंद होतो आहे. राजश्री देशमुख यांची मी आभारी आहे. त्यांनाही या लेखनात वाचनीयता हा गुण आढळला असेल म्हणून त्यांनी माझ्याशी संपर्क साधला. धन्यवाद!

– मधुवंती सप्रे

अनुक्रमणिका

१. वहिनीसाहेब : रमाबाई रानडे । १
२. आनंदाचा झरा : डॉ. आनंदी जोशी । २२
३. चळवळी स्त्री : बाया कर्वे । २९
४. व्रतस्थ : पार्वती आठवले । ५३
५. फुलराणी बहरलीच नाही : पार्वतीबाई ठोंबरे । ६१
६. महाराष्ट्राची विलक्षण सून : शीलवती केतकर । ७९
७. सरस्वतीची सुकन्या : कमला सोहोनी । ८९
८. विभावरी : मालतीबाई बेडेकर । ११५
९. कुसुमानिल : कुसुमावती देशपांडे । १२७
१०. जनसेवेचे बांधून कंकण : मृणाल गोरे । १३६
११. साक्षात सरस्वतीची जोड : माँ अन्नपूर्णादेवी । १५४
१२. युगायुगांची मी स्वयंपाकीण : सुधा जोशी । १६३
संदर्भ सूची । १७३

१ / रमाबाई रानडे

वहिनीसाहेब

पुण्यात अकरा वर्षांच्या यमुनेचं लग्न लागलं **११ डिसेंबर, १८७३ला,** ते गोरज मुहूर्तावर. तिचा प्रौढ नवरा दिवसभर आपलं कोर्टाचं काम करून मुहूर्ताच्या वेळी हजर झाला. लग्नविधी आटपल्यावर नवरा मुलगा या छोट्या म्हणजे अकरा वर्षांच्या नवरीला घेऊन न जेवता तडक आपल्या घरी गेला आणि तिला माजघरात सोडून माडीवर आपल्या खोलीत जाऊन बसला.

थोड्या वेळानं या तरुणाच्या लक्षात आलं. माझं वय ३१ वर्षांचं आहे; मी जगाला तोंड देऊ शकतो; पण ती चिमुरडी, तिचं इथे कोणी ओळखीचं नाही. ती त्या प्रौढ स्त्रियांना कशी सामोरी गेली असेल? ताबडतोब तो तरुण घराच्या गच्चीवर गेला आणि त्यानं त्या अकरा वर्षांच्या नवरीला निरोप पाठवून गच्चीत बोलावलं.

"तुझं माझ्याशी आज लग्न झालं. मी कोण, माझं नाव काय, ठाऊक आहे?" ती मुलगी निरागसपणे म्हणाली, "हो, ठाऊक आहे, तुम्ही महादेव गोविंद रानडे."

तिचा निरागस साधेपणा त्या प्रौढ तरुणाला भावला. ते होते न्यायमूर्ती रानडे आणि ती छोटी मुलगी रमाबाई. त्यांनी ठरवलं हिला शिकवायचं. अर्थात हे सोपं काम नव्हतं. चारचौघात घरातल्या वडीलधाऱ्या माणसांसमोर पत्नीजवळ बोलणं हे तर तेव्हा मोठी माणसं अपमानकारक समजत; पण त्यांचा निश्चय होता. मुळात या लग्नामुळे त्यांना समाजातील सुधारकांचा रोष पत्करावा लागला. रानडे यांची प्रथम पत्नी दीड-दोन महिन्यांपूर्वीच वारली होती. रानडे विधवा पुनर्विवाहाच्या बाजूचे होते. याआधीही जोतिबा फुले यांना 'आपली बहीण दुर्गा विधवा होऊन घरात आहे,' हे त्यांनी सांगितलं तेव्हा जोतिबा म्हणाले, "तुम्ही बहिणीचा पुनर्विवाह करा. एरवी लोकांना जो उपदेश करता तो खरा करण्याची वेळ आली आहे." पण, रानडे यांनी तेव्हा आपली असमर्थता व्यक्त केली. तेव्हा जोतिबांनी त्यांना खडसावलं- "मग रावसाहेब, सुधारकाचं ढोंग करू नका." विधवाविवाह चळवळीचं नेतृत्व करणारे विष्णुशास्त्री पंडित यांना तर न्या. रानडेंच्या या बालविवाहानं धक्का बसला. त्यांनी

कळवलं 'यू आर किलिंग कॉज ऑफ विडोज.' विधवा विवाह कार्याला मोठा तडाखा बसला. या अकरा वर्षांच्या मुलीशी लग्न केल्यानं रानडे यांना फार मोठ्या लोकक्षोभाला तोंड द्यावं लागलं. खरं तर त्यांनी वडिलांना 'मला लग्न करायचं नाही' असं सांगितलं होतं; पण वडील गोविंदराव रानडे यांनी मुलाचं काहीएक न ऐकता त्याला आज्ञा केली आणि विवाह घडवून आणला. आई गेल्यावर वडिलांनी आपलं सगळं काही केलं. त्यांची आज्ञा मोडणं सद्‌विचारी न्या. रानडे यांना जमलं नाही. त्यात लग्न होऊन आलेली यमुना अशिक्षित. पहिल्या पत्नीचं रमा हेच नाव त्यांनी लग्न झाल्यावर यमुनाचं ठेवलं. पुढे रमाबाईंनी इतिहास घडवला.

लग्नाच्या दुसऱ्या दिवशी रमाच्या हातात त्यांनी पाटी-पेन्सिल ठेवली आणि तिला शिकवायला सुरुवात केली.

यमुना ऊर्फ रमा ही सातारा जिल्ह्यातल्या देवराष्ट्रे या गावातली. वडील माधवराव कुर्लेकर. घरी पूर्वी सरदारकी होती. घरची परिस्थिती चांगली. वडील कडक स्वभावाचे. आई उमाबाई निरक्षर; पण आपल्या वडिलांकडून तिनं वैद्यकी शिकून घेतली होती. गावातल्या लोकांवर ती उपचार करी. अगदी जास्त आजारी असलेल्या माणसाला घराच्या पडवीत ठेवून उपचार करी. उमाबाई व माधवरावांना वीस अपत्यं झाली. पैकी तीन मुली व चार मुलगे वाचले. घरात स्त्री शिक्षणाचा उल्लेख होत नसे; कारण काय तर 'यमुनेची (रमेची) आत्या लिहायला-वाचायला शिकली आणि तिला वैधव्य आलं.' तेव्हा 'मुलींना शिक्षण नको' यावर शिक्कामोर्तब झालं; मात्र घरातल्या मुलग्यांना शिकवलं जाई. सनातनी विचारांचा जबरदस्त पगडा सर्व कुटुंबावर होता. समाजावर होता.

यमुनाचं- रमेचं लग्न अकराव्या वर्षी म्हणजेच त्या काळाप्रमाणे उशिराच झालं. बहिणींची लग्नं ५।७।८व्या वर्षीच झाली होती.

रमाबाई मुळात हुशार; पण लग्न म्हणजे काय हे ठाऊक नव्हतं. घरात सावत्र सासू, चुलत सासू, विधवा विकेशा नणंद आणि नात्यातल्या आश्रित अशा दहा-पंधरा स्त्रिया, तिच्या बरोबरीचे दोन सावत्र दीर. बरोबरीची मुलगी नाही. माहेराहून येताना आई-वडिलांनी सांगितलं होतं, 'पती हाच परमेश्वर. घरातल्या मोठ्या मंडळींनाच काय पण नोकर-गडी माणसं असतील त्यांनाही उलटून बोलायचं नाही. कुणी कितीही त्रास दिला तरी तो सहन करायचा. आता तेच तुझं घर, काहीही झालं तरी परत यायचं नाही.' रानडे घरातला स्त्री वर्ग म्हणजे सनातनी वृत्तीचा आदर्श. न्या. रानडे यांनी रमाला शिकवायला सुरुवात केली. तिला माडीवर आपल्या खोलीत ते शिकवत. रमाला अभ्यासाची गोडी नव्हतीच. तिला वाटे खेळावं. शिवाय रानडे कोर्टात गेले की घरातल्या बायका तिला तिच्या शिक्षणाबद्दल घालूनपाडून बोलत. मग ती अभ्यास करत नसे. तर न्या. रानडे तिला सक्तीनं अभ्यास करायला लावत.

प्रेमाची भुकेली रमा मग रडत बसे. तिचा उतरलेला चेहरा, रडवेले डोळे महादेवराव जाणत असत; पण घरातल्या स्त्रियांना ते काही म्हणत नसत. तर रमाला प्रेमानं समजावून सांगत- 'तुला शिकलं पाहिजे. घरातल्या स्त्रिया काय बोलतात, टोमणे मारतात, त्याकडे दुर्लक्ष कर. थोडं सोसावयास शिकावं, उत्तर नाही दिलं म्हणजे झालं. मी तुला काही बोलत नाही ना. इतर कुणी बोललं तरी रडत जाऊ नकोस.' महादेवरावांच्या हळुवार प्रेमाच्या छायेत रमा घरातला जाच त्या वेळेपुरता तरी विसरत असे.

न्या. रानडे यांची काकू अत्यंत फटकळ. ती महादेवरावांनाही बोले; पण महादेवराव तिला कधी उलटून बोलत नसत, हेही रमानं पाहिलं; परंतु घरातलं काम, सोवळंओवळं आणि अभ्यास करणं, पाठांतर करणं यात ती कधी कधी त्रासून जाई; पण ती स्वत: देवभक्त असल्यानं सगळं सहन करी.

हळूहळू पुस्तक वाचण्याइतपत तिला अक्षरांचा ध्यास जडला. महादेवराव तिला पुस्तकं त्यांच्यासमोर वाचायला लावत. तेव्हा खाली जिन्यात घरातल्या बायका उभ्या राहून ते ऐकत. आणि ती खाली आली, महादेवराव कोर्टात गेले की या वयानं मोठ्या असलेल्या स्त्रिया तिला वेडावून दाखवत. ती वाचताना जसं बोले तशी तिची नक्कल करत आणि म्हणत, "महादेवची पहिली बायको अशी नव्हती हो! तुझा नाचरेपणा फारच वाढलाय."

मराठी लिहिता-वाचता येऊ लागल्यावर महादेवरावांनी तिला इंग्रजी शिकवायला मिस हरफर्ड या महिलेला ठेवलं. रमाबाईंनी हळूहळू इंग्रजीही आत्मसात केलं; परंतु एकदा केर काढताना त्यांना एक कागदाचा कपटा सापडला. त्यावरचा इंग्रजी मजकूर त्या वाचू लागल्या आणि केर काढायचं विसरल्या. घरातल्या सगळ्या स्त्रिया एकत्र जमल्या आणि एकमेकींना खुणावून हसू लागल्या तरी रमाबाईंची तंद्री मोडली नाही. मग त्यांची नणंद दुर्गाक्का मोठ्यानं ओरडून म्हणाली, "तुमचं हापीस तिकडे माडीवर आहे. तिथे तुम्ही वाचा की नाचा; पण इथे आमचा अपमान केलात तर खबरदार. दादांनी पहिल्या वहिनीला पण लिहायला-वाचायला शिकवलं होतं; पण तिनं आमच्यादेखत एक अक्षर वाचलं नाही हो. तिलाही दादांनी इंग्रजी शिकवण्यासाठी जंगजंग पछाडलं; पण तिनं तिकडे लक्ष दिलं नाही. तीही त्यांचं ऐके; पण असा नाचरेपणा नव्हता."

मग रमाबाईंना इंग्रजी शिकण्याचा पश्चात्ताप होई आणि रडू कोसळे; पण त्या महादेवरावांना काही सांगत नसत. आपल्या आपण सहन करीत.

हा त्रास त्यांना पाच वर्षं सहन करावा लागला. आणि याची पुरेपूर जाणीव महादेवरावांना होती. कदाचित म्हणूनच त्यांनी बदली करून घेतली असावी. १८७८ मध्ये त्यांची बदली नाशिकला झाली. (त्यातही राजकीय कारण होतंच; पण

रमाबाईना ती इष्टापत्ती ठरली.) तेव्हा महादेवरावांनी पत्नी रमा व सावत्र भाऊ आबा याव्यतिरिक्त घरातील कुठलीही स्त्री अथवा नोकर यांना बरोबर घेतलं नाही.

इथे मात्र रमाबाईंना स्वातंत्र्यसुख मिळालं. शिक्षण चालू होतंच; पण जमा-खर्च ठेवणं (कारण पूर्ण पगार ते रमाबाईंच्या हाती देत), घरातलं सर्व हवं-नको बघणं, बाहेरून वस्तू मागवणं, बाग पाहणं, सर्व त्याच करत. आता इथे नाशिकला त्यांना एक-दोन तास सहज मिळत. त्यात त्या हार्वर्डचं पहिलं पुस्तक संपवून दुसऱ्या पुस्तकाकडे वळल्या. महादेवराव त्यांचा अभ्यास बारकाईनं घेत. वाचन, शब्दार्थ, शब्दाचं स्पेलिंग याकडे काटेकोरपणे पाहत. रमाबाईंकडून वर्तमानपत्र वाचून घेत. दक्षिणाप्राइझ कमिटीच्या पुस्तकांचं वाचन, बायबल, इसापनीती वाचून घेत. पहाटे उठून आर्या, केका, श्लोक, स्तोत्रं याचंही पाठांतर रमाबाईंकडून करून घेत, स्वत:ही म्हणत.

सोळा वर्षांची रमाबाई उत्साहानं रसरसलेली. स्वातंत्र्यामुळे आनंदी असणारी पाहून महादेवरावांनाही आनंद होई.

बागेतली फुलं व भाज्या घरापुरत्या ठेवून रमाबाई उरलेल्या बाजारात विक्रीला पाठवत आणि ते पैसे बागेसाठीच खर्च करत.

नाशिकला न्या. रानडे यांचं लोकजागृतीचं काम सुरू झालं. त्यामुळे रमाबाईंनाही त्यात सहभागी होता आलं. सभा, व्याख्यानं, वाचनालय काढणं याबरोबर इथे महादेवरावांनी प्रार्थना समाजाची स्थापना केली. शाळेतले समारंभ यशस्वी करण्यासाठीही रमाबाई मदत करत. इंग्रज अधिकारी, त्यांची पत्नी यांना त्या निमित्तानं भेटण्यासाठी व समारंभासाठी रमाबाईंनी पन्नास-साठ स्त्रिया गोळा केल्या आणि समारंभ उत्तम पार पडला.

नंतर सुटीत पुण्याला आल्यावरही तिथे सामाजिक कामासाठी रानडे यांना लोक भेटायला येत. देशातली सुधारणा, शिक्षण यासंबंधी होणाऱ्या चर्चा रमाबाई ऐकत. न्या. रानडे पत्नीला प्रेमानं वागवत आणि त्यांचे विचार सांगत, समाजाबद्दल माहिती देत. रमेला ते सर्व दृष्टींनी ज्ञानसंपन्न करण्याचा प्रयत्न करत. आणि रमाबाईही ही त्यांची इच्छा लक्षात घेऊन वागत असत. वाचन करत असत. सार्वजनिक कामात भाग घेत.

न्या. रानडे यांची नंतर धुळ्याला बदली झाली. इथेही रमाबाईंचं शिक्षण चालू होतं. गावातल्या निरनिराळ्या स्त्रियांच्या भेटी घेऊन स्त्रीशिक्षणाबद्दल विचारविनिमय करणारे कार्यक्रम इथेही सुरू झाले. जगरहाटी कशी असते, माणसं किती प्रकारची असतात, रीतीरिवाज किती वेगळे असू शकतात; याचा अनुभव त्या घेत होत्या. आणि पुस्तकी शिक्षणाबरोबरच त्यांचं मन अनुभवानं समृद्ध होत होतं. पुन्हा पुण्यात न्या. रानडे यांची बदली झाली. पुण्यात सार्वजनिक काकांनी आपली पत्नी व मित्र

गोवंडे पती-पत्नी मिळून 'विचारवती' नावाची स्त्रियांची सभा स्थापन केली होती. त्याचा परिणाम म्हणून अभ्यंकरांच्या वाड्यात फिमेल ट्रेनिंग कॉलेजमध्ये सभा भरू लागल्या. त्यात रमाबाई, काशीबाई कानिटकर, रखमाबाई मोडक, कॉलेजच्या विद्यार्थिनी, त्यांना शिकवणाऱ्या स्त्रिया आणि काही पुरुष मंडळी हजर असत. इथे चर्चा होई. प्रो. छत्रे अवकाश, भूगोल इत्यादीविषयी माहिती देत. या चर्चेचं रूपांतर लेख लिहिण्यात होई. रमाबाई यात रमल्या. या सभेच्या निमित्ताने रमाबाईंना काशीबाई कानिटकरसारखी सुहृद लाभली.

पुन्हा न्या. रानडे यांची बदली झाली ती दोन जिल्ह्यांमध्ये फिरतीची होती. त्यामुळे रानडे यांनी ठरवलं रमेला लगेच बरोबर नेऊ नये; तिथले अनुभव आल्यावर मग न्यावं; पण तिच्या शिक्षणात खंड पडू नये म्हणून त्यांना वानवडीच्या झनाना मिशनमधील मिस हरफर्ड नावाच्या बाईंची इंग्रजीसाठी शिकवणी ठेवली. दुपारी दोन ते साडेतीन हरफर्ड येत असे. या मडमेमुळे घरातलं वातावरण तापलं. त्यात रानडे परगावी होते. मग तर आगीत भरच पडली. एक मड्डम (इंग्रज स्त्री, परधर्मीय) घरात येते आणि घर विटाळते, हा आमचा अपमान आहे, असं घरातल्या स्त्रियांना वाटू लागलं. बरं न्या. रानडे घरात या गोष्टी विचारत नसत, परस्पर ठरवून मोकळे होत.

याआधीही न्या. रानडे यांचे मित्र पंडित यांनी विधवेशी पुनर्विवाह केला, त्या वेळी त्यांना रानडे यांनी घरी जेवायला बोलावलं. ते पाहून वडील बाहेर निघून गेले, जेवले नाहीत आणि घरातल्या बायका वाढायला आल्या नाहीत. रमाबाईंनाच सर्व करावं लागलं. इतकं घरात कर्मठ वातावरण, स्त्रीशिक्षणाच्या विरुद्ध वातावरण असताना रमाबाई नवऱ्याला पूर्णपणे साथ देत होत्या.

हरफर्ड येऊ लागल्यावर मग रमाबाईंना घरातल्या स्त्रियांनी बजावलं, 'त्या मडमेला शिवून अंग न धुता नुसते वस्त्रांतर करून घरात बेधडक शिवतेस, हे आम्हाला खपायचं नाही. तुला अंग धुवायचे नसेल तर माडीवरच बसून राहा. तुझे ताट आम्ही माडीवरच पाठवू. आता इंग्रजी शिकून मड्डम व्हायचे आहे, तेव्हा आता यजमानीणबाईंच्या घरात कष्ट करावयास दासी-बटकी आम्ही आयत्या मिळालेल्या आहोतच.'

हे असं होणार हे न्या. रानडे यांना ठाऊक होतंच. त्यांनी रमाबाईंना आधीच सावधगिरीचा इशारा दिला होता- 'हरफर्डचं शिकवून झालं; ती गेली, की पुढचा दीड तास अभ्यासात घालव. घरातली माणसं नेहमीप्रमाणे बोलतीलच, त्यांना उलट उत्तर द्यायचं नाही.'

घरातली बोलणी असह्य होऊ लागली त्यामुळे रमाबाई विहिरीवर जाऊन अंघोळ करत. तो कार्तिक-मार्गशीर्ष महिना होता. थंडीचे दिवस... गार पाण्याने अंघोळ, त्यामुळे रमाबाईंना ताप येऊ लागला. झाला प्रकार दीर आबा याने

महादेवरावांना कळवला. न्या. रानडे आले रमाची प्रकृती पाहायला आणि त्यांनी घरात सांगितलं, "शिकवणीनंतर रमा रोज अंघोळ करणार नाही. फक्त कपडे बदलेल."

अर्थात गप्प बसतील तर कर्मठपणाचा पराभव होईल म्हणून नणंदेनं रमाबाईंना निरोप पाठवला- "तुमची दुखणी काढायला आम्हाला वेळ नाही. तुम्हाला हव्या तशा नाचा."

रमाबाईंचा इंग्रजीचा अभ्यास पूर्ववत चालू राहिला. त्याच काळात पंडिता रमाबाई पुण्यात आल्या. याचा रमाबाईंना आनंद झाला. त्यांची भेट झाली. त्या विद्वान बाईंची व्याख्यानं (पुराणं) होऊ लागली. त्यात त्या सांगत, 'स्त्रियांनी जुलमी पुरुषांची ताबेदारी सोडून द्यावी आणि मोकळे व्हावे.' स्त्रीशिक्षणाचं महत्त्वही त्या प्रतिपादन करत. अर्थातच पुण्यातल्या सनातनी वर्गाला टीका करायला नवा विषय मिळाला.

त्यात भर पडली, ती पंडिता रमाबाई रमाबाईंबरोबर हरफर्डकडे इंग्रजी शिकायला घरात येऊ लागल्या.

त्याचाही घरातल्या बायकांना संताप आला. 'ती बाटगी आहे. तिला शिवून आम्हाला शिवू नको. तुम्हाला ती आवडत असेल तर गळ्यात बांधून बसा.' पंडिता रमाबाई बाटगी; का तर तिने नवरा गेल्यावर पुन्हा लग्न करून देह बाटवला म्हणून. रमाबाई पतीच्या प्रेमाखातर आणि त्यांना शिक्षणाची गोडी लागली म्हणून हे सर्व सहन करत असत; परंतु महादेवरावांचं पंडिता रमाबाईंविषयी मत अनुकूल होतं. रमाबाईंचा व त्यांचा स्नेह वाढावा, असं रानडे यांना वाटे. रमाबाई लिहितात, 'मी सभेला जाऊ नये, पंडिता रमाबाई आमच्या घरी आल्या तर मी त्यांना शिवू नये, पुरुषांना या गोष्टी हव्या असल्या तरी आपण दुर्लक्ष करावे. नाही म्हणू नये आणि करू नये म्हणजे पुरुष आपोआप कंटाळून नाद सोडून देतील,' असं माई, सासूबाई व दुर्गाक्का मला सांगत.'

इतकचं नव्हे तर म्हणत, "तुझ्या माहेरची माणसं किती घरंदाज, चांगली, त्यांना हे ढंग आवडतील? त्यांच्या घरी तर मराठी शिकण्याचीसुद्धा चाल नाही; मग इंग्रजीचं नाव कशाला! पण, तुझं पाहावं तो त्या मडमेवर ताण!"

अशा शब्दांचा, रागाचा नित्य मारा घरातून होत असतानाही रमाबाई नवऱ्याच्या पावलावर पाऊल टाकून शिक्षण घेत. अति झालं की त्या वाग्बाणांनी उदास होत. आणि महादेवरावांना ते लगेच समजत असे. ते त्यांना त्यातून बाहेर काढत. दर रविवारी रमाबाईंनी सभांना हजेरी लावावी याचं स्मरण ते त्यांना देत. रमाबाईंनाही सभा, तिथलं वातावरण आवडत असे. त्यांचं मन एकदम प्रफुल्लित होई; पण घरी आल्या की लागट शब्दांनी त्यांचं स्वागत होई; कारण घरातल्या बायका ओटीवर

रमाबाईंची वाटच बघत असत. "तुम्ही सभेला जाऊन आलात, लुगडे बदललेत, तरीसुद्धा आमच्या घरात स्वयंपाकघरात शिरून, वाढावयास घ्यायचे नाही. चटण्या, कोशिंबिरींना शिवायचे नाही. सभेला जाणाऱ्या बायकांनी असली हलकीसलकी कामे करू नयेत, तर माडीवर जाऊन नवऱ्याच्या मांडीला मांडी लावून बसावे."

खरं तर तो रानडे वाडा महादेवरावांनी वडिलांच्या नावावर खरेदी केला होता. संपूर्ण घर तेच चालवत. त्या अर्थानं घराची मालकीण रमाबाई होत्या; परंतु सावत्र आई, काकू, बहीण यांना घरची मोठी म्हणून महादेवराव मान देत त्यामुळे घराचा कारभार त्यांच्याच हाती होता.

सभेला रमाबाई जात ती पंडिता रमाबाईंनी मुंबईप्रमाणे पुणे इथे स्थापन केलेली 'आर्य महिला समाज' ही संस्था होती. त्या सभेत चर्चा होई. कोणताही विषय असे व त्यावर निबंध लिहीत. आर्य महिला समाजासाठी, स्त्रियांनी सभेला यावं म्हणून रमाबाई व काशीबाई कानिटकर घरोघरी जाऊन स्त्रियांना बोलावत; पण तिथेही विपरीत अनुभव येई. कोणी त्यांना दूर बसायला सांगत, कोणी म्हणत, "तुम्ही सुधारक बायकांनी तोंडाला रंग लावून नाच करायचं बाकी ठेवलं आहे. तेवढं करा म्हणजे गगनाला हात पोचतील."

हा काळ १८८२/८३ चा. किती सनातनी, स्त्रीशिक्षणाला प्रतिकूल होता, हे आज वाचून आश्चर्य वाटतंच; चीडही येते. आपला समाज एवढा गतानुगतिक आणि दुष्ट! प्रेम, माया, वात्सल्य, सहानुभूती या मानवी भावनांचा अभाव असलेला असा का होता? 'स्त्री'ला इतकं हीन का लेखलं जात होतं? शिक्षण म्हणजे काय? जग म्हणजे काय? इंग्रजांचं राज्य होतं तर ते इथे कुठून आले? का आले? हे प्रश्न मूठभर चळवळ्या लोकांशिवाय कुणाला पडतच नव्हते. मुलांना शिक्षण द्यायचं; मुलींना नाही. लग्न वयाच्या दहा वर्षांच्या आत. नवरा गेला की केशवपन. पुन्हा लग्न नाही. कायदा झालेला असूनही नाही. सती प्रथा बंद करण्यात आली. त्यात राजा राममोहन रॉय व इंग्रज अधिकाऱ्यांना यश आलं होतं, हे त्यातल्या त्यात समाधान.

१७ नोव्हेंबर, १८८४ रोजी पुण्यात बुधवार पेठेत किबे वाड्यात मुलींची शाळा सुरू झाली; पण त्यापूर्वी जी सभा घेण्यात आली तेव्हा गव्हर्नर सर जेम्स फर्ग्युसन यांना बोलवण्यात येऊन त्यांच्यापुढे शाळेची मागणी करण्यात आली. सभेला पुढारी, सरकारी अधिकारी, सरदार अशी प्रतिष्ठित स्त्री-पुरुष मंडळी होती. त्या सभेत जे निवेदन वाचायचं होतं ते इंग्रजीत होतं. महादेवरावांनी सोप्या भाषेत लहान लहान वाक्यांत लिहून देऊन ते रमाबाईंना वाचायला सांगितलं. प्रथम रमाबाई घाबरल्या; पण नंतर अवसान गोळा करून त्यांनी ते सभेत वाचलं. महादेवरावांनाही समाधान वाटलं. श्रोत्यांना भाषण आवडलं.

घरी इंग्रजी भाषणाचं वृत्त समजताच आगडोंब उसळला. रमाबाईंबरोबर महादेवरावांनाही बोलणी खावी लागली. इतकं की, "दोन हजार लोकांसमोर बायको इंग्रजी वाचते याची लाज कशी वाटली नाही? डोक्यावरचे पागोटे तरी राहिले कसे?" असं खूप काही. 'बायकांना शिकवले की त्या उद्धट होतात. आताच्या मुली बोट दिले की हात गिळावयास येतात' इत्यादी. रमाबाई व महादेवराव यांनी उत्तर दिलं नाही; पण महादेवरावांनी घरात जर सांगितलं असतं की, 'मीच तिला इंग्रजी भाषण करायला सांगितलं. तिनं आपणहून केलं नाही.' परंतु, महादेवराव तसं म्हणाले नाहीत; पण त्यांनी रमाबाईंना उपदेश केला. म्हणाले, "त्यांचे वाटेल तसे बोलणे मुकाट्यानं ऐकून घेणं त्रासाचं आहे हे मी जाणतो; पण आज होणाऱ्या त्रासापासून आपण जो सोशीकपणा शिकू, तो जन्मभर उपयोगी पडेल. काही न बोलता योग्य दिसेल ते करायचे सोडायचे नाही."

स्वत: महादेवराव सार्वजनिक जीवनात टीकेचा स्वीकार निर्लेप मनानं करीत. स्त्रीशिक्षणाचं कार्य त्यांना पवित्र वाटे.

घरातील स्त्रियांची लागट बोलणी सोसणं हे एक प्रकारे आपलं प्रशिक्षण आहे, याचं भान रमाबाईंना आलं होतं. महादेवरावांच्या प्रेमळ बोलण्यानं त्या मग शांत होत असत.

महादेवरावांच्या बदल्या होऊ लागल्या. त्यात सिमला हे प्रथम महत्त्वाचं शहर. तिथे जाईपर्यंत अनेक शहरं रमाबाईंना पाहता आली. आनंदात दिवस गेले. पुणे, मुंबई, नाशिक, धुळे या बदलीच्या गावी रमाबाईंचं शिक्षण व समाजकार्य सुरू होतंच. बदल्यांच्या गावी घराची सत्ता रमाबाईंच्या हातात होती. महादेवरावांचा प्रेमळ, बुद्धिवादी सहवास आणि कुणाचा जाच नाही. यात त्यांचं तारुण्य उमलत होतं. हा आनंदाचा काळ त्यांनी अनुभवला.

कलकत्त्याला रानडे यांची बदली झाली, तेव्हाही सिमल्याप्रमाणे राहायला बंगला मिळाला; पण तिथे त्यांना करमेना म्हणून महादेवरावांनी त्यांना बाग करायला सांगितलं. त्यात त्या रमल्या. भाजी-फुलं येऊ लागली. इतकंच नव्हे तर महादेवरावांनी रमाबाईंना बंगाली भाषेचे धडे दिले. रमाबाईंनी बंगाली भाषा आत्मसात केली. इतकी की 'विषवृक्ष', 'दुर्गेशनंदिनी', 'आनंदमठ' या कादंबऱ्या वाचल्या. मराठी, इंग्रजी, बंगाली अशा भाषा आत्मसात करण्याची त्यांची क्षमता चकित करणारी होती.

१८८८ मध्ये रानडे पती-पत्नी कलकत्त्याहून परतले. १८९०मध्ये रमाबाईंच्या भावाची तान्ही मुलगी सखू हिला त्यांनी मानसकन्या म्हणून आपल्याजवळ ठेवलं. महादेवरावांच्या भावाचा मुलगा नानू (१८९४) यालाही त्यांनी पुत्रवत सांभाळलं. आणि महादेवरावांच्या इच्छेनुसार ते गेल्यावर त्याला दत्तक घेतलं. सखू शाळा शिकत असताना तिचं लग्न तेराव्या वर्षी करावं म्हणून त्यांनी वरसंशोधनाला

सुरुवात केली. ओळखीचा सुशिक्षित मुलगा पसंत केला. सखू त्यांना पसंत होती; परंतु सखू ऋतुस्नात झाली आहे, तेव्हा व्रात्यस्तोम विधी करून प्रायश्चित्त घ्या, असं वरपक्षानं सांगताच महादेवरावांच्या विचारांचा पगडा आणि स्वत: तर्कशुद्ध विचार करणाऱ्या रमाबाईंनी असा विधी करायला नकार दिला. आणि दुसरं स्थळ पाहिलं श्रीनिवास विद्वांस यांचं आणि ते लग्न झालं. स्वत: अशिक्षित रमाबाईंचं अकराव्या वर्षी बिजवराशी लग्न झालं होतं. शाळा शिकलेल्या सखूचं तेराव्या वर्षी बिजवराशीच लग्न झालं. पुढे एका मुलाला जन्म देऊन लग्नानंतर तीन-चार वर्षांत ती वारली.

रमाबाई महादेवरावांच्या आचारविचाराशी पूर्ण सहमत झालेल्या होत्या. मुंबईत पेडर रोडला बंगल्यात त्या राहत होत्या. महादेवराव यांची मुंबई हायकोर्टाचे न्यायाधीश म्हणून बदली झाली होती. ते साल १८९३होतं. मुंबईत सर्व दृष्टींनी दोघांनी वैभवाचा काळ व्यतीत केला.

नानू आणि सखू ही मुलंही मुंबईत बरोबर होती. प्रार्थना समाजात उपासनेसाठी महादेवराव जात. त्यांच्याबरोबर रमाबाईही जात. घरी येताना महादेवराव रमाबाईंना विचारत, "मी आज काय बोललो?" रमाबाई ते सुसूत्रपणे सांगत; पण ज्या दिवशी विवेचनाचा विषय कठीण असे, त्या दिवशी उपासना दुर्बोध झाली, असं महादेवराव मानत; परंतु उपासनेचा परिणाम रमाबाईंच्या मनावर होत असे. त्या आपल्या लेखनात महादेवरावांचं नाव न लिहिता त्यांचा 'स्वत:' असा ठळक टाइपात उल्लेख करीत.

रमाबाई लिहितात, 'हे स्वत:चे बोलणे कसेही असले तरी खरे पाहिले तर स्वत:ची उपासना इतकी अर्थपूर्ण, प्रेमळ व गंभीर होत असे की, ऐकणाऱ्याला ती धन्य धन्य वाटावी. त्या शांत आणि भक्तीने परिप्लुप्त झालेल्या वृत्तीमुळे 'स्वत:'च्या चेहऱ्यावर एक प्रकारचे तेज दिसे. त्या चेहऱ्याकडे एकसारखे पाहत राहावे असे वाटे. मी वेड्यासारखी पाहत राही.'

रानडे यांच्या व्यक्तिमत्त्वाचं सखोल ज्ञान रमाबाईंना होतं. नुसतं रानडे यांचं कर्तृत्व मोठं नव्हतं, तर त्यांच्यात दैवी गुणांचा वास होता, असा रमाबाईंचा विश्वास होता.

हे सुखाचे दिवस तसे लवकर संपले. महादेवरावांच्या आजाराने उचल खाल्ली. आणि मुंबईलाच रानडे यांचं १६ जानेवारी, १९०१ रोजी निधन झालं. रमाबाईंवर तर दु:खाचं आकाश कोसळलं.

घरातली सावत्र सासू, नणंद आणि अन्य स्त्री-पुरुष यांच्या म्हणण्याला न जुमानता रमाबाईंनी केशवपन करायला ठाम नकार दिला. पतीनं सांगितलेलं त्यांच्या मनावर कोरलं गेलं होतं. आनुषंगिक वस्त्रही नाकारलं (लाल अलवण).

महादेवरावांनी जायच्या आदल्याच वर्षी आपलं मृत्युपत्र केलं होतं. हायकोर्टानं

महादेवरावांची मिळकत बहीण दुर्गा व पत्नी रमाबाई यांच्या ताब्यात दिली.

रमाबाईंचं दु:ख हे अपरंपार होतं. वर्षभर त्या घरातून बाहेरही पडल्या नाहीत. ज्या कोचावर महादेवराव बसत त्यावरतीच त्यांनी महादेवरावांचं छायाचित्र ठेवून दिलं. रमाबाईंचं ताट वरती माडीवरच पाठवलं जाई. त्यांनी केशवपन केलं नाही म्हणून त्यांना घरात कुठेही स्पर्श करू दिला जात नसे. वर्षभरानं त्या खाली जेवायला येत तेव्हा त्यांचं पान वेगळं मांडीत. या सगळ्या गोष्टींकडे रमाबाईंनी दुर्लक्ष केलं.

महादेवरावांचं निधन बुधवारी झालं म्हणून रमाबाई बुधवारी एकभुक्त राहत.

त्यांची वेशभूषा साधी असे. रोज केस विंचरून अंबाडा घालत, हातात सोन्याच्या पाटल्या व दोन काचेच्या बांगड्या असत. गळ्यात सोन्याची बारीक साखळी घालत. पांढरी चोळी, वरती पांढरा किंवा करड्या रंगाचा पोलका. बाहेर जाताना लांब हाताचं पोलकं घालत. फिकट रंगाची पण चांगल्या पोताची नऊवारी लुगडी नेसत. बाहेर जाताना शाल पांघरत व पुणेरी जोडा वापरत. महादेवरावांचं घड्याळ गळ्यातील गोफात अडकवलेलं असे.

त्यांच्या चेहऱ्यावर एक प्रकारचं गांभीर्य दिसे; पण बोलणं विनयपूर्ण, सुसंस्कृत, आणि त्यात विचारांची उदात्तता जाणवे.

महादेवरावांच्या हयातीत ज्या प्रकारची घोडागाडी होती, तशाच प्रकारच्या गाडीचा वापर रमाबाई करत. महादेवराव गेल्यावर त्यांचं सामाजिक काम खूप वाढलं होतं.

महादेवराव गेल्यावर पुण्यात रानडे वाड्यात महात्मा गांधी रमाबाईंना भेटायला आले होते. तो कोचावर महादेवरावांचा ठेवलेला फोटो पाहून त्यांना आश्चर्य वाटलं होतं. महात्मा गांधींनी असं लिहिलंय की, 'Ramabai had married Ranade's soul and she kept this union of souls unbroken.'

रमाबाईंनी सांभाळलेली सखू ही त्यांच्या भावाची मुलगी. तर नानू, दिराचा मुलगा. त्याला त्यांनी रानडे यांच्या इच्छेनुसार दत्तक घेतलं. दिरांची मुलं, घरात राहायला आलेले विद्यार्थी या सगळ्यांचं शिक्षण करून त्यांचं लग्नही त्यांनी करून दिलं. दत्तक पुत्राचं लग्न करताना त्यांनी हुंडा घेणार नाही हे स्पष्ट केलं.

महादेवरावांपूर्वीच त्यांची काकू, ताई, सासूबाई वारल्या. तर नंतर नणंद दुर्गा १९०६मध्ये, सखू १९०७ मध्ये नोव्हेंबरमध्ये तर सावत्र सासू डिसेंबर १९०७ मध्ये वारल्या.

आता रमाबाईंना कुणाचा जाच नव्हता; पण जीवनसाथी बरोबर नाही ही खंत, हे दु:ख आत जाळत होतंच. त्यांनी केलेलं सामाजिक काम थक्क करणारं आहे. १९०२ ते जाईपर्यंत म्हणजे १९२४ पर्यंत त्या सार्वजनिक कामात वावरत होत्या.

महादेवराव गेल्यावर त्यांना प्रथम बाहेर पडावंसं वाटलं ते धोंडो केशव कर्वे यांच्या अनाथ बालिकाश्रमाला भेट देण्यासाठी. त्यापूर्वी, त्यांचे ज्यांच्याशी स्नेहसंबंध होते, अशी इंग्रज स्त्री लेडी नार्थकोट या स्वदेशी जायला निघाल्या तेव्हा पुण्यातल्या स्त्रियांनी निरोप समारंभ आयोजित केला. तरीही रमाबाई त्यांना भेटायला गेल्या नव्हत्या; परंतु प्रो. कर्वे यांचं स्त्रीशिक्षणाचं कार्य आणि अनाथ बालिकाश्रम यात त्यांना कुठेतरी दिशा दिसली. कर्वे यांनाही रमाबाई आश्रम पाहायला आल्याचा आनंद झाला. लोकांचा रोष पत्करून ते विधवांना शिक्षण देत होते. आश्रम पाहिल्यावर या कार्याला आपला हातभार लागावा म्हणून १२ जुलै, १९०४ पासून अनाथ बालिकाश्रमाच्या व्यवस्थापनाचं अध्यक्षपद रमाबाईंनी स्वीकारलं.

१८८७ मध्ये न्या. रानडे यांनी स्थापन केलेल्या राष्ट्रीय सामाजिक परिषदेच्या वतीनं १९०४ मध्ये 'भारत महिला परिषद' स्थापन झाली. ही परिषद भरवताना संयोजकांनी रमाबाईंशी पत्रानं संपर्क साधला तेव्हा रमाबाईंनी परिषदेसाठी विषय व वक्ते सुचवले.

सावित्रीबाई भाटवडेकर, विद्यागौरी रमणभाई, लक्ष्मीबाई चंदावरकर, माणकबाई कोठारे यांनी मिसेस फ्रामजी, मिसेस बद्रुद्दिन तय्यबजी यांची मदत घेतली. परिषदेचा अहवाल काशीबाई कानिटकर लिहिणार होत्या.

रमाबाईंनी स्त्रियांच्या प्रगतीसाठी, उन्नतीसाठी जे काम केलं होतं ते लक्षात घेऊन रमाबाईंना परिषदेचं अध्यक्षपद देण्यात आलं. हे अधिवेशन मुंबईत ४ डिसेंबर, १९०४ रोजी फ्रामजी कावसजी हॉलमध्ये भरलं होतं. सुशिक्षित स्त्रियांची भरपूर गर्दी झाली होती.

रमाबाईंनी स्त्रियांची सद्य:स्थिती, त्याकरता काय करता येईल याचा ऊहापोह आपल्या भाषणात केला. स्त्रियांसाठी, त्यांच्या प्रगतीसाठी काम करायचं तर सर्व जाती-धर्मांतल्या स्त्रियांसाठी करायला हवं. पाश्चात्त्य देशातल्या सिस्टर्सची उदाहरणे देताना त्यांनी धोंडो केशव कर्वे यांच्या अनाथ बालिकाश्रमाच्या कामाचा उल्लेख केला. त्यांचं भाषण खूप मोठं आहे. संपूर्ण देणं शक्य नाही; परंतु भाषणातून रमाबाईंची विचारक्षमता, समाजाबद्दल, स्त्रिया-लहान मुलं यांच्याबद्दल असलेली कळकळ लक्षात येते. त्यांना कोणत्या प्रतीचं सामाजिक भान आहे हे जाणवतं. त्यांनी एक प्रकारे भारतीय स्त्रीवादाची समजूतदार, विधायक व प्रेरणादायी मांडणी केली. त्यांनी केवळ न्या. रानडे यांच्या विचारांची री ओढली नाही तर स्वतंत्र बुद्धीनं आपले विचार मांडले.

रमाबाईंच्या पुढील कार्यावर दृष्टिक्षेप टाकला तर जाणवणाऱ्या ठळक गोष्टी पुढीलप्रमाणे—

१) अल्पवयीन मुलींचं देवधर्माच्या नावाखाली केलं जाणारं लैंगिक शोषण

थांबवावं, यासाठी सर भांडारकरांनी गव्हर्नरला पत्र लिहिलं. त्याखाली पुण्या-मुंबईतील २१५ सुधारकांनी सह्या केल्या. त्यात दोन स्त्रिया होत्या. काशीबाई कानिटकर आणि रमाबाई रानडे.

२) मुंबईत असताना १८९४मध्ये रमाबाईंनी हिंदू लेडिज सोशल अॅण्ड लिटररी क्लब स्थापन केला होता. त्याच पद्धतीचा क्लब पुण्यात १९०२मध्ये आपल्या वाड्यात स्थापन केला. स्त्रियांच्या उन्नतीकरता हा क्लब होता. आनंदीबाई भट त्यांच्या सहकारी होत्या. त्यासाठी संस्थेच्या वतीनं उद्‌बोधक व्याख्यानं, कीर्तनं, सणांच्या निमित्तानं मेळावे भरत. त्यात हिंदू, ब्रिटिश, पारशी, मुसलमान, ख्रिश्चन, गुजराती वगैरे निरनिराळ्या जातिधर्माच्या दोनशेच्या वर स्त्रिया येत. क्लबतर्फे स्त्रियांसाठी दुपारचे वर्ग चालवले जात. मराठी, इंग्रजी शिकवत. प्रथमोपचार, शिवण आणि धार्मिक ग्रंथाचं वाचनही असे. पुण्यात येणाऱ्या ब्रिटिश गव्हर्नरांच्या पत्नीही रमाबाईंच्या कामात सामील होत्या.

३) रमाबाईंचं आजपर्यंत चालू असलेलं महत्त्वाचं काम म्हणजे 'सेवासदन'. मुंबईत पारशी सुधारक बेहरामजी मलबारी व दयाराम मिट्ठुमल यांनी १९०७मध्ये 'सेवासदन' ही संस्था सुरू केली. त्या संस्थेचे सल्लागार सर भालचंद्र भाटवडेकर यांनी रमाबाईंना पत्र पाठवून संस्था कशी असावी, याची योजना तयार करायला सांगितलं. रमाबाईंनी तत्परतेनं योजना तयार केली. मग वेगवेगळ्या समित्या स्थापन करून माननीय स्त्री-पुरुष सदस्य झाले. आणि ११ जुलै, १९०८ रोजी रमाबाईंच्या अध्यक्षतेखाली सभा होऊन रीतसर 'सेवासदन मुंबई' ही संस्था स्थापन झाली. या संस्थेचे उपनाव 'सिस्टर्स ऑफ इंडिया सोसायटी'.

मुंबईतील सेवासदन नीट चालू झाल्यावर पुण्यात 'सेवासदन' सुरू करावं, असं ठरलं.

रमाबाईंच्या घरी जो क्लब होता, त्यात व्याख्यानाखेरीज जे शिक्षण वर्ग होते त्याचं काम १५ मार्च, १९०९ पासून पद्धतशीर करण्यात आलं.

रँग्लर परांजपे यांच्या पत्नी सीताबाई परांजपे, भांडारकरांची सून सीताबाई, जानकीबाई भट, यमुनाबाई भट इत्यादींनी शिक्षणासाठी परिश्रम घेतले. वर्गात शिकणाऱ्या मुलींच्या परीक्षा घेतल्या. या सर्व प्रौढ स्त्रिया होत्या. त्यात विधवा, कुमारिका, १४ ते ३५ असा वयोगट होता.

२ ऑक्टोबर, १९०९ रोजी रानडेवाड्यात रमाबाईंनी क्लबची सभा घेतली. तेव्हा सेवासदन संस्थेची पायाभरणी केली गेली. रमाबाईंनी संस्थेचा उद्देश, नियम वाचून दाखवले.

या संस्थेत शिक्षणावर भर होता. संसारी स्त्रियांसाठी दुपारी दोन ते पाच या वेळेत वर्ग घ्यायचं ठरलं. १९१०मध्ये सहा वर्ग झाले. मराठी, इंग्रजी, इतिहास,

भूगोल, गणित हे विषय कसे शिकवायचे, त्याचं नियोजन केलं. डॉ. गोखले, डॉ. शिखरे शारीरिक शिक्षण, आरोग्य, प्रथमोपचार यावर व्याख्यानं देत.

संस्थेसाठी सदस्य नोंदणी करून त्यांच्याकडून वर्गणी आणि देणग्या स्वरूपात पैसे गोळा झाले. या सदनात ग्रंथसंग्रहालयही सुरू झालं. 'सेवासदन'तर्फे विद्यार्थिनींना हॉस्पिटलला नर्सिंग कोर्सला पाठवण्यासाठी ससून हॉस्पिटलचे कर्नल स्मिथ यांना विनंती केली. रमाबाई ससून हॉस्पिटलच्या सल्लागार समितीवर होत्या. 'सेवासदन'च्या सदस्यांना, विद्यार्थिनींना त्या हॉस्पिटल पाहायला घेऊन जात. त्यासाठी त्यांनी एक टांगा ठेवला होता.

देशातील पहिली भारतीय नर्स 'सेवासदन'नं तयार केली, असं 'सेवासदन'चे कार्यवाह देवधर अभिमानानं सांगत. मुख्यत:, सर्वांबरोबर रमाबाईंनी आपलं तन-मन-धन या संस्थेसाठी घातलं.

या विद्यार्थिनींसाठी रमाबाईंनी आपल्या राहत्या वाड्यात मुलींचं वसतिगृह सुरू केलं. मग रास्ता पेठेत भाड्यानं वाडा घेऊन नर्सिंगसाठी बोर्डिंग सुरू केलं. यात विधवा स्त्रियांचा भरणा होता.

परंतु, 'सेवासदन'ला स्वत:ची इमारत हवी होती. त्यासाठी जागा, पैसा, सर्वच तयारी करायची होती. स्वत:चे पाच हजार देऊन निधी संकलन सुरू झालं. स्त्री-पुरुष सर्व जण या कामासाठी झटू लागले. रानडे पती-पत्नींनी गोळा केलेलं मनुष्यबळ रमाबाईंच्या बरोबर होतंच. त्यासाठी कलात्मक वस्तूंचं प्रदर्शन भरवूनही निधी जमा केला गेला.

१३ फेब्रुवारी, १९१५ रोजी सदाशिव पेठेत प्रत्यक्ष म. गांधी, कस्तुरबा गांधी यांनी सेवासदनमध्ये येऊन रमाबाईंच्या कामाची पाहणी केली. तेथील बोर्डिंग, शिक्षणाचे वर्ग, गायनाचा व पेटीचा क्लास पाहून गांधी पती-पत्नी रानडे वाड्यात गेले. तिथे मराठी व इंग्रजी भाषेचे वर्ग, शिवणकामाचे वर्ग त्यांनी आस्थापूर्वक पाहिले. 'सेवासदन'नं चालवलेलं रास्ता पेठेतलं नर्सेसचं वसतिगृह पाहिलं. न्या. रानडे यांच्याबद्दलचा आदरभाव आणि रमाबाईंबद्दलचा स्नेहभाव गांधींनी आपल्या भाषणात व्यक्त केला. स्त्रियांना शिक्षणाचा नवा मार्ग रमाबाईंनी दाखवला, याबद्दल गांधींनी रमाबाईंची प्रशंसा केली.

लक्ष्मी रस्त्यावर 'सेवासदन' इमारत बांधण्याचं काम सुरू झालं होतं. मार्च १९१५पासून 'सेवासदन'चं स्वत:च्या वास्तूत सर्व वर्ग व कार्य सुरू झालं. इथल्या वसतिगृहात शिक्षणासाठी मराठा, ब्राह्मण, मुसलमान, ख्रिश्चन अशा सर्व जातिधर्मांच्या मुली राहत होत्या.

१९१७ पासून 'सेवासदन'चं स्वतंत्र संपूर्ण ट्रेनिंग कॉलेज सुरू झालं. १९१७च्या ऑक्टोबरमध्ये बक्षीस समारंभ होता. उत्तीर्ण विद्यार्थिनींना बक्षिसं होती. लेडी विलिंग्डन

या ब्रिटिश स्त्रीच्या हस्ते बक्षिसं दिली गेली. या विद्यार्थिनींमध्ये काही मुली या केशवपन केलेल्या (सोवळ्या) होत्या. त्या मुली व्यासपीठावर बक्षीस घ्यायला आल्या तेव्हा काही श्रोत्यांनी कुत्सितपणे हसून टाळ्या वाजवल्या.

श्रोत्यांच्या या वर्तनावर रमाबाई रागावल्या आणि त्यांनी संबंधितांची कानउघाडणी केली.

या 'सेवासदन'च्या मदतीसाठी गंधर्व नाटक मंडळींनी 'संगीत मृच्छकटिक' नाटकाचा प्रयोग करून एक हजार रुपये संस्थेला दिले.

रमाबाईंच्या 'सेवासदन'संस्थेचा व्याप वाढत राहिला. पुण्यात पाच व संस्थेच्या अन्य शाखांमध्ये सात, अशी बारा वसतिगृहं शिक्षण घेणाऱ्या मुलींसाठी सुरू करण्यात आली.

१२० गरीब विद्यार्थिनींचा सर्व खर्च सेवासदन करत असे. मुख्य आणि महत्त्वाची गोष्ट म्हणजे इतका सनातनी काळ, पुणं म्हणजे सनातन्यांचा बालेकिल्ला, असं असताना रमाबाई संस्थेत धर्म, जात, पंथ, प्रांत असा कोणताही भेदाभेद करत नसत.

त्यामुळे सर्व जाती-धर्माच्या मुली इथे शिकायला येत. न्या. रानडे यांच्याबरोबर रमाबाई प्रार्थना समाजाच्या उपासनेला जात. तिथेही 'भेदाभेद अमंगळ' असा उपदेश केला जात असे. पतीबरोबर केलेली ती उपासना रमाबाईंच्या अंतरात खोलवर रुजली होती.

परदेशात एमिलिन पंकहर्स्ट स्त्रियांना मतदानाचा हक्क मिळावा म्हणून लढत होती; ते लोण इथेही आलं. त्याच वेळी देशात स्त्रियांना मताचा अधिकार द्या, अशी चळवळ सुरू झाली होती. पार्लमेन्टला निवेदनं पाठवली गेली.

नंतर मुंबई इलाख्यातील स्त्री-मताधिकाराच्या चळवळीसाठी वीस प्रमुख स्त्रियांची समिती नेमण्यात आली. त्यात रमाबाई प्रमुख अधिकार पदावर होत्या. समितीच्या वतीनं इंग्लंडला काम करणाऱ्या समितीपुढे साक्ष देण्यासाठी मिसेस एच. ए. टाटा व मिस टाटा यांना मुंबईहून २ ऑगस्ट, १९१९ रोजी पाठवण्यात आलं. लंडनमध्ये सरोजिनी नायडू, ॲनी बेझंट या स्त्रिया त्यासाठी कार्यरत होत्याच. अन्य स्त्रियांबरोबर रमाबाई रानडे यांनी 'सर्व्हन्ट्स ऑफ इंडिया' या साप्ताहिकात पत्र लिहून चळवळीचा जोरदार प्रसार केला.

मुंबई कायदे कौन्सिलात मताधिकार मिळवण्यासाठी मार्च ते जुलै १९२१ असा पाच महिने जोरदार लढा दिला गेला. रमाबाई विमेन्स इंडिया असोसिएशनच्या पुणे शाखेच्या अध्यक्ष होत्या. त्यांनी पुण्यात अनेक सभा घेतल्या.

शेवटी २७ जुलै, १९२१ रोजी 'विशिष्ट नियमामुळे मतदार यादीत नाव नोंदवण्याबाबत स्त्रियांची जी स्त्रीत्वमूलक अपात्रता आहे ती सर्वथा रद्द करण्यात

यावी,' हा ठराव मंजूर झाला. अधिवेशनात ठराव मांडताना रमाबाईंची इंग्रजीतून केलेली भाषणं वाचनीय आहेत. त्यांचं हे कार्य लक्षात घेण्यासारखं आहे.

याआधीच जेव्हा सेवासदनची इमारत तयार झाली, तेव्हा त्या इमारतीत रमाबाई वास्तव्याला आल्या; कारण महादेवरावांनी आपल्या मृत्युपत्रात असं लिहून ठेवलं होतं की, दत्तक पुत्र नानू हा २१ वर्षांचा झाला, की महादेवरावांची (इतरांना व रमाबाईंना दिलेली सोडून) जी मिळकत शिल्लक राहील, ती त्याला द्यावी. त्यानुसार रानडे वाडा सोडून रमाबाईंना अन्यत्र जायचं होतंच. त्यांनी 'सेवासदन'मध्ये राहायचं ठरवलं. १९ फेब्रुवारी, १९१५ रोजी रमाबाईंनी रानडे वाडा सोडला व त्या सेवासदनमध्ये आल्या.

नानूला त्यांनी प्रेमानं वाढवलं, दत्तक घेतलं. त्याचं शिक्षण, लग्न करून दिलं. तो डॉक्टर झाला; परंतु मिळकतीचा मालक झाल्यावर त्यानं अन्य इस्टेटीसाठी रमाबाईंवर कोर्टात खटला दाखल केला.

भारतात ज्या एकत्र कुटुंब पद्धतीचं गुणगान केलं जातं त्यात अशाही माणसाचं हीनत्व दाखवणाऱ्या गोष्टी होत होत्या. आजही होत आहेत.

रमाबाई सेवासदनव्यतिरिक्त येरवडा तुरुंगाच्या मानद पर्यवेक्षक होत्या.

तिथेही त्यांनी तुरुंगातील स्त्रियांना साक्षर करणं, त्यांना समुपदेशन देणं ही कामगिरी वीस वर्षं केली.

कुठेही सामाजिक असमानता दिसली की त्या तिथे जाऊन काम करत.

त्यांची मानस कन्या सखू हिनं सांगितलं म्हणून रमाबाईंनी महादेवरावांच्या सहवासातल्या आठवणी लिहून काढल्या. 'आमच्या आयुष्यातील काही आठवणी' हे पुस्तक १९१०मध्ये प्रकाशित झालं. 'न्या. रानडे यांची धर्मपर व्याख्याने' हे पुस्तक रमाबाईंनी वैद्य यांच्या मदतीनं प्रकाशित केलं.

न्या. रानडे यांचं चरित्र उत्तम प्रकारे लिहिलं जावं हा त्यांचा ध्यास प्रा. न. र. फाटक यांनी पूर्ण केला; पण श्री. फाटक यांची प्रथम रमाबाईंनी परीक्षा घेतली. फाटकांनी न्या. रानडे यांचा खूप अभ्यास केलाय हे लक्षात येताच त्यांना रमाबाईंनी कागदपत्रं दिलीच व एक सोन्याची अंगठी दिली आणि सांगितलं, 'मला भेटायला येताना ही अंगठी घालून येत जा.'

प्रा.न.र.फाटक यांनी रमाबाईंच्या हयातीतच चरित्र पूर्ण केलं व त्याला रमाबाईंकडून प्रस्तावनाही घेतली.

मार्च १९२२ पासून रमाबाईंना हृदयविकाराचा त्रास सुरू झाला; पण औषध-पथ्य यांनी त्या बऱ्या झाल्या. नेहमीचं काम करू लागल्या. पुन्हा दोन वर्षांनी १९२४ मध्ये रमाबाईंना कॅन्सरचा प्रादुर्भाव झाला.

मार्च १९२४ पासून त्या आजारीच होत्या. खूप लोक भेटायला येत असत.

रमाबाई पतीशी इतक्या एकरूप होत्या की त्यांच्या शेवटच्या दिवसांत त्यांना एक स्वप्न पडलं, ते त्यांनी घरातील बाईंना सांगितलं. म्हणाल्या, "आज पहाटे 'प्रत्यक्ष' मला स्वप्नात येऊन सांगितलं की, आता आपलं काम संपलेलं आहे. आपल्याला दुसरीकडे जायचं आहे."

इथे त्यांनी महादेवरावांबद्दल 'स्वत:' हा शब्द न वापरता 'प्रत्यक्ष' हा शब्द वापरला. त्यांचा शेवट जवळ आल्याचं त्यांना खरंच जाणवत असावं.

२६ एप्रिल, १९२४ रोजी दुपारी त्या अज्ञाताच्या प्रवासाला गेल्या. त्यांच्या अंत्ययात्रेत हजार एक स्त्री-पुरुष होते. स्त्रिया स्मशानात जात नाहीत, तरीही अनेक स्त्रिया अंत्ययात्रेला होत्या. स्मशानात रँग्लर पंराजपे व बनूताई भट यांचं भाषण झालं. त्यांच्या भावानं त्यांना अग्नी दिला. मुलगा नानू दोन दिवसांनी आला.

इच्छापत्र करताना रमाबाईंनी आपली स्वत:ची मिळकत सेवासदनला दिली.

रमाबाईंनी आपल्या आठवणी लिहिल्या; त्या १९१०मध्ये प्रसिद्ध झाल्या. मराठीतलं हे आठवणींचं पहिलंच पुस्तक म्हणता येईल. त्यांचा नातू माधव विद्वांस यानंही रमाबाईंचं चरित्र १९८९मध्ये लिहिलं आणि प्रसिद्ध केलं. त्यातील काही महत्त्वाच्या आठवणी उद्धृत करत आहे.

- मुलांना महादेवरावांच्या परिचयाच्या श्रेष्ठ व्यक्ती पाहायला मिळाव्यात म्हणून रमाबाई डॉ. भांडारकर, नामदार गोखले, माडगावकर, कोठारे यांच्याकडे मुलांना स्वत:बरोबर घेऊन जात. एकदा रमाबाई व मुले फिरायला गेले असता लो. टिळक भेटले, तेव्हा त्यांनी एकमेकांना नमस्कार केला; परंतु टिळक कधी सेवासदन पाहायला आले नाहीत. त्यांच्या मृत्यूनंतर त्यांच्या घरातल्या मंडळींना दुखवट्याचे पत्र रमाबाईंनी लिहिलं. स्त्रियांची टिळकांच्या दुखवट्याची सभा घेतली.
- रवींद्रनाथ टागोर, डॉ. जगदीशचंद्र बोस, लेडी अबला बोस, डॉ. ॲनी बेझंट, सरोजिनी नायडू ही प्रसिद्ध मंडळी रमाबाईंकडे येत. सरोजिनी नायडू व रमाबाईंचा पत्रव्यवहारही होता. रवींद्रनाथ टागोरांचे बंधू सत्येंद्रनाथ टागोर यांना महाराष्ट्राबद्दल अगत्य होतं. ते मराठीही चांगलं जाणत. जेव्हा रमाबाई रानडे यांचं 'आमच्या आयुष्यातील काही आठवणी' हे पुस्तक प्रकाशित झालं, तेव्हा सत्येंद्रनाथांनी रमाबाईंची परवानगी घेऊन ते बंगालीमध्ये (१९२०च्या सुमारास) प्रसिद्ध केलं. या पुस्तकाची इंग्रजी, गुजरातीत भाषांतरं झाली व सात आवृत्त्या निघाल्या.
- रमाबाईंचं समाजकार्य इतकं तळमळीचं होतं की ख्रिश्चन, मुस्लीम, ज्यू असे अन्य धर्मीय स्त्री-पुरुषही त्यांना पत्र पाठवत; कारण कधी ना कधी त्यांची रमाबाईंशी भेट झालेली असे. आणि त्या त्या वेळी रमाबाईंच्या वागणुकीत

त्यांना आपुलकी, नम्रता, त्यांची विद्वत्ता, शालीनता, वागण्यातला साधेपणा, दुसऱ्याला मदत करण्याची वृत्ती दिसत असे, त्यामुळे हे सर्व जण भारावून जात.

उदा. डॉ. जेरुशा झिराड लिहितात, 'हुजुरपागेच्या वसतिगृहातल्या मुलींना रमाबाई घरी बोलावत. आम्हा ज्यू, ख्रिश्चन मुलींना त्यांच्या घरातले उच्च ब्राह्मणी रीतीरिवाज पाळण्यात आमच्याकडून चूक होईल की काय, अशी भीती वाटे; पण रमाबाई सांगत, 'तुम्ही आपल्या घरी जशा वागता, तशाच मोकळेपणाने इथे वागा.'

- ज्ञानकोशकार केतकर व त्यांची पत्नी शीलवतीबाईंना मूल दत्तक घ्यायचं होतं. त्याबद्दल पत्र लिहून त्यांनी रमाबाईंचा सल्ला मागितला होता.
- विद्वांस यांनी रमाबाई उत्तम इंग्रजी बोलत ती एक आठवण सांगितली आहे. ती फार हृद्य आणि महत्त्वाची आहे.

इंग्लंडचे राजे सातवे एडवर्ड यांचे ज्येष्ठ पुत्र आणि त्यांची पत्नी (प्रिन्स ऑफ वेल्स आणि प्रिन्सेस ऑफ वेल्स) हे ९ नोव्हेंबर, १९०५ रोजी मुंबईत आले. (गेट वे ऑफ इंडियाच्या कमानीवर कोरलेली ही नोंद आजही पाहायला मिळते) आणि गव्हर्नर लॉर्ड लॅमिंग्टन यांच्या बंगल्यावर मुक्कामाला गेले. त्यांच्या सन्मानार्थ १० नोव्हेंबरला पार्टी होती. संस्थानिक, सरदार यांना सपत्नीक निमंत्रण होतं. शिवाय, व्यापारी, डॉक्टर, उद्योगपती, हायकोर्ट वकील, सामाजिक संस्थांचे चालक अशी समाजातल्या वरच्या थरातली मंडळी येणार, तेव्हा त्या प्रसंगी 'इंटरप्रिटर' म्हणून काम करावं, अशी खुद्द गव्हर्नरांनी पत्र पाठवून रमाबाईंना विनंती केली. त्यांनी ती मान्य केली. रमाबाईंनी इंग्रजी, मराठी, गुजराती भाषेतून प्रिन्स ऑफ वेल्स यांचं इंग्रजी बोलणं लोकांना अनुवाद करून सांगून उत्तम प्रकारे अनुवादकाची (इंटरप्रिटर) कामगिरी पार पाडली.

माझ्या डोळ्यांसमोर आज रमाबाईंचा महादेवराव गेल्यानंतरचा फोटो आहे. फारसे अलंकार नाहीत, नऊवारी साडी, केस घट्ट बांधलेले, कपाळाला कुंकू नाही. अशा साध्या दिसणाऱ्या रमाबाई त्या पार्टीत कशा वावरल्या असतील? आणि गव्हर्नरला या बाईंना इंटरप्रिटर म्हणून बोलवावं असं का वाटलं? यातच रमाबाईंचं मोठेपण अधोरेखित होतं.

अशा या थोर स्त्रीला, जिनं सामाजिक कामात आपलं आयुष्य वेचलं, जिनं 'सेवासदन'सारखी स्त्रियांना शिक्षण देणारी संस्था उभी केली, जिला परकीय इंग्रज सरकार मानानं बोलावत, त्या स्त्रीला आपल्याच धर्मातल्या लोकांनी अपमानित केलं.

रमाबाईंना पंढरपूरच्या विठोबाबद्दल विशेष भक्ती होती. १९१७ मध्ये टायफॉइड या आजारातून उठल्यावर रमाबाई मुलांना घेऊन पंढरपूरला हवा पालटायला गेल्या. देवळातले सर्व विधी काकड आरतीपासून शेजारतीपर्यंत त्यांनी पाहिले. मुलांनी चंद्रभागेत अंघोळी करून देवाच्या पायावर मस्तक टेकलं; पण रमाबाई सकेशा विधवा असल्याने त्यांना मात्र देवाच्या पायी डोकं टेकवता आलं नाही. रमाबाईंच्या मनाला ही गोष्ट फार लागली. त्या वेळी त्या काही बोलल्या नाहीत. उद्विग्न झाल्या; परंतु कवी गिरीश यांच्या 'अभागी कमल' या काव्याला प्रस्तावना लिहिताना त्यांनी त्यात पंढरपूरच्या प्रथेबद्दल लिहिलं आहे—

'हिंदू विधवा म्हणजे घरातील पोतेरे! त्यांनी घरातली कामे करत अखंड कर्णकटू टोमणे ऐकतच आयुष्य संपवायचं, अशी रूढी आहे. तिला बाहेर जायची चोरी, भावाबरोबर बोलण्याची चोरी, घरात एकाही वस्तूवर तिची सत्ता नाही, अधिकार नाही. तिचं दर्शन अपशकुनी, ती सकेशा असेल तर तिनं केलेला स्वयंपाक अशुद्ध मानला जातो. तिनं दिलेली फुलं-पाणी काहीएक देवाला चालत नाही.

पण, परमकृपाळू व दीनवत्सल परमेश्वरापाशी भेदाभेद नाही, हे बड्या शास्त्र्यांच्याही मनात येत नाही. पंढरपूरसारख्या देवस्थानी जेथील देव श्री विठ्ठल दीन, अनाथांचा माय-बाप म्हणून वर्णिला आहे, तिथे ब्राह्मणांबरोबर, सोनार, शिंपी, मराठे वगैरे जातींना मूर्तीच्या पायावर डोके ठेवून नमस्कार करण्याचा प्रघात आहे; पण दीन वर्गाला मात्र मूर्तीला विटाळ होईल म्हणून मनाई केली जाते. (वेड्या कल्पनेने) केवढा हा अन्याय! धर्म या नावाखाली किती अन्याय होतो, याचं हे उदाहरण आहे.'

इथे रमाबाईंनी आपल्यावरचा प्रसंग सांगितला नाही. तर सर्वांसाठी विठ्ठल असला पाहिजे हे प्रतिपादन केलं.

रमाबाईंच्या मृत्यूनंतर 'यंग इंडिया'च्या अंकात (८ मे, १९२४) महात्मा गांधींनी म्हटलं आहे—

> 'The death of Ramabai Ranade is a great national loss. She was the embodiment of all that a Hindu widow could be. She was a true friend and helpmate of her illustrious husband in his life-time. Ramabai threw herself heart and soul into the Sevasadan. She concentrated her whole energy upon it. The result is that the Sevasadan has become an institution without a second of its kind throughout India. It educates nearly one thousand girls and women. The Sevasadan

will always remain a living monument to her sacred memory. I tender my humble sympathy to the deceased sister's family and her many children of Sevasadan.'

निरनिराळ्या वृत्तपत्रांतून, मासिकांतून रमाबाईंची निरनिराळ्या परिषदांची भाषणं, वृत्तान्त, लेख व सेवासदनबद्दल बातम्या येत असत. त्यांची संख्या लक्षणीय आहे. उदा. सुबोध पत्रिकेमध्ये जवळजवळ १२४ लेख वर उल्लेख केलेल्या स्वरूपात आहेत. तर 'सर्व्हन्ट ऑफ इंडिया'मध्ये इंग्रजीतून नऊ अशा स्वरूपाचे लेख आहेत. 'टाइम्स ऑफ इंडिया'त चौदा लेख (वृत्तान्त इत्यादी), 'केसरी' व 'सुधारक'मध्ये तीन आहेत.

'करमणूक'मध्ये पाच लेख, 'मनोरंजन'मध्ये आठ लेख.

पुस्तके आणि नियतकालिके-

रमाबाईंच्या 'आमच्या आयुष्यातील काही आठवणी' – गुजराती, इंग्रजी भाषांतर असे १९ संदर्भ वेगवेगळ्या पुस्तकांत रमाबाई व महादेवराव रानडे यांच्या कार्यासंबंधी लेख आलेले आहेत. नऊ संदर्भ इंग्रजी पुस्तकांतून आले आहेत.

रमाबाईंनी महादेवरावांच्या इच्छेप्रमाणे सावत्र दीर आबा रानडे याचा मुलगा नारायण ऊर्फ नानू याला दत्तक घेतलं, त्याला डॉक्टर केलं. त्यानं पुढील शिक्षण लंडनला घेतलं व रानडे वाड्यात नर्सिंग होम सुरू केलं. त्याचे वडील आबा व तो दोघांनीही रमाबाईंना नाना प्रकारे त्रास दिला.

हे नारायण रानडे १९५७च्या सुमारास वारले. रानडे घरात पुढील पिढीत कुणाला अपत्य नव्हतं. त्यामुळे रानडे यांचा वंश नारायण रानडे यांच्याबरोबर संपला.

न्या. रानडे यांचे विचार आजही परिप्लुप्त आहेत. आणि रमाबाईंनी उभं केलेलं सेवासदनचं कार्य अजूनही या एकविसाव्या शतकात चालू आहे.

मात्र स्त्री शिक्षणाचा पाया घातला म. फुले यांनी आणि सावित्रीबाईंनी नवऱ्याजवळ शिकून शिक्षिकेचा पेशा पत्करला आणि तो नवऱ्याचा वसा पुढे चालवला. सावित्रीबाईंनी फुलेंच्या नंतर सामाजिक कार्याला वाहून घेतलं.

त्यांनी प्लेगच्या दिवसांत केलेलं कार्य कधीच विसरता येणार नाही. जोतिबांची विचारसरणी त्यांनी आत्मसात केली. त्या काळात रमाबाईंनाही त्यांचं कार्य माहीत

होतंच. सावित्रीबाईंचा जन्म १८३१, मृत्यू १८९७, नवव्या वर्षी १८४० मध्ये त्यांचं लग्न झालं.

सावित्रीबाई आणि रमाबाई यांच्या चरित्राचा अभ्यास करताना जाणवतं की या दोघींमध्ये खूप साम्यस्थळं आहेत.

दोघींनीही पतीचं कार्य पुढे चालू ठेवलं. दोघींनाही मूल दत्तक घ्यावं लागलं. दोघींनाही सनातनी समाजाचा रोष पत्करावा लागला.

रमाबाईंचं समाजकार्य आणि सेवासदन यांच्याशी त्यांचं प्रेमाचं व आपलेपणाचं नातं जुळलं होतं. आणि मनात, विचारांत महादेवराव वसलेले होते.

एक अशिक्षित चिमुरडी महादेवरावांच्या आयुष्यात येते आणि नुसती सुशिक्षितच नव्हे, तर ज्ञानकर्मी होऊन नवऱ्याचं जीवितकार्य पुढे नेऊन ठेवते. केवढं हे आमूलाग्र परिवर्तन!

उच्च कोटीच्या मनुष्यपदाला रमाबाई पोचल्या त्या शिक्षणानं, ज्ञानानं आणि नवऱ्याच्या अभंग प्रेमाच्या बळावर.

प्रतिकूल परिस्थितीत संघर्ष करून आपले विचार तर्कशुद्ध पद्धतीनं मांडणारी आणि प्रत्यक्षात आणणारी ही स्त्री काळाच्या किती पुढे होती, हे चरित्र वाचताना लक्षात येतं. आदरानं महादेवरावांची मित्रमंडळी त्यांना वहिनीसाहेब म्हणत. रमाबाईंनी अनेक स्त्रियांना जगण्याचं बळ दिलं. ही त्यांची त्याच्या आयुष्याची इतिकर्तव्यता म्हणता येईल.

सेवासदनबद्दल विशेष माहिती

रमाबाई रानडे यांची सेवासदन संस्था त्यांच्या वाड्यातच १९०९मध्ये सुरू झाली. नंतर भाड्यानं वाडे घेणं, मुलींच्या वसतिगृहाची सोय करणं या संघर्षात त्यांनी सेवासदनची वास्तू उभारायचं ठरवलं. स्वत: सुरुवातीचे पैसे घालून, सभासद योजना राबवून, प्रदर्शनं भरवून पैसे उभारले. १९१५मध्ये लक्ष्मी रोडवर ही इमारत उभी राहिली.

१९१५, १९१६, १९१७ ही तीन वर्षं रमाबाईंच्या आयुष्यातली महत्त्वाची वर्षं ठरली आहेत. १९१५ला रानडे वाडा सोडून त्या सेवासदनात राहायला आल्या; कारण न्या. रानडे यांनी मृत्युपत्रात लिहिलं होतं, नानू (दत्तक मुलगा) २१ वर्षांचा झाला, की वाडा त्याला द्यायचा. ते रमाबाईंनी तंतोतंत पाळलं. त्या सेवासदनमध्ये आल्या.

१९१६मध्ये रमाबाईंनी सेवासदनमध्ये एक महत्त्वाचा अभ्यासक्रम सुरू केला. त्याला शंभर वर्षं झाली.

नर्सिंगचं शिक्षण सेवासदनमध्ये होतंच. सेवासदननेच पहिली नर्स देशाला दिली.

रमाबाईंनी 'सबअसिस्टंट सर्जन' हा अभ्यासक्रम सुरू केला. त्यासाठी विद्यार्थिनी मॅट्रिक पास व शास्त्रीय विषयाची प्राथमिक परीक्षा उत्तीर्ण असली पाहिजे, ही अट होती.

आजही नर्सिंग कोर्ससाठी वेगळी सीईटी घेतली जाते. शंभर वर्षांपूर्वी ही सुरुवात रमाबाईंनी केली. केवढी दूरदृष्टी! या कोर्ससाठी सात जणी दाखल झाल्या. त्यात मराठा, ब्राह्मण, ख्रिश्चन, मुस्लीम मुली होत्या. त्या सर्व एकत्रच राहत असत. १४ ऑक्टोबर, १९१७ रोजी सेवासदन संस्थेची स्वतंत्र नोंदणी झाली. पुण्यात फ्लूची साथ आली, तेव्हा सेवासदनने परिचारिका पुरवल्या.

काळाच्या पुढे असलेली ही विचारवंत स्त्री. त्यांच्या जन्मशताब्दीनिमित्त सरकारनं १५ ऑगस्ट, १९६२ रोजी पोस्टाचं तिकीट काढलं.

◆

२ / डॉ. आनंदी जोशी

आनंदाचा झरा

आजच्या काळात डॉ. आनंदीबाई जोशी यांचं जीवन पुन्हा एकदा समजून घेताना खूप काही प्रश्न मनात उभे राहतात. आणि दुसऱ्या बाजूला डॉ. आनंदी एक थोर तरुणी (दी ग्रेट) असंही मनात निनादत राहतं. वयाच्या केवळ अठराव्या वर्षी बोटीनं परदेशी जाणारी पहिली स्त्री, हालअपेष्टा सहन करत वैद्यकीय शिक्षण पूर्ण करणारी पहिली स्त्री, फक्त भारतातच नव्हे; तर परदेशातही कुचेष्टा, अवहेलना, अपमान सहन करत हाती घेतलेलं जीवितकार्य जिद्दीनं पूर्ण करणारी तरुणी. भारतीय (महाराष्ट्रीय पोशाख) रीतीभाती, आपला शाकाहारी आहार तिथेही सांभाळणारी तरी इंग्रजी भाषा उत्तम आत्मसात (ती तिनं इथंही केली होती) करून वैद्यकीय शिक्षण, प्रकृतिअस्वाथ्य सांभाळीत पूर्ण करणारी तरुणी. या सर्वांबरोबर पती, नातेवाईक, सुहृद यांना सतत पत्र लिहून त्यांच्याशी संवाद साधणारी. तिची पत्रं वाचताना 'श्यामाकांतांची पत्रे' (इतिहासकार सरदेसाई यांचा मुलगा परदेशात असताना त्याने पाठवलेली पत्रं) या पुस्तकाची आठवण होते. डॉ. आनंदीबाईंचं तिच्या समकालीन आणि लेखिका असलेल्या काशीबाई कानिटकरांनी चरित्र लिहिलं. त्यानंतर अनेक चरित्रं लिहिली गेली. श्री. ज. जोशी यांनी 'आनंदी गोपाळ' कादंबरी लिहिली. त्याचं नाटकही रंगभूमीवर आलं.

दीडशे वर्षं झाली तरी या तरुणीची अजून वाचकांना, अभ्यासकांना, स्त्रियांना भुरळ पडते आहे ती वैचारिक संघर्षाच्या संदर्भात.

लेखिका, विचारवंत कृष्णाबाई मोटे या वयाच्या तिसाव्या वर्षी १९३३मध्ये आनंदीबाईंप्रमाणे नऊवारी साडीत बोटीने इंग्लडला गेल्या त्या 'इंडस्ट्रिअल वेल्फेअर'या विषयाचं शिक्षण घ्यायला; पण ही आनंदीबाईंच्या मृत्यूनंतरची गोष्ट. हिंगणे 'स्त्री'शिक्षण संस्थेच्या पार्वतीबाईही १९१८मध्ये अमेरिकेला गेल्या होत्या, संस्थेसाठी पैसे गोळा करायला. महाराष्ट्रातल्या स्त्रियांना शिक्षण, सामाजिक कार्य हा रस्ता डॉ. आनंदीबाईंनी दाखवला. डॉ. रखमाबाईंसारखी स्त्री स्वत:च्या न्याय्य हक्कांसाठी

झगडली. त्यांचाही प्रेरणास्रोत डॉ. आनंदीच असणार, यात शंका नाही. त्यांची बुद्धिमत्ता पाहून त्या वेळची कामा रुग्णालयाची वैद्यकीय अधिकारी डॉ. एडिथ हिने रखमाबाईंना वैद्यकीय शिक्षण घ्यायला इंग्लंडला पाठवलं आणि ती १८९५मध्ये डॉक्टर होऊन परतली. आणि १९५०पर्यंत सुरतेला डॉ. रखमाबाईंनी डॉक्टरीचा पेशा सांभाळला. १९५५मध्ये त्या वारल्या. खुद्द मुंबईच्या मेडिकल कॉलेजमधून डॉक्टर झालेली तरुणी म्हणजे आत्माराम पांडुरंग तर्खडकर यांची कन्या माणक. ती १८९२मध्ये पहिल्या पाच क्रमांकात उत्तीर्ण झाली.

हे सगळं डॉ. आनंदीबाईंच्या संदर्भात आठवत राहतं. लहानपणापासून आनंदीला मुलगी म्हणून घरातल्यांची नाराजी पत्करावी लागली. इतकी की, आई चाबूक, लाकूड कशानंही तिला मारत असे. इतकं मारत असे की, ही मुलगी डोळे पांढरे करी तेव्हा आजी मध्ये पडत असे. आनंदीचं वर्णन (माहेरचं नाव यमुना) चरित्रकारांनी बुद्धिमान, जिद्दी, एकपाठी, नम्र स्वभावाची, पण स्वाभिमानानं जगणारी, असा केला आहे. तिच्या रूपाचं वर्णनही केलेलं आहे. वयाच्या दहाव्या वर्षी आनंदीबाईंचं लग्न बिजवर असलेल्या गोपाळराव जोशी यांच्याशी झालं. तेव्हा ते तीस वर्षांचे होते आणि त्यांना पहिल्या पत्नीचा मुलगा होता.

इथे गोपाळराव जोशी प्रथम लक्षात राहतात, ते त्यांनी आनंदीच्या वडिलांना अट घातली. ते म्हणाले, "मी हिला मला आवडेल त्याप्रमाणे शिकवीन. याबद्दल तुम्ही मागाहून कुरकुर कराल तर कामास पडणार नाही." वडिलांनी ती अट मान्य केली. वडिलांना वाटले इतर सुधारक (हा त्या काळातला शब्द) जसे बडबडतात त्यातलीच ही एक बडबड आहे.

परंतु, त्यांना गोपाळ जोशी यांचे विचार माहीत नव्हते. स्त्रीची अक्कल चुलीपुरती, अशी स्त्रीची अवहेलना करणारा समाज मुलगी पाच-सहा वर्षांची होताच तिचं लग्न करून टाकत असे. घरातली कटकट दुसऱ्या घरी जावी, तिकडे तिचं काही का होईना; ही उदासीन वृत्ती होती. आजही बालविवाहाला बंदी असली तरी पुरुषी मानसिकतेत फरक कसा पडलेला नाही, हे सतत घडणाऱ्या घटनांवरून लक्षात येत आहेच.

गोपाळराव म्हणत, 'स्त्रियांची बुद्धी ही पुरुषांप्रमाणेच, किंबहुना अधिक तीव्र असते. त्यांना शिक्षण मिळाले तर त्या पुरुषांच्या बरोबरीने काम करतील.'

पुढे त्यांनी असंही म्हटलेलं आहे की, 'एखादी दुर्वर्तनी स्त्री आपले वाईट वर्तन सोडून जर शिकण्यास येईल तर तिला मी शिकवून सन्मार्गाला लावून शहाणी करीन.'

एकीकडे गोपाळराव स्त्रीशिक्षणाचे कट्टर पुरस्कर्ते, तर दुसरीकडे दहा वर्षांच्या आपल्या पत्नीला, आनंदीला ते खुर्ची फेकून वगैरे मारत असत.

आनंदीला बारा-तेराव्या वर्षीच बाळंतपणाला सामोरं जावं लागलं. मुलगा झाला; पण तो फार जगला नाही. पुढे तिला आणखी मुलं झाली नसावीत. त्यामुळे आनंदीनं शिक्षणात जास्त रस घेतला असेल.

गोपाळराव जोशी पोस्टमास्तर होते. आनंदीच्या शिक्षणात तिच्या आजीचा अडथळा होतो म्हणून त्यांनी कोल्हापूरला बदली करून घेतली. तिथे मिशनरी स्त्रिया आनंदीला शिकवत.

कोल्हापूर, मुंबई, भूज, कोलकाता, बराकपूर, श्रीरामपूर (बंगालमधलं) इथे प्रत्येक बदलीच्या ठिकाणी गोपाळरावांबरोबर आनंदी जात राहिली आणि गोपाळराव तिला शिकवत राहिले.

कोल्हापुरात मिशनऱ्यांशी ओळख वाढल्यावर तिथे प्रथम गोपाळरावांच्या मनात आलं, की आनंदीला अमेरिकेला पाठवून तिचं शिक्षण करावं. त्या वेळी गोपाळरावांनाही अमेरिकेला जायची इच्छा होती; परंतु ते काही जमू शकलं नाही. आनंदी बुद्धिमान. तिनं इंग्रजी भाषा व अन्य विषय पटकन आत्मसात केले.

आनंदीला अमेरिकेला शिकायला जाण्यासाठी पैशाची तरतूद आवश्यक होती. ती करण्यात, तिला जायला सोबत शोधण्यात दोन-चार वर्षं गेली. भारतात बदलीच्या ठिकाणी आनंदीला समाजाचे, शेजाऱ्यापाजाऱ्यांचे विपरीत अनुभव आले. ती गोपाळरावांबरोबर फिरायला जाते, इंग्रजी शिक्षण घेते, याबद्दल कुतूहल म्हणून त्या दोघांना पाहायला लोक गर्दी करत आणि गोपाळरावांना विचारत, 'ही ठेवलेली बाई का?' आनंदीलाही खूप अपमानास्पद शेरे ऐकावे लागत; परंतु तिकडे दुर्लक्ष करून आनंदी आपला अभ्यास निष्ठेने करी.

श्रीरामपूर (बंगाल) येथे गोपाळरावांची नोकरी असतानाच आनंदीचं अमेरिकेला जायचं ठरलं. तिथे जाऊन वैद्यकशास्त्राचा अभ्यास करण्याकरता वुमेन्स मेडिकल कॉलेज ऑफ पेन्सिल्वेनिया मध्ये तिनं शिकावं, असं ठरलं.

याआधीची घटना विस्मयकारक आहे. न्यू जर्सीमधल्या रोशेल या गावातील श्रीमती कार्पेंटर या दाताच्या डॉक्टरांकडे गेल्या होत्या. ते साल होतं १८८०. त्यांनी तिथे 'मिशनरी रीव्ह्यू' नावाचं मासिक सहज चाळायला घेतलं. त्यात गोपाळराव जोशी व आर. जी. वाईल्डर यांची पत्रं छापलेली होती. त्यावरून कार्पेंटरबाईंना समजलं की गोपाळ जोशी यांना आपल्या पत्नीला अमेरिकेत शिक्षणासाठी पाठवायचं आहे. आणि त्यांच्या मनात त्या अनोळखी, न पाहिलेल्या आनंदीबद्दल स्नेहभाव उत्पन्न झाला. त्याच वेळी अजून एक विस्मय वाटावा अशी घटना घडली. कार्पेंटरबाईंची नऊ वर्षांची मुलगी आमी आईला म्हणाली, 'आई, मला स्वप्न पडलं की तू हिंदुस्थानात कुणालातरी पत्र पाठवत आहेस.' कार्पेंटरबाई चकित झाल्या. त्या गोपाळ जोशींना पत्र पाठवण्यापूर्वी नकाशात कोल्हापूर शोधत होत्या. (कारण,

मासिकातलं गोपाळ जोशींचं पत्र कोल्हापूरहून पाठवलेलं होतं.) तेव्हा त्यांच्या मनात इंडियातली शहरं असा विचार होता; परंतु मुलीने येऊन हिंदुस्थान हा शब्द उच्चारला हे कसं? तिला तर काहीच ठाऊक नव्हतं. याच कार्पेंटरबाईनं पुढे पत्रव्यवहार करून आनंदीशी आपलं नातं जोडलं. आनंदी त्यांना मावशी म्हणे. त्यांच्याच आधारावर तिनं अमेरिकेत पाऊल टाकलं. या कार्पेंटरबाई आनंदीला 'आनंदाचा झरा' म्हणत.

अमेरिकेला जाण्यापूर्वी श्रीरामपूर (बंगाल) इथल्या बॅप्टिस्ट कॉलेजच्या सभागृहात आनंदीबाई जोशी यांनी 'मी अमेरिकेस का जाते' यावरती अस्खलित इंग्रजीत व्याख्यान दिलं. मुळातून ते भाषण वाचण्यासारखं आहे. त्यातला एक मुद्दा असा, 'पृथ्वीच्या पाठीवर हिंदुस्थानाइतका रानटी देश दुसरा नाही. ज्या देशातील लोकांना आपल्या गरजा काय आहेत त्या पूर्ण करून, स्वावलंबन करता येत नाही, वैद्यशास्त्रज्ञ स्त्रियांची हिंदुस्थानातल्या प्रत्येक भागात अतिशय जरुरी आहे. सभ्य स्त्रिया-पुरुष वैद्याकडून चिकित्सा करून घेण्यास प्रवृत्त नसतात.' या आनंदीबाईंच्या मुद्द्यावरून त्या वेळच्या समाजाची मानसिकता, वृत्ती लक्षात येते. इथे स्त्री-डॉक्टरची किती गरज आहे हे ओळखून आनंदीबाई डॉक्टरची पदवी घेण्यासाठी अमेरिकेत गेल्या; परंतु प्रत्येक ठिकाणी त्यांना सतत संघर्ष करावा लागला.

अठराव्या वर्षी १८८३मध्ये एका अमेरिकन बाईच्या सोबतीने, एकटीने दोन महिन्यांचा बोटीने प्रवास, त्यात त्या शाकाहारी, साडी हाच पोशाख. बोटीवर त्यांची उपासमार झाली. त्या आजारी पडल्या; पण पुढेही चार वर्षं त्यांची उपासमार झाली. भारतीय पद्धतीचं अन्न मिळालं नाही. परदेशी कपडे वापरायचे नाहीत म्हणून त्या साडी नेसून धाबळीचं जाकीट घालीत. त्यामुळे तिथली बर्फाळ थंडी त्यांचं शरीर चिरत राहिली. त्यात अभ्यास, स्वत:चा स्वयंपाक स्वत: करायचा, समाज, नातलग यांनी दिलेली दूषणं सहन करत इच्छित कार्य करत त्या राहत असत. तिथला समाजही आनंदीशी कुत्सितपणे वागत होता. तिथेही कार्पेंटरबाई आणि कॉलेजच्या प्रिन्सिपॉल इत्यादी चांगल्या स्त्रिया भेटल्या; परंतु अन्य बऱ्याच जणांनी आनंदीला त्रास दिला. बोटीवर तर पुरुषांनीही त्रास दिला आणि जिच्या सोबतीनं आनंदी निघाली होती, तिचंही वागणं ठीक नव्हतं. याचा तिच्या मनावर परिणाम होत होता. तो शरीरावरही झाला. सतत अर्धपोटी राहिल्यानं आजारपणं तिच्यामागे लागली.

त्यात ज्या गोपाळरावांनी आपली पत्नी शिकावी म्हणून अथक प्रयत्न केले, तेच नंतर पत्रांतून आनंदीला नावं ठेवू लागले. टीका करू लागले. त्यांना तिने विनम्रपणे उत्तरं देताना आपलं निरपराधित्व जाणवून दिलं. भारतातले लोक तर म्हणत 'आनंदी आता ख्रिस्ती होऊनच येईल.' तर अमेरिकेतल्या तिच्या सहवासात येणाऱ्या मिशनरीज तिला 'ख्रिस्ती हो' असा उपदेश करत.

स्वदेश, स्वपोशाख (नऊवारी साडी-पोलकं), स्वदेशी खाणं, पूर्णपणे महाराष्ट्रीय

पद्धतीचं असं आनंदीचं आचरण असे. त्याचा त्यांनी कधीच त्याग केला नाही. आज जे आनंदीबाईंचं छायाचित्र सर्वत्र प्रसिद्ध केलं जातं (अलीकडे सरकारी जाहिरातीतही ते दिसतं) ते म्हणजे गुजराती पद्धतीनं नेसलेली साडी आणि दागिने घातलेलं चित्र. त्याबद्दल स्वत: डॉ. आनंदीबाईंनी लिहिलं आहे की 'इथल्या हवेत वारंवार फरक होत राहतो, नऊवारी (कासोटा घातल्याने) साडी नेसल्याने पाय थोडेसे उघडे पडतात. करिता गुजराती पोशाख असल्यानं डोक्याशिवाय सर्व शरीर झाकलं जातं.' एकूण, पोशाखाबद्दल त्यांनी आपल्या पत्रात सविस्तर लिहिलं होतं. १६ नोव्हेंबर, १८८६ या दिवशी जेव्हा आनंदीबाई भारतात परतल्या, तेव्हा मुंबई बंदरावर लोकांनी गर्दी केली. त्यांचं पुष्पवृष्टीनं स्वागत केलं. मुंबई बंदरात बोटीतून उतरण्यापूर्वीचं त्यांच्या पोशाखाचं वर्णन आहे. 'नारायणपेठी काळी चंद्रकळा(नऊवारी), खणाची चोळी, कपाळावर कुंकू, नाकात नथ, कानात कुडी, पायात बूट व स्टॉकिंग्ज,' असा थाट होता. त्या आजारीच होत्या; परंतु हिंदुस्थानात घरी जायला मिळणार, घरचं अन्न मिळणार म्हणून त्यांची प्रकृती तात्पुरती स्थिर होती. आनंदीबाईंना अभिनंदनाच्या तारा आल्या, मानपत्रं पाठवली गेली. मानपत्रात त्यांच्या उच्च शिक्षणाचा गौरव केला गेला. अमेरिकेच्या त्यांच्या मेडिकल कॉलेजनं ११ मार्च, १८८६ रोजी फिलाडेल्फियाला त्यांना 'वैद्य विद्या पारंगत' हा किताब दिला. आनंदीबाई जोशी डॉक्टर होऊन स्वदेशी आल्या. जाताना एकट्या होत्या. येताना गोपाळ जोशी बरोबर होते.

आनंदीला (यमुना) समजू लागल्यापासून म्हणजे बाल्यावस्थेपासून सतत अडचणींवर मात करून प्रसंगी बेदम मार खाऊन पुढे जावं लागलं. माहेरची-सासरची मंडळी, समाज आणि नवरा यांनी तिला प्रचंड मानसिक त्रास दिला. 'जेव्हा जेव्हा संकटं येत तेव्हा तेव्हा मला त्यापासून काही फायदा होतो,' असं डॉ. आनंदीबाई म्हणत.

डॉ. आनंदीबाईंचं जीवनकार्य वाचताना मला झाशीची राणी लक्ष्मीबाई आठवते. तिनंही स्वातंत्र्यासाठी असाच संघर्ष केला आणि बाविसाव्या वर्षी तिची आहुती त्या यज्ञात पडली. आनंदीबाई इथे येऊन कोल्हापूर संस्थानामध्ये डॉक्टर म्हणून काम करणार होत्या; परंतु आजारपण औषधांनीही बरं होत नव्हतं. अमेरिकेतच डॉक्टरांनी सांगितलं होतं, आनंदीबाईच्या फुफ्फुसाला धक्का लागला होता. त्याचं पूर्ण स्पष्टीकरण म्हणजे त्यांना क्षयरोग झाला होता; परंतु वरून आनंदी दिसणारी आनंदी आतून दुखण्यानं पोखरली गेली होती. स्वजनांनी दिलेल्या दूषणांनी मानसिकदृष्ट्याही ती ताण सहन करत होती. म्हणून वाटतं, अमेरिकेत थंडीपासून बचाव करण्यासाठी तरी त्यांनी गरम कपडे वापरायला हवे होते. खाण्याची आबाळ झाली असल्यानं अंतर्बाह्य विपन्नावस्था निर्माण झाली असताना त्यांनी आपला वैद्यकीय अभ्यासक्रम पुरा केला, तिथल्या हॉस्पिटलमध्ये काम केलं, हेही आश्चर्यच.

लग्न दहाव्या वर्षी झालं. तेव्हापासून सतत बारा वर्षं आनंदी प्राक्तनाशी झगडत राहिली. शैक्षणिक यश तिला मिळालं; त्याचा उपयोग ना स्वत:साठी, ना समाजासाठी करता आला. वयाच्या बाविसाव्या वर्षी या तरुणीचा दुखण्यानं घास घेतला. एक सुंदर जीवन अनंतात विलीन झालं. मी सुरुवातीला लिहिलं की काही प्रश्न आनंदीबाईंचं चरित्र वाचताना पडतात. ते असे—

त्या काळाच्या सामाजिक समजुतीप्रमाणे पती परमेश्वर, त्याने सांगितलेलं ऐकायचं, त्याच्या अधीन राहायचं; मग आनंदी नवऱ्याच्या आज्ञेप्रमाणे शिक्षण घ्यायला गेली. आपलं भारतीयत्व नीट सांभाळून ती राहिली तरी तिची घरीदारी अवहेलना का झाली? ती टाळता आली नसती का? आनंदीबाईनं म्हटल्याप्रमाणे 'हिंदुस्थानसारखा रानटी देश जगात नाही.' हे खरं आहे तर आम्ही पाच हजार वर्षांची संस्कृती म्हणून छाती पिटून उच्चरवाने सांगत असतो. ती संस्कृती तेव्हा कुठे गेली होती? विशेष म्हणजे आणखी पाच-सात वर्षांनी डॉ. रखमाबाई इंग्लडला जाऊन शिकून आलीच की!

अफाट थंडीत जो आहार घ्यायला हवा तो हवाच. त्यासाठी जे कपडे वापरायला हवेत ते हवेतच. परदेशात जायचं, तिथलं शिक्षण घ्यायचं; पण राहायचं भारतीय पद्धतीनं हा अट्टहास का केला आनंदीच्या नवऱ्यानं? मग तिला तिथे पाठवताना हवामान, अन्न, वस्त्र याचा विचार जोशींनी केला नव्हता का?

एक प्रकारे आनंदीला गुलामी सहन करावी लागली. कार्पेंटरबाईच्या मदतीनं तिनं योग्य आहार घेतला असता तर रोज भारतातून जोशी दुर्बीण लावून पाहणार होते का? कार्पेंटरबाईंनीही त्या बाबतीत नक्कीच गुप्तता पाळली असती.

आनंदीनं नवऱ्याचं ऐकून जो अन्याय सहन केला, त्या अन्यायाची ती बळी ठरली.

परदेशात शिक्षण घेऊनही तिनं भारतीय कर्मठ विचारांना घट्ट धरून ठेवलं. तिनं आपल्या भाषणात 'पृथ्वीच्या पाठीवर हिंदुस्थानाइतका रानटी देश दुसरा नाही. त्यांना आपल्या गरजा काय आहेत, त्या पूर्ण करून, स्वावलंबन करता येत नाही.' हे जर त्यांनी सांगितलं होतं. आणि इथे स्त्री-डॉक्टरची गरज आहे याचाही ऊहापोह केला होता, तर आपल्या शरीराला कशाची आवश्यकता आहे हे तिनं का जाणलं नाही? प्रसंगी नको असलं तरी मांसाहार करून त्या थंडीत आपलं शरीर सुदृढ ठेवणं किंवा मांसाहार नको असेल तर शाकाहारी पुरेसं अन्न, गरम कपडे याचा स्वीकार आनंदीनं करायलाच हवा होता. अशा वेळी कुणाची मदत घ्यायला काही हरकत नव्हती; कारण एका ध्येयासाठी ती परदेशात गेली होती. भारतात येऊन इथल्या स्त्रियांना वैद्यकीय मदत द्यायची होती.

गोपाळ जोशी यांच्या भीतीनं तिनं स्वत:कडे दुर्लक्ष केलं, हेही अक्षम्य आहेच.

ती डॉक्टर असल्यानं याचे पुढे काय परिणाम होणार हे ती जाणत होतीच. गोपाळ जोशी या विक्षिप्त माणसाइतक्याच आनंदीनेही चुका केल्या आणि आपली आहुती दिली, याला काय म्हणावे? घडणारी गोष्ट घडून गेली; पण आजच्या वाचकाला, अभ्यासकाला, विशेषत: स्त्रियांना आनंदीची आहुती अस्वस्थ करते आणि पुन:पुन्हा ती आठवत राहते.

नातलग, इष्टमित्र, पती, समाज या सर्वांनी मिळून आनंदीचा बळी घेतला. असं मानायचं का? तिने अर्धपोटी राहून घेतलेलं शिक्षण आम्ही नतद्रष्ट बनून वाया घालवू दिलं का? आनंदीला पुरेसा मानसिक आधार, परदेशात जगण्यासाठी पुरेसं द्रव्य मिळालं असतं (भारतातले अनेक संस्थानिक घोड्यावर जेवढा खर्च करत होते त्यातले निम्मे तिला मिळाले असते तर!) तर तिला पोटभर जेवता आलं असतं. थंडीपासून संरक्षण करण्यासाठी तिथल्याप्रमाणे कपडे वापरायची परवानगी गोपाळ जोशींनी दिली असती तर तिच्या मागे आजाराचं शुक्लकाष्ठ लागलं नसतं. अर्थात, आज जाणवणारे प्रश्न तेव्हाच्या समाज मनाला जाणवतच नव्हते. विषारी रूढींचा घट्ट विळखा होता. त्यानंच आनंदीचा चावा घेतला. त्याच विषानं तिचं जीवन संपवून टाकलं. तसा विचार केला तर आम्ही तिचे अपराधी ठरतो. आपल्या आयुष्याची आहुती देऊन तिनं पुढच्या पिढीतल्या स्त्रियांना 'शिका आणि वैचारिकदृष्ट्या सक्षम व्हा,' असा संदेश दिला असावा, असंही वाटून जातं. आनंदीच्या जिद्दीला, शिक्षणाचं व्रत पुरं करणाऱ्या न्यायी वर्तनाला लाख लाख प्रणाम!

◆

३/ बाया कर्वे

चळवळी स्त्री

'लहानपणीच नवरा मेल्यामुळे मला त्याचे इतके दुःख झाले नाही. पण विधवापणाची खरी जाणीव मला त्या दिवशी झाली, केशवपनावेळी. विधवा मुलीची इतकी विटंबना का व्हावी हे मला उमजेना.'

वयाच्या एकविसाव्या वर्षी सकेशा गोदावरीला विकेशा करण्याचं ठरलं; कारण काय, सकेशा विधवेचा स्वयंपाक वैश्वदेवाला चालत नाही. सासू आजारी, त्यामुळे सून असून सोवळ्याचा स्वयंपाक सासऱ्यांना करावा लागे. त्यांचे शास्त्रीबुवा सासू-सासऱ्यांना सांगत, 'सकेशा विधवेला उपास करता येत नाही, पुराणाला जाता येत नाही. तिचा नमस्कार पुराणिकाला चालत नाही. न्हालेल्या विधवेच्या केसांतून जितके थेंब गळतात, त्या प्रत्येक थेंबागणीक, तिच्या नवऱ्याला किड्याचा जन्म येतो. तो तितके जन्म नरकात पडतो.'

आता घरात स्वयंपाक करायला आणि नवऱ्याला किड्याचा जन्म येऊ नये म्हणून डोक्यावरचे केस काढणं अपरिहार्य झालं.

आणि गोदावरीला त्या अमंगल विधीला सामोरं जावं लागलं. तिला क्षेत्रावर घेऊन जाणार होते; पण गोदावरीनं नकार दिला व घरातच न्हाव्याच्या हातात डोकं दिलं. तिला ठाऊक होतं, केस कापायला नकार दिला तर मार खावा लागेल. दोरीनं बांधून ठेवतील, त्यापेक्षा न्हाव्यापुढे बसलेलं बरं.

ते साल होतं १८८६. गोदावरीची सासू प्रेमळ होती; पण रूढीपुढे तिचं काही चाललं नाही.

गोदावरीचा जन्म १८६५चा देवरुख (जि. रत्नागिरी) इथला. माखजन या जवळच्या गावातल्या नातू यांच्या मुलाबरोबर तिचं आठव्या वर्षी लग्न झालं. हा मुलगा म्हणजे गोदावरीच्या आतेबहिणीचा नवरा. तिची आतेबहीण देवी येऊन मुंबईत वारली. मुलगा मुंबईत होता. तो बी.ए. झाला होता. कॉलेजमध्ये फेलोशिप मिळाली होती. दुसऱ्या लग्नासाठी तो गावी आला- वय वर्ष वीस व गोदावरीचं वय

आठ वर्षं. तिच्या सासूला वीस मुलं झाली. दोन मुलगे जगले व पाठची चौदा मुलं गेली आणि शेवटची तीन जगली आणि गोदावरीचा नवरा विसाव्या वर्षीच वारला.

गोदूचे वडील बाळकृष्ण जोशी यांनी नातूमंडळींना रु.वीस व दूध-भात देऊन गोदावरीची सासरी बोळवण केली; परंतु पुढच्या तीन महिन्यांनीच गोदावरीचा नवरा वारला व ती विधवा झाली, आठव्या वर्षी आणि माहेरी आली.

काही महिन्यांनी सासूनं कळवलं, 'माझी सून गेली आहे, आहे ती सून हाच माझा मुलगा आहे असे आम्ही मानतो. तरी सूनबाईस पाठवावे; कारण तिचा कामाला उपयोग होईल.' सासरी तिला सासूनं कामाला लावलं. बाहेरची शेतीची कामं गोदावरी करी. सासू तिला प्रेमानं वागवी.

असं असलं तरी एकविसाव्या वर्षी गोदावरीला केशवपन करावं लागलं, देवाच्या नावानं. हे सुरुवातीला उद्धृत केलं आहेच.

पण, गोदावरीचं प्राक्तन काही वेगळंच होतं. तिचा मोठा भाऊ मुंबईला होता. सोवळी झाल्यावर दोन वर्षांत ती माहेरी आलीच नव्हती; पण देवरुखास मोठी बहीण- आक्का आजारी असल्याचं कळलं, म्हणून ती माहेरी आली. त्याच सुमारास मुंबईहून भावाचं- दादाचं पत्र आलं. 'गोदावरीला मुंबईला पाठवा.' कारण काय तर गोदावरीची भावजय वारली आणि भावाचा मुलगा चार वर्षांचा होता. तेव्हा कामासाठी पाठवा; पण भाऊ एवढ्यावर थांबला नाही. तो देवरुखला आला व गोदावरीला घेऊनच मुंबईला गेला.

त्यानंतर सोवळी झालेली गोदावरी कधीच माखजनला सासरी गेली नाही. ही गोदावरी म्हणजेच आनंदी ऊर्फ बाया कर्वे. एक विलक्षण स्त्री. जिचं तेवीस वर्षांपर्यंतचं आयुष्य रूढींच्या विळख्यात करकचून बांधलं गेलं होतं. हिंदू संस्कृतीच्या नावानं खोट्या गोष्टींना समाजात मानाचं स्थान मिळालं होतं. इतकी आमची बुद्धी मंद होती की, विज्ञान म्हणजे काय, विचार म्हणजे काय, शिक्षण का घ्यायचं, इंग्रज इथे आलेत त्यांचं काय चाललंय? (खरं तर इंग्रजांनीच आपल्याला शहाणं करून सोडलं) माणूस म्हणून स्त्रीला जगण्याचा हक्क नाकारणारा समाज खोट्या धर्माचरणाच्या दलदलीत होता. गोदावरीला आणि त्या काळच्या सर्व नवरा मेलेल्या मुलींना सांगण्यात येई, 'विधवेच्या डोक्यावर केस राहिले तर न्हालेल्या केसांतून जेवढे पाण्याचे थेंब गळतील त्या प्रत्येक थेंबागणीक त्या मुलीच्या नवऱ्याला किड्यांचा जन्म मिळतो. तितके जन्म तो नरकात पडतो.'

पृथ्वीवर केसांतून पडलेला पाण्याचा थेंब आकाशातल्या आत्म्याला (हा हिंदू विचार आत्मा अमर असतो) किड्याच्या जन्माला घालतो. ही कुठली विकृत विचारसरणी आमच्या समाजात रुजली? किती अडाणी, किती आचरटपणा! या किळसवाण्या अपमानकारक गोष्टींचा भोग येतो स्त्रीच्या वाट्याला. आजच्या काळात

हे वाचतानाही संताप संताप होतो आणि संस्कृती, धर्म याचा मनमानी अर्थ लावला गेला, याचं दु:ख होतं.

गोदावरी भावाकडे मुंबईत आली ती कामासाठी. ज्या गोपीनाथ चाळीत तिचे भाऊ राहत होते, तिथे भावाची मित्रमंडळी अशी तेरा-चौदा माणसं होती. त्यांचं स्वयंपाकपाणी करून भावाच्या मुलाला ती सांभाळत होती; पण भावाने तिला दहापर्यंत पाढे व मुळाक्षरं शिकवली व विचारलं, "पंडिता रमाबाईंनी मुलींची शाळा सुरू केलीय. तू शाळेत जाशील?" पण, त्या शाळेचा नियम होता, वीस वर्षांपर्यंतच्या मुलींना प्रवेश मिळेल. गोदावरी तर चोवीस वर्षांची होती.

मग दादांनी पं.रमाबाईंची व गोदावरीची भेट घडवली. गोदावरी केशवपन केलेली तरुणी, रमाबाईंना नक्कीच तिच्या या अवस्थेबद्दल सहानुभूती वाटली असेल. त्यांनी तिला प्रवेश दिला. पंडिता रमाबाईंची 'शारदा सदन' ही मुलींची शाळा उघडण्याचा समारंभ, काशीबाई कानिटकरांच्या अध्यक्षतेखाली झाला. तारीख होती ११।०३।१८८९ आणि शाळेत गोदावरी ही नियमाविरुद्ध घेतलेली एकच मुलगी होती; पण एकीच्या एकवीस होतील, हा विश्वास रमाबाईंना होता.

गोदावरी शाळेत जाताना भावाच्या मुलाला बरोबर नेई. त्याला लोटगाडीत म्हणजे हातगाडीवर बसवून न्यायच्या. त्या वेळी शाळेचा शिपाई न्यायला येई.

गोदावरी अंगात चोळी घाली. (विकेशा स्त्रियांना धर्मात चोळी घालायची परवानगी नव्हती) उन्हाळ्यासाठी छत्री, पायात जोडा (चपला), केसांचा अंबाडा घालायची गरजच नव्हती. केसच नव्हते.

त्या वेळी चाळीतले लोक तिला बघायला जमत. शाळेत जाते, पायात चपला घालते म्हणजे पापच होतं ते.

घरात दहा-पंधरा माणसांचा स्वयंपाक करून गोदावरीला शाळेत जायला जमत नसे. मग दादा रागावत. तर रमाबाई म्हणत, "शाळेतच राहायला या."

तिचा भाऊ हुशार होता. जगन्नाथ शंकरशेट शिष्यवृत्तीधारक होता. त्या वेळी गोदूचे आई-वडील आलेच होते मुंबईला. तेव्हा गोदूला युक्ती सुचली. ती रमाबाईंना म्हणाली, "इथे दादा काय आणि गावासाठी बाबा काय, मला कामासाठी बोलावत आहेत." तेव्हा त्यांनी गोदूच्या बाबांना कामाला गडी ठेवण्यासाठी वर्षाला पन्नास रुपये द्यायचं कबूल केलं आणि आई मुंबईच्या घरात राहिली. एका गड्याच्या बदल्यात शिक्षण सुरू झालं.

पंडिता रमाबाईंनी गोदूच्या बाबांना पैसे दिले; पण त्या बदल्यात रमाबाईंची मुलगी मनोरमा हिला सांभाळायचं काम गोदूलाच करावं लागे. शिवाय स्वत:चा स्वयंपाक असेच.

रमाबाईंनी गोड बोलून गोदूला केस वाढवायला सांगितलं. गोदू केस वाढवत

होती, तरीही डोक्यावरून पदर घट्ट लपेटून घेत असे.

वयानं गोदू मोठी म्हणून कामाच्या पाळ्या तिच्याकडे येत. गाईचं दूध काढणं, रमाबाईंच्या चेतक घोड्याचं औषध तयार करणं. कधी गोविंदराव व काशीबाई कानिटकर, हरी नारायण आपटे वगैरे मंडळी आली की स्वयंपाकही करावा लागे.

सहा यत्ता मराठी व तीन यत्ता इंग्रजी कशाबशा पार पडल्या; पण कामामुळे अभ्यास कच्चा राहिल्याची खंत गोदूनं आत्मचरित्रात व्यक्त केली आहे.

रमाबाई मुलींना उपदेश करत. त्यामुळे त्यांना स्त्रीशिक्षणाबरोबरच पोरक्या मुलांबद्दल कळकळ वाटे. गोदूनं पुढे तो कित्ता गिरवला.

गोदू शारदा सदनात असताना तिची मोठी बहीण देवरुखला आजारी असल्याचं समजलं म्हणून गोदू देवरुखला गेली. तेव्हा अक्का आजारीच होती; पण तिची मुलगी बाळी हिचं लग्न होतं, रघुपती परांजपे यांच्याशी. कर्वे यांनी बाळीचं लग्न ठरवलं. ते लग्न झाल्यावर अक्का गेली. तिचे काही पैसे पुढे कर्व्यांच्या आश्रमास दिले व एका खोलीवर 'अंबिका भावे' असं नाव कोरलं; पण ही पुढची गोष्ट.

गोदू मुंबईला प्रथम आली तेव्हा गोदूचे दादा, धोंडो केशव कर्वे, त्यांचा मुलगा रघुनाथ, मामेभाऊ रघुपती परांजपे (हे पुढे रँग्लर झाले), गोदूचे धाकटे दोन भाऊ, जोशी, काणे, बिवलकर अशी मंडळी एकत्र राहत. कर्व्यांची पत्नी राधाबाई, दादांचा चार वर्षांचा मुलगा या सर्वांना मदत करायला गोदू आली होती. तेव्हा राधाबाईंना गोदू भेटली होती; पण जसा आतेबहिणीचा नवरा गोदूचा नवरा झाला तसा राधाबाईंचा नवरा आपला नवरा होईल ही सुतराम शक्यता नव्हती. पहिलं लग्नच गोदूचं दुसरेपणावर झालं आणि आता पुन्हा लग्न ही अशक्य वाटणारी गोष्ट होती.

गोदू शारदा सदनात गेल्यावर कर्वे पुण्याला गेले. फर्ग्युसन कॉलेजमध्ये प्रोफेसर झाले. पुण्यातच त्यांची पत्नी राधाबाई वारली. त्यांच्याकडे स्वत:चा मुलगा आणि चार-पाच मुलं शिकायला होती. राधाबाईंची बहीण कर्व्यांकडे होती. ती मुलांचं करत असे. तेव्हा ते मेहेंदळ्यांच्या वाड्यात राहत. तिथे गोदूचे दादा कधी त्यांना भेटायला जात, कधी कर्वे मुंबईला शारदा सदनात येत. गोदूचे वडीलही पुण्यात आले की, कर्वेंना भेटून मग मुंबईला गोदूला भेटायला येत.

एकदा गोदूचे वडील कर्वे यांच्याकडे गेले असता त्यांनी विचारलं, "का हो कर्वे, तुम्ही पुन्हा लग्न करणार का?"

कर्वे – "आपण जमलं तर विधवेशीच लग्न करावं असा विचार ठरवला आहे." (अर्थात गोदूच्या बाबांच्या मनात कर्वेंनी गोदूशी लग्न करावं असं होतं.) गोदूच्या बाबांना आनंद झाला. मुंबईला गोदू येण्यापूर्वीही ते तिला म्हणत, "तुझं लग्न करीन म्हणतो."

तेव्हा ती म्हणे – "तोही नवरा मेला तर! त्यापेक्षा सासरी काम करत आयुष्य

काढीन.''

मुंबईला आल्यावर गोदूचा आयुष्यक्रम बदलत गेला. शिक्षणामुळे शहरात आल्यानं, रमाबाईंशी परिचय झाल्यामुळे तिचा दृष्टिकोन विस्तारत गेला.

तिच्या बाबांनी कर्व्यांना गोदूबद्दल विचारलं. ते तयार झाले. गोदूही 'हो' म्हणाली. खरंतर हा विधवाविवाह नव्हताच. बस्स लग्न लागलं होतं इतकंच. गोदूनं नवऱ्याचं तोंडही पाहिलं नव्हतं. वय आठ वर्षांचं. ती कुमारीच होती; पण रूढी? त्यापुढे सगळे हतबल. त्यात स्त्रियांचा बळी द्यायला सगळेच तयार.

त्याच सुमारास गोदूच्या दादानं दुसरं लग्न केलं; पण ते प्रौढ कुमारिकेशी केलं. त्या लग्नात कर्वे त्यांना म्हणाले, ''तुमच्या बहिणीशी मी पुनर्विवाह करतो आहे.'' हे त्या भावाला आवडलं नाही. कर्वे यांनी कोकणात जाऊन आई-वडील व भावाची या पुनर्विवाहासाठी परवानगी घेतली. गोदूचे वडील तर खेड्यात राहणारे असून थोर म्हणायला हवेत. कर्वे यांचे आई-वडील व गोदूचे बाबा यांनी समाजातल्या कर्मठपणावर, जाचक रूढींवर त्या वेळेस विजय मिळवला. ते वर्ष होतं १८९३.

इथे मुंबईत पंडिता रमाबाईंना गोदूचं लग्न धोंडो केशव कर्वे यांच्याशी ठरलं, हे आवडलं नाही; कारण 'कर्वे वाळके दिसतात. ते गोदूपुढे लहान वाटतात. त्यांना बारा वर्षांचा मुलगा आहे,' इत्यादी.

गोदूला वाटे- 'रमाबाई म्हणतात ते खरं आहे; पण जर मी परत लग्न केलं तर मला माझ्या आप्तांना मदत करता येईल. माझी धाकटी बहीण नवरा गेल्यानं मुलासह माहेरीच आहे. माझी भाची रघुपती परांजपे यांची बायको बाळी, ती कर्वे यांच्या घरातच आहे. तेव्हा कर्वे यांच्याशी लग्न करणंच इष्ट होईल.' तिनं होकार दिला.

परंतु, हा पुनर्विवाह म्हणजे कर्मठ समाजाच्या हाती कोलीत दिलं गेलं. खरंतर इंग्रजांनी १८५६मध्येच पुनर्विवाहाचा कायदा पास केला होता. १८६५, १८६९, १८७० या तीन वर्षांत तीन पुनर्विवाह मुंबईत झाले. अनुक्रमे भिडे वकील, करमरकर, विजयकर या तिघांना त्यांच्या पत्नीसह बहिष्काराला सामोरं जावं लागलं. इतकं की, त्या स्त्रियांनी शेवटी मृत्यूला कवटाळलं. त्यानंतर वीस-पंचवीस वर्षांनी असा विवाह झाला होता. त्याची झळ कर्वे व जोशी कुटुंबाला लागलीच.

कर्वे अशक्त दिसत होते. म्हणून रमाबाईंनी गोदूच्या नावे तीन हजार रुपयांची पॉलिसी घ्या, असं कर्वे यांना सांगितलं. प्रि. आगरकर यांच्या साक्षीनं कर्वे यांनी लेखी करार केला.

गोदूला आश्चर्य वाटलं ते बाबांचं. त्यांनी स्वत:हून हा विवाह घडवून आणला. लहानपणापासून तिनं पाहिलं होतं की, बाबा कर्मकांडात रमत नाहीत, तर माणुसकी हाच धर्म मानतात. त्यांनाही देवरुखला बहिष्काराला तोंड द्यावं लागलं.

२१ मार्च, १८९३ रोजी वैदिक पद्धतीनं कर्वे व गोदू यांचं पुण्यात लग्न लागलं. गोदू रमाबाईंची लाडकी होती. त्यांनी शारदा सदनात (तोपर्यंत त्यांचे शारदा सदन पुण्यात आलं होतं) स्वागत समारंभ ठेवला होता. आनंदीबाई लिहितात, 'रमाबाईंनी मला दागिने व लुगडी दिली. कर्व्यांना कपडे दिले. उत्तम जेवण, मुलींनी गाणी म्हटली. बाईंनी थाट उडवून दिला.' डॉ. भांडारकर लग्नाला हजर होते. ते कर्व्यांना म्हणाले, 'तुम्ही बायकोचं नाव काय ठेवणार ते उखाण्यात सांगा.' कर्वेंनी उखाणा घेतला. 'सदनाचे उपकार मजवर झाले फार; आनंदीने फेडायला असावे तयार.'

गोदूनं नवऱ्याचं नाव घेतलं नाही. त्यांचं 'धोंडो' हे नाव तिला आवडत नव्हतं. लग्नापूर्वी ती त्यांना इतरांप्रमाणे 'अण्णा' म्हणत असे; पण रमाबाईंनी सांगितलं म्हणून ती लग्नानंतर त्यांना 'कर्वे' म्हणू लागली.

गोदूचं शारदा सदन हे माहेर हळूहळू बंद झालं; कारण समाजाचा सदनावरचा विश्वास उडाला. रमाबाई स्वत: ख्रिस्ती झाल्यानं शिक्षिका ख्रिस्ती होत्या. सदनात दाखल झालेल्या मुलींना ख्रिस्ती धर्माकडे वळवू लागल्या. परिणामी, शारदा सदन पुण्यातून केडगावला गेलं.

गोदू-आनंदीबाई लिहितात, 'आडून आडून रमाबाई आम्ही ख्रिस्ती व्हावे असे सुचवत; परंतु आम्ही दोघं ख्रिस्ती धर्माकडे वळत नाही असं पाहून रमाबाईंनी आमचा नाद सोडला.'

लग्नाच्या दुसऱ्याच दिवशी आनंदीच्या बहिणीचे सासरे घरी आले आणि यथेच्छ शिव्या देऊन गेले. पुण्यात या जोडप्याला जागा मिळाली नसती; पण आगरकरांच्या खटपटीमुळे मिळाली.

रघुपती परांजपे यांची बायको ती आनंदीची भाची; पण त्या बारा-तेरा वर्षांच्या मुलीला तिच्या सासूनं वेगळी फणी, वेगळा करंडा दिला व माझ्या करंड्यातलं कुंकू लावू नको सांगितलं. तिला काय कळणार मावशीनं पुनर्विवाह केला म्हणजे काय पातक केलं ते!

कर्वे यांच्या कॉलेजमधल्या प्रोफेसरांच्या बायका आनंदीबाईंना हळदी-कुंकवाला बोलावत; पण लहान मुलीला कुंकू लावायला सांगत.

नंतर चार-पाच वर्षांनी आनंदी ऊर्फ बाया सुईणीचं काम शिकून आल्या आणि त्या स्त्रियांच्या उपयोगी पडू लागल्या, तेव्हा मात्र कुंकू लावणं, ओटी भरणं, पंक्तीला जेवायला बसणं वगैरे गोष्टी जुन्या घरातूनही होऊ लागल्या; पण ही पुढची गोष्ट.

'सुधारक'पत्रात आगरकरांनी कर्वे पती-पत्नीचं अभिनंदन करणारा लेख लिहिला. त्यात त्यांनी आनंदीच्या आई-वडिलांच्या संमतीने हा पुनर्विवाह झाला, असं लिहिल्यानं

आनंदीच्या वडिलांवर प्रथम बहिष्कार घातला आणि मग गावानं शंभर रुपये दंड व बारा साष्टांग नमस्कार घालायला लावून त्यांच्यावरला बहिष्कार मागे घेतला.

तर कर्वे जेव्हा आनंदीबरोबर आपल्या गावी मुरुडला गेले, तेव्हा बंदरात घरी जायला गाडी मिळेना; कारण गावानं कर्वेंच्या घराला वाळीत टाकलं होतं. कर्वेंना राहायला म्हशीचा गोठा दिला गेला. त्यांना पाणी द्यायला कोणी नव्हतं. रघुपतीनं पाणी घातलं. परंतु, कर्वे कुटुंब स्वभावानं चांगलं होतं. कर्व्यांची आई स्वयंपाक करून दोघांना गुपचूप जेवण देई. आईनं कर्व्यांना सांगितलं, 'केलंस ते काम चांगलं आहे.' त्यांचा पाठिंबा होता. त्यांनाही स्त्रियांची ही स्थिती पाहवत नव्हती.

आनंदीबाई लिहितात, "माझ्या या नवीन सासूबाईही (पूर्वीची सासूही प्रेमळ होती) देवमाणूस होत्या. त्या माझ्याशी फार चांगलं वागत. भोवतालची माणसं त्यांना त्रास देत, पाळत ठेवत, कर्व्यांच्या घरातली मंडळी कुणी आमच्याशी संबंध ठेवतात की काय ते पाहत.'

गावातल्या बायका दुरून आनंदीबाईंकडे बोट दाखवून कुजबुजत. एक दिवस एक बाई गोठ्यापाशी आली आणि म्हणाली, "काय हो, किती महिने गेले आहेत?" आनंदीबाई लिहितात, 'मीही चांगली खमकी होते. उत्तर दिले, गेले असले तरी ते त्यांचेच आहे!'

परंतु, खेड्यातली काही माणसं सज्जन होती. उच्च विचारसरणीची होती. कर्व्यांचे मोडक आडनावाचे मित्र दापोलीला राहत. त्यांनी या दोघांना घरी बोलावलं व उभयता पती-पत्नीनं त्यांचं उत्तम आदरातिथ्य केलं. इतकंच नव्हे तर मोडकांच्या वृद्ध आईनं कौतुकानं आनंदीची वेणीफणी केली.

मुंबईला कर्वे पती-पत्नी बोटीनं जाण्यासाठी निघाले तेव्हा रघुनाथ हा सावत्र मुलगा व बाळी ही भाची शिक्षणासाठी बरोबर होती. बोटीवर हे लोक आनंदीबाईंकडे बोट दाखवून कुजबुज करत. म्हणत, "ही दोन्ही मुलं बाईंच्या पहिल्या नवऱ्याची आहेत." आठ वर्षांची मुलगी विधवा झाली. तिला एवढी दोन मुलं झाली. वा! काय समाजधारणा आपली!

पुण्यात आल्यावर बाळी व आनंदीबाई शाळेत- म्हणजे हुजूरपागेत शिकायला जाऊ लागल्या, तेव्हा लोक म्हणत, 'कर्व्यांनी विधवेशी लग्न लावलं आणि आता तिला शाळेत पाठवतात. बरोबर परांजप्यांची बायको आहे म्हणे, या दोघी जोडे घालून छत्र्या हलवत ऐटीनं जातात. बायकांनी जोडे घातले. आता पुरुषांनी काय घालावं?'

आनंदीबाई आपली शाळा, घर, घरात बरीच मुलं शिकायला होती- हे सगळं सांभाळताना थकून जात. शाळा बुधवार पेठेत, राहणं शनिवार पेठेत. त्यात लग्न झाल्यावर चार महिन्यांतच त्यांना दिवस गेले. तेव्हा त्या २९ वर्षांच्या होत्या.

त्यातच एका विधवा स्त्रीचं लग्न कर्व्यांच्या घरात झालं, तेव्हा जी मंडळी जमली होती त्यांनी असा विचार केला की, गरीब पुनर्विवाहितांची मुलं इथे आणून त्यांना शिक्षण द्यावं. त्याचा खर्च श्रीमंत पुनर्विवाहितांनी करावा आणि कर्व्यांनी ते काम पाहावं आणि प्रथम चार, मग दोन असं करून आठ-दहा मुलं शिकण्यासाठी राहायला कर्व्यांच्या घरी आली.

आनंदीबाईंना आठवा महिना लागला, तेव्हा मंगळवारच्या दवाखान्यात आनंदीचं बाळंतपण व्हावं अशी सोय पंडिता रमाबाईंनी केली व एक बाई घरी मदतीला पाठवली. डॉ. बर्नार्ड बाईंना आनंदीबाई भेटून आल्या. त्यांनी तपासून सांगितलं, ''अजून वेळ आहे. पोट दुखतंय असं वाटलं की ये.''

आनंदीबाईंनी कर्व्यांना हे सांगितलं तेव्हा ते म्हणाले, ''तू मुलांकडून गाडी आण आणि जा. माझ्याकडून ती खटपट होणार नाही.'' मग आनंदीबाई रात्री झोपायला दवाखान्यात जात व सकाळी परत येत. नंतर वीस दिवसांनी आनंदीबाईंची प्रसूती झाली. मुलगा झाला.

बारशाला रमाबाईंनी नवीन कपडे व दुधाला चांदीची वाटी दिली व कर्व्यांना त्या म्हणाल्या, ''मुलाचं नाव 'शंकर' ठेवा.''

मुलाचे कान टोचायचा प्रघात होता. आजही आहे; पण सोन्याच्या सुंकल्यांचा खर्च नको म्हणून आनंदीबाईंनी कान टोचणं टाळलं. इथे आनंदीबाईंनी मुलाची जन्मतारीख दिलेली नाही.

त्या घरी आल्या तर रघुनाथला विषमज्वर झाला. तो बरा झाल्यावर डॉक्टरांनी सांगितलं म्हणून मेहेंदळ्यांचा वाडा सोडला. जागा बदलली. कुठे राहायला गेल्या ते मात्र लिहिलं नाही.

परंतु, मेहेंदळेवाड्यात रघुपती परांजपे राहत होते. त्यांना श्रीमंताची शिकवणी, कॉलेजचा फेलो म्हणून पगार, असे शंभर रुपये मिळत. काही दिवसांनी त्यांना परदेशात जायची संधी मिळाली. तेव्हा त्याला कर्वे म्हणाले, (रघुपती- कर्वेंचा मामेभाऊ), ''तुझे दोन भाऊ, पत्नी बाळी- पार्वतीबाई आठवले, तिचा मुलगा यांना आम्ही पाहू. म्हणजे बाळीचं शिक्षण होईल.''

परंतु, रघुपतीला विलायतेला जायला आई-वडिलांची परवानगी हवी होती. ती आणायला ते गेले तेव्हा त्यांनी सांगितलं, ''बायकोला आमच्यापाशी ठेवशील तर परवानगी देतो.''

त्यामुळे ते विलायतेला गेले आणि बाळी मुर्डीला गेली. तिला पुस्तकं पेटीत ठेवावी लागली. कोकणी पद्धतीचं काम चार वर्षं ती करत होती. ते तिला झेपलं नाही. ताप येऊ लागला. दर रविवारी परांजपे यांचं पत्र येई. ते वाचल्यावरच ती जेवत असे. शेवटी त्या तापातच ती गेली. तिचं चांगलं व्हावं, तिनं शिक्षण घ्यावं

असा ध्यास कर्वे पती-पत्नीने घेतला; पण ते सगळं फुकट गेलं.

आनंदीबाईंचं शिक्षण चालू असताना मुलगा झाला आणि लगेच वर्षभरात दुसरं बाळंतपण आलं. तेव्हा कर्वे बाहेरगावी होते. भाऊबीजेच्या दिवशी आनंदीबाई घरीच प्रसूत झाल्या. मुलगा झाला, तो लगेच गेला. मोलकरणीच्या साहाय्यानं त्यांनी प्रसूती उरकली; पण मृत बाळाचं काय? मग भिकू बिवलकर आणि भास्करराव गोवंडे यांना बोलावून घेतलं. त्यांनी पुढची व्यवस्था केली.

आनंदीबाई ऊर्फ बाया यांनी हा प्रसंग किती अलिप्तपणे लिहिला आहे. पुढे जे कार्य त्यांनी केलं त्यातला निर्भयपणा इथे जाणवतो.

शंकर थोडा मोठा झाल्यावर परत त्या हुजूरपागेत जाऊ लागल्या; पण या वेळी त्या हुजूरपागेच्या वसतिगृहात शंकरसह राहत होत्या. त्यांची बहीण पार्वतीही आपल्या लहान मुलासह त्यांच्याकडे आली. तिलाही कर्वे यांनी हुजूरपागेत शिकायला पाठवलं.

शंकर अडीच वर्षांचा असताना पुण्यात प्लेग सुरू झाला. मग कर्वे आनंदी, पार्वती व मुलं यांच्यासह अमरावतीला आले. तिथे जोग यांनी आपला बंगला त्यांना राहायला दिला.

पुण्यातला प्लेग आटोक्यात आल्याचं समजलं तेव्हा सर्व परत निघाले; कारण प्लेगच्या काळात शाळा- कॉलेजं बंद होती. ती पुन्हा उघडणार होती.

इतक्यात आनंदीबाईंना समजलं की नागपूरच्या डफरीन इस्पितळात सुईणीचा एक वर्षाचा कोर्स आहे. मग कर्व्यांनी लगेच आनंदीबाईंच्या नावाने अर्ज पाठवला व सर्व जण पुण्यात परतले.

नंतर आनंदीबाईंना त्या कोर्ससाठी प्रवेश मिळाल्याचं पत्र आलं. शंकरला घेऊन आनंदीबाई नागपूरला गेल्या. वसतिगृहाच्या सहा खोल्या व त्यात बारा जणी राहत होत्या.

तिथे व्याख्यानं हिंदीत असत. आनंदीबाईंना हिंदी येत नव्हतं; पण बरोबरच्या परांजपे, टिपणीस, ठेंगडी या विद्यार्थिनींनी त्यांना शिकवलं. डॉक्टर इंग्रजीत बोलत, तेही समजत असे; पण वेळ लागायचा. 'मी पुनर्विवाह केला, त्यामुळे आपल्या माणसांना अंतरले होते. प्रसंग आला तर मुलंबाळं वाढवण्यासाठी पैसे मिळवण्याचं साधन हाताशी असावे म्हणून हे सर्टिफिकेट मिळवायला मी धडपडत होते,' असं आनंदीबाईंनी स्वच्छपणे लिहिलं आहे.

तिथे शिकत असताना लहान शंकर सगळीकडे फिरायचा. डॉ. हॅरीस यांच्या घरी जाई. एक कामात नसलेला थर्मामीटर घेऊन सर्वांचा ताप मोजायचा. त्याला सगळे छोटा डॉक्टर म्हणत. आणि खरंच शंकर कर्वे पुढे डॉक्टर झाले आणि आफ्रिकेत त्यांनी प्रॅक्टिस केली.

एक वर्षानं कोर्स संपला आणि आनंदीबाई पुण्याला आल्या. त्याच वेळी कर्वे यांचे मित्र शंकरराव बापट हे फलटणला कारभारी होते. त्यांची पत्नी व मुलगी दोघीही गरोदर होत्या. तिथे नर्स नसल्यामुळे, बापट कर्वेंना म्हणाले, "आनंदीबाईंना पाठवा." लगेच कर्वे पत्नीला "जा" म्हणाले.

आनंदीबाईंना वाटलं कोणी माझ्या जाण्याची गोष्ट काढली की, नवरा लगेच 'जा' म्हणतो. मग लग्न कशाला केलं? शंकर दहा महिन्यांचा असताना हॅमलिन नावाची अमेरिकन बाई पुण्यात होती. ती कर्व्यांना म्हणाली, "आनंदीला डॉक्टरी शिकायला पाठवता का?" लगेच कर्वे 'जा' म्हणाले; पण शंकरला ठेवून जा म्हणाले, म्हणून आनंदीबाईंनी जायचं नाकारलं.

एकेक प्रसंग वाचले की जाणवत राहतं की, हे जोडपं विलक्षणच होतं.

अण्णा कर्वे यांनी प्रथम 'विधवा विवाहोत्तेजक मंडळी' ही संस्था सुरू केली. ज्या विधवांना शिकायचं असेल त्यांची सोय करायची. विधवा विवाहाचं कार्य शक्यतो लोकमताला न दुखावता करायचं, असं कर्वे यांचं मत होतं. त्यांच्याबरोबर अनेक मित्र या कामासाठी होते. त्यांनी अनेक मेळावे भरवले व जानेवारी १८९६ रोजी अनाथ बालिकाश्रमाची स्थापना झाल्यावर, नंतर अडीच वर्षांनी आश्रमाला सुरुवात झाली. १८९८ मध्ये विधवांना शिक्षण द्यायला, मुलींना ठेवायला सुरुवात झाली. त्या वेळी सदाशिव पेठेत विनायक गोरे यांच्या वाड्यात आश्रम सुरू झाला. पुढच्या बाजूची दोन खणी माडी कर्वे कुटुंबीयांना व बाकीचा भाग मुलींसाठी.

दोन-तीन महिन्यांत पाच मुली आल्या. त्यापूर्वी काहींना हुजूरपागेत शिकायला ठेवलं होतं. मग प्लेग सुरू झाला तेव्हा मुलींना दूर ठेवण्यासाठी रावबहाद्दूर गोखले यांनी आपली हिंगणे इथली सहा एकर जागा आश्रमासाठी दिली आणि आश्रम हिंगण्याला गेला, तो आजतागायत. आनंदीबाईंनी पुनर्विवाह केल्यामुळे त्यांचा कित्ता आश्रमातल्या मुलींनी गिरवू नये म्हणून आनंदीबाईंनी मुलींशी पुनर्विवाहाबद्दल शब्दही काढू नये; इतकंच काय, मुलींच्या पाण्यालाही स्पर्श करू नये वगैरे नियम करण्यात आले.

कर्वे यांचं म्हणणं होतं, मुली मोठ्या प्रमाणात शिकायला याव्यात. विधवा, कुमारी, परित्यक्त्या कोणत्याही. जनमत प्रक्षुब्ध होऊ नये, मुलींना शिक्षण मिळावं म्हणून पुनर्विवाह हा शब्दही उच्चारायचा नाही. ज्यांना केशवपन अवस्थेत राहायचं असेल त्यांना केस वाढवायची सक्ती नव्हती. शिक्षणाशिवाय अन्य सुधारणा नसाव्यात.

चिंगूबाई कुलकर्णी नावाची एक मुलगी होती. तिला तिच्या इच्छेविरुद्ध नातलगांनी सोवळी केली होती. ती आश्रमात आली तेव्हा पार्वतीबाई आठवले या केशवपन केलेल्या बाई म्हणजे आनंदीबाईंची बहीणच तिथे काम करत होती. त्यांनी

त्या मुलीला केस वाढवू दिले नाहीत.

आनंदीचा दुसरा मुलगा दिनकर सहा महिन्यांचा होता तेव्हा आश्रम हिंगण्याला गेला. तरी आनंदीबाईंना आश्रमासाठी लागणारं धान्य, भाजीपाला वगैरे सर्व सामानाची तयारी करावी लागे. तेव्हा गिरण्या नसल्यानं दळणकांडणही घरी करावं लागे.

समाजाकडून फसलेल्या मुली, अनाथ मुलं आनंदीबाईंकडे येऊन राहत असत. हिंगण्याला जाणाऱ्या मुलीही येता-जाता कर्व्यांच्या या घरी उतरत. इतक्यांचं जेवणखाण आनंदीबाई पाहत. ती मुलं-मुली मदतही करत.

एखादी बाळंतपणाची केस मध्ये येई. आनंदीबाई तेही करत. दिनकर चार वर्षांचा झाल्यावर कर्वे म्हणाले, "पुण्यात आता बिऱ्हाड नको. तू मुलांना घेऊन हिंगण्यालाच राहा." त्या वेळी हिंगण्याला जाण्याचा रस्ता थोडा बरा झाला होता. छकडा जात असे.

हिंगण्याला राहायला गेल्यावर आनंदीबाईंचं कुटुंब आश्रमात जेवे; पण त्याचे पैसे देत. तिथेही दळणकांडण करावं लागे.

आनंदीबाईंना वाटायचं, 'माझ्या नवऱ्यानं संस्था काढली. तिथे थोडा तरी मान मला मिळावा. मुलींवर मी देखरेख करू शकले असते; पण पुनर्विवाहाची म्हणून मला दूरदूर ठेवीत.' आनंदीला स्वतःचं पाणी स्वतः भरावं लागे. आश्रमाच्या पाण्याला हात लावायचा नाही. जेवायला त्यांना वेगळं वाढीत. हे सगळं आनंदीबाईंना दुःखकारक वाटे. मुख्य म्हणजे त्यांची धाकटी बहीण तिथे काम करत होती. तिच्यासमोर आनंदीबाईंना ही वागणूक, का तर त्या पुनर्विवाहित. आश्रम चालावा, जनमत कलुषित होऊ नये, त्यासाठी ही खटपट.

इथेच आनंदीबाईंच्या चौथ्या मुलाचा- भास्करचा जन्म झाला. मुलांची दुखणी भलतीच वाढली. मग डॉक्टरांनीच सांगितलं, "मुलांना हिंगण्यातून हलवा."

तेव्हा लोणावळा इथे कै. मोडकांचा बंगला होता. तिथे दोन खोल्या घेऊन आनंदीबाई राहिल्या. शनिवार-रविवार कर्वे येऊन जात. त्या हवेवर मुलांना बरं वाटलं. मग पुण्यात परतल्या.

हिंगणे इथे शंकरची मुंज करून त्या पुण्यात राहायला आल्या. नारायण पेठेत जागा घेतली. इथे मुलं शाळेत जाऊ लागली. हे घर धाकटा भास्कर बी.एस्सी. होईपर्यंत एकदाही बदललं नाही.

इथे अनेक गरीब मुलांना आनंदीबाईंनी मदत केली. त्या स्वतः एखादी म्हैस बाळगत. त्यामुळे घरातल्या मुलांना दूध मिळे व गोरगरिबांना त्या ताक देत. त्यांची मुलंही त्यांना मदत करत. त्या लिहितात, 'धाकटा भास्कर ताक करणे, भाकऱ्या करणे, इतकेच काय, मी दळत असेन तर तो दळणही करी.'

आनंदीबाईंनी पुनर्विवाह केल्याने समाजाची त्यांच्याकडे पाहण्याची दृष्टी कुत्सित

होती. आपल्या मुलांना त्याची झळ पोहोचू नये यासाठी, मुलांना उत्तम शिक्षण मिळावं म्हणून त्या अपार कष्ट करीत. कर्वेंचा ओढा जास्त हिंगणे आश्रमाकडे असे.

अनाथ बालिकाश्रमासाठी आनंदीबाई मुलांचं सर्व सांभाळून धान्य जमवण्याचं काम करत.

४ मार्च, १९०७ मध्ये कर्वेंनी मुलींसाठी महिला विद्यालय स्थापन केलं, ते लकडी पुलाजवळच्या डेक्कन एज्युकेशन सोसायटीच्या पडक्या, मोठ्या वाड्यात. त्याची दुरुस्ती करण्याच्या करारानं तो वाडा घेतला. पहिल्यांदा सहा विद्यार्थिनी आल्या. कर्वे कॉलेजमधून आले, की हिंगण्याला जात व तिथे शिकवत. संसार बरा चालला होता. आनंदीबाई लिहितात, 'इतक्यात कर्व्यांच्या मनात एक मोठी लाट आली. ती म्हणजे आपण कॉलेजचा राजीनामा देऊन सर्व वेळ आश्रमाचे काम करावे. खर्चाला लागेल तो पैसा इतरांपेक्षा कमी घ्यावा. म्हणजे त्यांना कुरकुर करता येणार नाही.'

अर्थात गृहस्वामिनी आनंदीबाईंना हा निर्णय अजिबात मान्य नव्हता. कॉलेजच्या पगारातला काही हिस्सा घरखर्चापुरता मिळत होता. मुलांची शिक्षणं चालू होती.

तेव्हा आनंदीबाईंनी ठणठणीतपणे सांगितलं की, 'तुम्हाला नोकरीला वीस वर्षं झाल्यावर पेन्शन मिळणार आहे. तेव्हा ती वीस वर्षं होईपर्यंत कॉलेजचा राजीनामा देऊ नका. तुम्हाला ही मानाची भाकरी मिळत असता मला दु:ख का देता? कॉलेजचं काम करून तुम्ही खुशाल आश्रमाचे काम करा. मी घरातले सर्व पाहते. घर सांभाळून तुम्हाला होईल ती मदत करीन.'

परत एकदा आनंदीबाईंना कर्वेंचा निर्णय फिरवावा लागला. कर्वे यांनी पेन्शन घेतलं आणि ते पैसे न्यू इंग्लिश स्कूलच्या स्टुडन्ट्स फंडाकडे द्यावे, हा विचार सुरू झाला.

आनंदीबाई म्हणाल्या, "वीस वर्षं चाकरी करून कमी पगार घेतला. त्यामुळे पैसा नाही, स्वत:चं घर नाही. काही नाही; उद्या काम करवत नाहीसे झाल्यावर मी काय करू? मुलांचं शिक्षण वगैरे कसं होणार?" तरी वर्षभर कर्व्यांनी स्टुडन्ट्स फंडाला पैसे दिले आणि नंतर मात्र ते बंद करून घरासाठी ते पेन्शन उपयुक्त ठरलं.

कर्वे हिशोबाला चोख होते; पण पैसा नसेल तर मुलाबाळांचं कसं होईल, हा विचार नसे. एकदा तर त्यांनी स्वत:चा उतरवलेला पाच हजार रुपयांचा विमा आश्रमाच्या नावे करून दिला. हे आनंदीबाईंना वर्तमानपत्रातल्या बातमीवरून समजलं.

कर्व्यांना पैसा अफाट मिळत नसे. जो काही मिळे तोसुद्धा लोकांना व संस्थांना देत. मग आनंदीबाईंची घरखर्च चालवताना त्रेधा उडे. मग त्या कुणाकुणाची बाळंतपणं करत. त्यांनी एका श्रीमंत मुलीला घरात ठेवलं. तिला तिचे वडील आश्रमात ठेवणार होते; कारण कर्वे तिचे ट्रस्टी होते. तिला कायम खोकला असे.

हिंगण्यात तिला बरं वाटेना. मग कर्वे म्हणाले, "आनंदी, तू हिला घरी ठेव." लहान होती ती. वयात यायला बारा-तेरा वर्षं लागतील. व्यवस्था पाहणाऱ्या ट्रस्टींना वर्षाला चारशे रुपये मिळणार होते.

मग स्वत:च्या मुलांच्या शिक्षणासाठी आनंदीनं त्या मुलीच्या खस्ता काढल्या.

आनंदीबाई काटकसरी होत्या. मुलांनी कपड्यांसाठी, खाऊसाठी, खेळ पाहायला जाण्याचा हट्ट केला की त्या सांगत, "अरे, परवा तुला चार पैसे दिले ना! आता कुठून देऊ? त्या चार पैशाचे कांदे आणले तर चांगली भाजी होईल आणि खेळणे काय? कॉलेजचे, शाळेचे गॅदरिंग असते ते तुम्हाला पाहायला मिळतं की!"

'कपड्याचे काय घेऊन बसलात. तुम्ही चांगले व्हा. तुमच्या वडिलांना पगार कमी म्हणून मी कपडे कमी करते; पण आहेत ते कपडे नीटनेटके करून देते ना?'

'आणि खाण्यापिण्यात तर काही कमी करत नाही ना? आणि तुमच्या वीस वर्षापर्यंतच कर्वे तुमच्या शिक्षणाचा खर्च करणार आहेत. तोपर्यंत तुम्हाला बी.ए. झालेच पाहिजे. अभ्यासात जास्त लक्ष द्या. तुम्ही मिळवायला लागल्यावर कितीही कपडे करा.'

आनंदी व कर्वे यांची तिन्ही मुलं उत्तम शिकली. परदेशी शिक्षणासाठी गेली; पण कधी?

तर कर्व्यांनी फक्त शंकरचा डॉक्टर होण्यासाठीचा खर्च केला. तोही कर्ज म्हणून. शंकरनं डॉक्टर झाल्यावर पैसे परत केले. तो आफ्रिकेला गेला. शंकरनं पैसे परत केल्यावर त्यातून दिनकरला जर्मनीला जायला पैसे कर्जाऊ मिळाले. त्यानं ते परत केल्यावर तिसरा भास्कर इंग्लंडला जाऊ शकला.

मुलं मोठी झाल्यावर आनंदीबाई त्यांना म्हणाल्या, "तुमच्या लहानपणी मी तुम्हाला काहीच आनंद वाटण्याजोगे दिले नाही."

मुलं म्हणतात, "बाया, (आईला बाया म्हणत व वडिलांना अण्णा म्हणत) अगं आणखी काय द्यायचं? जे खरं द्यायला हवं ते तुम्ही दिलेलं आहेच. आम्हाला तुम्ही जितकं दिलंत तितकं फारच थोडे आई-बाप देतात."

आनंदीबाईंचा धाकटा मुलगा भास्कर यांचा जन्म हिंगण्यात झाला. ते व त्यांची पत्नी कावेरी यांनी हिंगण्यात राहून संस्था सांभाळली.

स्वत:च्या मुलांबरोबर आनंदीबाईनी गावकऱ्यांची मुलं सांभाळली. काही मुलं पैसे देऊन राहत. काही अनाथ, अपंग मुलं होती. त्यांची दु:खं आनंदीबाई जाणून घेत. त्यांची सेवा पदरमोड करून करत.

कारण, पंडिता रमाबाईंच्या शारदा सदनात असताना मिशनरी लोक कसं काम करतात ते त्यांनी पाहिलं होतं. माणसांचे नमुने पाहिले होते. त्यांचे वडील अडल्यापडलेल्याला मदत करत. जातपात पाहत नसत. त्याचा खोल परिणाम

आनंदीबाईंवर झाला.

मुलांबरोबर त्यांनी मुली सांभाळल्या. त्यांचं शिक्षण केलं. अशा जवळजवळ दहा-पंधरा जणींना त्यांनी मार्गाला लावलं. अशीच एक मुलगी घेऊन कारवारी बाई आली. ती मुलगी दोन-तीन महिन्यांत मराठी शिकली. तिच्याबरोबरची बाई तिचं लग्न करण्याच्या मागे होती.

पण, ती मुलगी आनंदीबाईंना म्हणाली, ''ही माझी आई नाही. ही मला विकणार आहे. माझी आई लहानपणीच गेली.''

मग आनंदीबाई त्या बाईंना म्हणाल्या, ''एकदा मुलगी इथे संस्थेत आली की, तिला वीस वर्षं होईपर्यंत आम्ही सोडत नाही. तुम्ही निघून जा.'' आणि पुढे त्या मुलीचं लग्न आनंदीबाईंनी करून दिलं. ती आई म्हणवणारी बाई परत आलीच नाही.

वडिलांच्या कर्जापायी एका मुलीला एक बाई सोडेना. कोर्टात अर्ज करून आनंदीबाईंनी तिला सोडवून आणलं आणि पुढे लग्न करून दिलं. अशा अनेक जणी आल्या. आनंदीबाई लिहितात, 'मी पुस्तके थोडी वाचली; पण कागदाच्या पुस्तकापेक्षा ही जिवंत पुस्तके फार महत्त्वाची आहेत असे मला वाटते.'

एक मुलगी आली. ती म्हणे, 'मी मराठा आहे.' मग तिचा सावत्र बाप आला, तो तिला घेऊन गेला. तिला नीट वागवेना. तेव्हा ती परत आली. मग त्या मुलीचा जिथे जन्म झाला त्या गावात आनंदीबाई गेल्या आणि तिचा दाखला करून आणला.

श्रीमंत असलेल्या मुलांनाही त्यांनी सांभाळलं, त्यांना मार्गाला लावून दिलं. ही मुलं-मुली आनंदीबाईंना कामात मदतही करत.

परोपकार करताना मनात स्वार्थ असू नये हे आनंदीबाईंना ठाऊक होतं. त्या म्हणत, 'मी हे करते ते सर्व माझा शेवट चांगला व्हावा हा हेतू धरूनच करते. उगाच नि:स्वार्थीपणाचा टेंभा कशाला मिरवायचा?'

आश्रमात आणि आनंदीबाईंकडे फसलेल्या कुमारी माता येत. टाकून दिलेल्या, नवऱ्याशी भांडण करून आलेल्या मुली येत. त्यांची योग्य ती व्यवस्था आनंदीबाई आपलेपणानं करून देत. अशा दहा-बारा मुलींची प्रकरणं त्यांनी आपल्या पुराणात दिली आहेत. शिवाय, माधुकरी आश्रम काढावा असा विचार आनंदीबाईंच्या मनात आला. म्हणजे अनाथ मुलांची राहायची सोय करून द्यायची व त्यांनी माधुकरी मागून आपलं जेवण करायचं.

त्या वेळी विठू नावाचा मुलगा त्यांच्याकडे आला होता. म्हणून आनंदीबाई अनाथ विद्यार्थिगृहात त्याची सोय करायला गेल्या; पण तिथं चौथी इयत्ता झाल्याशिवाय मुलगा घेत नाही म्हणाले. मग माधुकरी आश्रमासाठी आनंदीबाईंनी डेक्कन जिमखान्यावर घर विकत घेतलं. मग आश्रम सुरू केला; पण मुलं फार आली नाहीत. त्यामुळे आश्रमाला मोठं स्वरूप प्राप्त झालं नाही.

हे डेक्कन जिमखान्यावरचं घर आनंदीबाईंनी दिनकरच्या नावावर घेतलं आणि गंमत म्हणजे दिनकरकडून घराचं भाडं त्या घेत. त्या भाड्यात त्यांचे कर्जाचे हप्ते फिटत. त्यांनी ते आठ हजाराला घेतलं होतं; पण मुलाकडून सहा हजारच घेतले. पुढे दिनकरनंही स्वतःचा संसार वाढल्यावर नवीन बंगला बांधला व ते घर विकायला काढलं. ते घर आपल्याकडेच असावं म्हणून आनंदीबाईंनी ते परत विकत घेतलं व दिनकरचे पैसे परत केले.

त्याआधी सहा हजार रुपये आश्रमाकडे ठेवले होते. दरमहा पंचवीस रुपये आनंदीबाईंना मरेपर्यंत द्यावेत, असं ठरलं. शेवटी घर आश्रमानं घेऊन विकून टाकलं. याचं मरेपर्यंत आनंदीबाईंना दुःख वाटलं. त्यांचा जीव त्या घरावर जडला होता.

कर्वे यांना 'जपान वुमेन्स युनिव्हर्सिटीचं' माहितीपत्रक कुणीतरी पाठवलं, ते वाचून त्यांना महिला विद्यापीठाची कल्पना सुचली. त्यासाठी समविचारी लोक गोळा करून चर्चा-सभा यांतून शेवटी ३ जून, १९१६ रोजी महिला विद्यापीठाचा जन्म झाला. त्यासाठी पैशाची जमवाजमव चालूच होती. स्थापनेनंतर १३ वर्षांनी अण्णा कर्वे यांनी महिला विद्यापीठासाठी पैसे जमवावे म्हणून १६ मार्च, १९२९ रोजी लंडनसाठी प्रस्थान ठेवलं. इंग्लंड, अमेरिका या देशांत फिरून ते १९३० सालच्या एप्रिलमध्ये परतले.

जेव्हा कर्वे यांनी जाण्याचं ठरवलं त्याबद्दल आनंदीबाई लिहितात, 'कर्व्यांच्या मनात लाट आली. आपण विलायतेला जावे. युनिव्हर्सिटीकडून खर्चाची परवानगी मिळवली आणि आधी दाढी वाढवायला सुरुवात केली; कारण स्वतःची दाढी करता येत नाही आणि दुकानातून करवावी तर विलायतेला महागाई फार. एकदा दाढी करायला बारा आणे.'

त्या वेळी त्यांचा धाकटा मुलगा भास्कर इंग्लंडला शिकत होता, त्याचा कर्वेंना खूप उपयोग झाला.

जाताना कर्वे आनंदीला सांगून गेले, 'आश्रमाने स्वतःच्या खर्चाने आत्मवृत्त छापलंय, त्याचं रुपये १३०० कर्ज आहे.' कर्वे यांनी फक्त आनंदीबाईंना एवढंच सांगितलं. तू जाऊन पुस्तकं विक वगैरे काही सांगितलं नाही; पण आनंदीबाई समजल्या व त्यांनी हिंदुस्थानभर हिंडून पुस्तकं विकायचं ठरवलं.

कोल्हापूर, सांगली इथे ओळखीनं त्या उतरल्या आणि पुस्तकाची नोंदणी करून घेऊन पैसे घेऊन नंतर पुस्तकं पार्सलनं पाठविली. 'आत्मवृत्ता'चं पुस्तक हे आश्रमाचं उत्पन्न आहे हे त्यांना ठाऊक होतं. त्यामुळे लोकांना माहिती दिली की लोक पुस्तकं विकत घेत.

मग आनंदीबाईंनी ओळखीने ग्वाल्हेर, काशी, अलाहाबाद, कानपूर, लखनऊ, झाशी आणि शेवटी नाशिक असा दौरा केला व पुस्तकं विकली. सुरुवातीला

महाराष्ट्रात पुस्तकं विकल्यावरच कर्ज फिटलं होतं. मग आनंदीबाईंनी आश्रमाला सांगितलं, "तुम्ही पुस्तकविक्रेत्यांना कमिशन देता ना, तसं मला द्या." आणि कमिशन घेऊन सगळी पुस्तकं विकली.

त्यांचा मोठा मुलगा शंकर आफ्रिकेला गेला व तिथे प्रसिद्ध पावला. त्यानं मग अण्णांना पत्र पाठवून तिकडे बोलावलं व त्यात लिहिलं, 'येताना बायालाही घेऊन या.' आनंदीबाई लिहितात, 'पासपोर्ट, टोचणी, निरोप वगैरे समारंभ आटोपून ३१ डिसेंबर, १९३०मध्ये दोघं आफ्रिकेच्या बोटीत बसलो. त्याच्या आदल्या दिवशीच दिनकर व इरावती जर्मनीहून परत आली होती. इरावतीचं शिकणं पुरं झाल्यावर तिला आणण्यासाठी दिनकर जर्मनीला गेला होता.'

म्हणजे १९३० सालच्या एप्रिलमध्ये भास्कर इंग्लंडहून परतला. त्याचं लग्न झालं. कर्वे व आनंदीबाई त्या परदेशी मोठ्या मुलाकडे निघाले, तर दुसरा मुलगा दिनकर व सून परदेशातून परतले. गमतीदार योगायोग.

मात्र, आनंदीबाई आपल्या आठवणींच्या आत्मवृत्तात मुलांची शिक्षणं कशी झाली, ती परदेशी गेली हे देतात.

पण, तिन्ही सुना कशा आल्या, कशी लग्नं केली, सुना किती शिकल्या होत्या, याबद्दल काहीच लिहीत नाहीत. ओघाओघानं येईल तेवढाच चिमूटभर तपशील त्या देतात. त्याचप्रमाणे बहीण पार्वतीबाईनं आश्रमासाठी स्वत:ला वाहून घेतलं व स्वत:ची मोठी सून इरावतीबाई त्यांच्या संशोधनामुळे, लेखनामुळे खूप प्रसिद्ध पावल्या; पण मुलांच्या संसाराबद्दल त्या सांगतच नाहीत.

मग आफ्रिकेतले अनुभव त्यांनी सांगितले. डॉ. शंकर आणि त्यांची पत्नी रेवती यांच्याकडे दोघं कर्वे पती-पत्नी आफ्रिकेत मुंबासा इथे राहत होते. त्यांच्या मुलांनीच त्यांना बोलावून घेतलं होतं. दोघांना स्वतंत्र खोली, नोकर, फिरायला मोटार, आयतं खाणं-पिणं; पण तिथे आनंदीबाईंची प्रकृती बिघडली. डॉक्टरांची आई म्हणून शंकरचे पेशंट आनंदीबाईंना भेटायला येत. त्यांची गुजराती भाषा यांना कळत नसे.

मग आनंदीबाईंनी गुजराती शिकायचं ठरवलं. एक मराठी येणारी बाई ओळखीची झाली. तिच्याकडे त्या गुजराती अगदी कामापुरतं शिकल्याच. इतक्या सुखासीन आयुष्याची सवय नसल्यानं त्यांनी काम करायचं ठरवलं. त्या लिहितात, 'माझी तिथे राजासारखी सोय असूनही मला करमत नव्हतं. मग काय! काढला तिथे भिक्षेचा उद्योग.'

दिवाळी जवळ आली होती. कर्व्यांना विचारून आनंदीबाईंनी पुण्याहून आश्रमाची गुजराती भाषेतली विनंतीपत्रकं मागवली आणि गुजराती बाईबरोबर बोलून, माहिती घेऊन आश्रमासाठी भाऊबीज जमवायला आनंदीबाई बाहेर पडल्या. दुखणं गेलं, कंटाळा गेला आणि तीन हजार शिलिंग जमा झाले. त्या काळी बोटीनं जाणारे लोक

मुंबासाला उतरत. एक दिवस तरी तिथे राहावं लागे म्हणून गुजराती लोकांनी शंकराच्या देवळाजवळ धर्मशाळा बांधल्या होत्या. तिथे आनंदीबाई गुजराती पत्रकं देत असत.

परंतु, मुलगा डॉ. शंकर व सून रेवती यांना हा आनंदीबाईंचा उद्योग आवडला नाही. शंकर म्हणाला, "तू इथे जरा सुखानं धडपड न करता माझ्याजवळ राहशील म्हणून तुला इथे बोलावलं; पण तुझं आपलं आहे ते आहे. पुण्यासारखी इकडेही मागू लागलीस."

आनंदीबाई म्हणाल्या, "अरे, स्वत:साठी कुठे मागते, संस्थेसाठी मागते. त्यात कसला अपमान आणि कमीपणा? आणि कर्वे नाही का युनिव्हर्सिटीसाठी वर्गणी गोळा करत." पण, मुलाला आईचा युक्तिवाद पटला नाही.

आनंदीबाई लिहितात, 'आफ्रिकेत शंकर एखाद्या सरदारासारखा वैभवात राहतो.' पत्नीची साथ त्याला मिळाली. दोन्ही मुलंही शिकत होती. हे पाहून आनंदीबाईंना समाधान वाटलं.

आफ्रिकेला विद्यापीठाच्या प्रचारासाठीच कर्वे गेले होते. मोंबासा, युगांडा, झांजीबार, टांगानिका, दरबान, फिनिक्स, जोहान्सबर्ग, प्रिटोरिया, केपटाउन इथे ते फिरले. या प्रवासात दोन हजार लोकांच्या भेटी घेऊन कर्वे यांनी चौतीस हजार रुपये मिळवले.

डिसेंबर १९३०मध्ये गेलेले कर्वे पती-पत्नी १२ मार्च, १९३२ या दिवशी मुंबईला परतले; परंतु आफ्रिकेत कर्वे यांनी केलेल्या फिरतीबद्दल आनंदीबाई काही लिहीत नाहीत, हे आश्चर्य वाटतं.

आनंदीबाईंनी आयुष्यभर काटकसर करून जे पैसे मिळवले त्याचं व्यवस्थित नियोजन केलं. पोस्टाचं बचत खातं मुलांसह त्यांचंही वेगळं होतं. शिवाय, कर्वे त्यांना दर महिन्याला खर्चाला पैसे देत. जी मुलं सांभाळली त्यांनी दिलेल्या पैशातून बरीच मिळकत झाली. मग गो. म. चिपळूणकर यांच्या नावाचा स्मारकनिधी जमवून त्यात स्वत:ची भर घालून आश्रमाला त्यांनी पाच हजार रुपये दिले. त्यातून आश्रमाला भाऊबीज निधी मिळेल, अशी व्यवस्था केली. हिंगण्याच्या संस्थेत ठेवलेल्या अन्य पैशाचं व्याज त्यांना मिळे.

काही दिवस आनंदीबाई आश्रमात राहत होत्या. तिथल्या प्राथमिक शाळेला त्यांचं नाव दिलं आहे. आश्रमात जी खोली आनंदीबाईंना देण्यात आली होती, त्या खोलीतच त्यांनी शेतकऱ्यांच्या मुलांसाठी शाळा उघडली. लोकल बोर्डाकडून त्यासाठी निधीही मिळाला; पण नंतर ती शाळा आश्रमाच्या शाळेतच सामील झाली.

इथेही कर्वे यांच्याप्रमाणे आनंदीबाईंनी माधुकरी आश्रम, शेतकऱ्यांच्या मुलांसाठी शाळा असे प्रयोग करण्याचं काम केलं; परंतु मुळात हिंगण्याचे प्रकल्प एवढे मोठे

होते की आनंदीबाई आपल्या कल्पनांना पुऱ्या पडू शकल्या नाहीत. आश्रमातल्या शाळेला इमारत नव्हती, म्हणून त्यांनी स्वत:च्या ठेवीचे बारा हजार रुपये शाळेकरता ठेवले. किरकोळ मिळणारं व्याजही त्या संस्थेत जमा करत.

मरेपर्यंत कोणाकडे पैसे मागायला नको अशी त्यांनी आपली तरतूद करून ठेवली होती, त्यामुळे आपला भार कोणावर नाही, ही जाणीव वृद्धपणी त्यांना समाधान देत होती.

याही पलीकडे जाऊन आनंदीबाईंनी स्त्रिया आजही जे काम करत नाहीत ते केलं.

आश्रमातल्या स्त्रियाही आनंदीबाईंकडे येत. अशीच एक पुरुष जातीचा विलक्षण तिटकारा असलेली बाई त्यांच्याकडे आली आणि म्हणाली, "बाया, मी उद्या पहाटे मरणार आहे. कोणा पुरुषाचा हात मला लागता कामा नये. तू मला जाळ; पण तिरडी नको.' आणि खरंच ती दुसऱ्या दिवशी मेली. मग आनंदीबाईंनी छकडा मागवला व त्यात तिला घालून ओंकारेश्वरावर नेऊन अग्नी दिला.

कर्वे यांच्या पहिल्या पत्नीची बहीण अक्का ही हिंगणे संस्थेत काम करत होती. ती वारली तेव्हा कर्वे नव्हते. मग तिला लोकांनी नदीकाठी नेलं; पण सांगितलं आम्ही अग्नी देणार नाही; कारण ती विधवा होती. मग आनंदीबाई गेल्या व त्यांनी ते काम पूर्ण केलं. इतकंच काय, त्या बाळंतपण करायला जात, तेव्हा मूल गेलं असेल आणि घरात कोणी नसेल तर गड्याबरोबर त्या स्मशानात जात. अण्णा कर्वे व आनंदीबाई ऊर्फ बाया यांचा संसार हा जगावेगळा होता. कर्वे कायम कामानिमित्त बाहेर राहत, तेव्हा घराचे सर्व व्यवहार, मुलांची शिक्षणं सर्व बायाच पाही.

कर्व्यांचं बायाशी वागणं सडेतोडपणाचं, तुटक व हिशेबी असे; पण आनंदीबाई म्हणतात, 'मी ठरवले होते कर्वे माझ्याशी कसे वागतात हे मुलांना कळू द्यायचे नाही आणि मुले कशीही वागली तरी कर्व्यांना कळू द्यायचे नाही.'

कर्वे उतरत्या वयात लॉ कॉलेज रोडवर प्रो. दिनकर या आपल्या मुलाकडे राहू लागले व बाया एरंडवणामध्ये झोपडीत एकटी राही. रोज तासभर येऊन कर्वे त्यांच्याशी गप्पा मारत. तेव्हा वर्तमानपत्र व पुस्तकं वाचून दाखवीत. घड्याळाला किल्ली देत. त्यामुळे रोजच ते बायाला भेटत.

कर्वे यांचं कोणाशी वाकडं नव्हतं. त्यांच्यावर अनेक कठीण प्रसंग आले. याउलट बाया स्पष्ट बोलणाऱ्या. कर्वे म्हणजे एकमार्गी. आपण बरं आपलं काम बरं. आजूबाजूला लक्ष नसे. इतरांच्या लक्षात येणाऱ्या गोष्टी त्यांना माहीत नसत.

आनंदीबाई लिहितात, 'आमचे लग्न ठरले तेव्हा माझे केस वाढेपर्यंत खूप दिवस थांबावे लागेल अशी भीती त्यांना वाटत होती; पण माझे केस वाढलेले आहेत हे त्यांच्याकडे मी अनेक वेळा गेले होते तरीही त्यांना समजले नव्हते.'

'त्यांनी कधी मुलांसाठी वशिला लावला नाही. रघुनाथला फर्ग्युसन कॉलेजात फेलोशिप मिळाली असती; पण कर्वे यांच्या अबोलपणाने मिळाली नाही.'

रघुनाथ हा आनंदीबाईंचा सावत्र मुलगा; परंतु त्या भावाकडे मुंबईला एकत्र राहत असतानाच त्यांची त्यांच्याशी ओळख झाली होती; पण नंतर दुरावा निर्माण झाला. कर्वे यांच्या अबोल स्वभावामुळे एक प्रकारची तेढ रघुनाथ व आनंदीबाई यांच्यात निर्माण झाली. याची आनंदीबाईंना कायम खंत वाटत राहिली. त्यांनी स्वत: काय प्रयत्न केले रघुनाथला आईचं प्रेम देण्यासाठी, हे मात्र त्यांनी सांगितलेलं नाही.

कर्वे खाण्यापिण्याबाबत कधीही आनंदीबाईंना रागावले नाहीत. काहीही ताटात वाढा, आनंदानं खात; मात्र साजूक तूप फार आवडत असे, अशी नोंद आनंदीबाईंनी केली आहे. कर्वे म्हणजे एकीकडे भिडस्तपणा, एकीकडे मनात ठरवलं की शेंडी तुटो, पारंबी तुटो ते केल्यावाचून राहायचं नाही, असला मनाचा चिवटपणा होता. आनंदीबाईंनी घरातच काम करून, लोकांची मुलं सांभाळून, बाळंतपणं करून घरासाठी पैसे मिळवले आणि कर्वे तर प्रोफेसर होते; पण त्यांनी मुलांना शिक्षणासाठी कर्जरूपाने पैसे दिले, याची खंत आनंदीबाईंना वाटे.

कर्वे व्यवहारात अत्यंत चोख. मुलाकडे जेवले, तरीसुद्धा हिशोब करून पैसे देणार. एखाद्या मुलाच्या घरी न्हाव्याकडून केस कापून घेतले तरी पैसे देणार. हा गुण मुलांमध्ये तंतोतंत उतरला आहे, असं सांगताना आनंदीबाई म्हणतात, 'दोन कर्वे एकत्र आले की काहीतरी पैशाचा हिशोब असणार असं लोक म्हणतात.'

कर्व्यांबद्दल आनंदीबाईंचं मत कलुषित करण्याचा प्रयत्न अनेकांनी केला; पण आनंदीबाईंचा नवऱ्यावर पूर्ण भरवसा होता. इतकंच काय, 'कर्व्यांनी माझा कारभार मला करू दिला. त्यात ढवळाढवळ केली नाही. त्यांच्यामुळे मला हे स्वातंत्र्याचे दिवस दिसले. मी त्यांचे वेळोवेळी आभार मानले.'

पुढे जाऊन केव्हातरी गमतीने आनंदीबाई कर्व्यांना म्हणत, ''उगीच लोकांनी तुम्हाला 'महर्षी' नाव दिले, नुसते म्हणून घ्यायला काय? मी जर घरात सर्व पाहायला नसते, तर तुम्ही काय केले असतेत? मी होते म्हणून तुम्ही एवढे मोठे झालात.''

''एवढ्या मोठ्या थोर गृहस्थाची मी बायको आहे व त्यांच्या कामात मला थोडीबहुत मदत करता आली, यात आनंद व समाधान आहे.''

''माझ्या हिंडण्याबद्दल लोकांना काळजी वाटते. मुलेही म्हणतात, 'बाया, तुला एक टांगा ठरवून देतो. त्यातून जा. चालत जाण्याचे तुझे वय नाही.''

पण, आनंदीबाईंना वाटे, जोपर्यंत मनुष्य हालचाल करतो, आपले नेहमीचे व्यवहार करतो तोपर्यंत मृत्यू झडप घालत नाही. थांबला तो संपला.

कोणतीही वस्तू फुकट घालवणं आनंदीबाईंना आवडत नसे. लहानपणापासून

गरिबी पाहिलेली. आपल्याकडे लग्न-मुंजीत गहू-तांदूळ शेरापोटी फुकट जातात. जेवणावळीत अन्नाचा नाश होतो हे त्यांना आवडत नसे. त्या गहू-तांदूळ गोळा करत. मग लोक नावं ठेवत. त्या धान्य गोळा करत ते गरिबाच्या तोंडी घास भरवावा या हेतूने.

गरिबी सोसली, केशवपन सोसलं, पुनर्विवाहाची लोकांनी केलेली निंदा सोसली तरी त्यांचा देवावर विश्वास नव्हता. घरात देवपूजा वगैरे नव्हतीच. कुठले धार्मिक कुळाचारही नव्हते. या बाबतीत वडिलांच्या विचारांचा पगडा त्यांच्यावर होता. त्यांचे मोठे भाऊही नास्तिक होते. ते म्हणत, 'देव जर आहे, तो दयाळू आहे, तर त्यानं तुला विधवा का केली?' त्या पोथीपुराणालाही त्या काळाप्रमाणे कधी देवळात गेल्या नाहीत; पण कर्व्यांनी 'रामायण,' 'महाभारत' ग्रंथ मला वाचून दाखवले, हा उल्लेख त्या करतात.

देवावर विश्वास नव्हता; पण अनाथ, अपंग, टाकून दिलेल्या मुलांचं सगळं त्यांनी केलं. त्यांना पोटभर खाऊ घातलं.

हळूहळू आनंदीबाईंचं हिंडणं कमी झालं, तेव्हा त्यांनी घरबसल्या वाचनाचा उद्योग स्वत:ला लावून घेतला.

कुणावर आपला भार पडू नये याची काटेकोर काळजी कर्वे पती-पत्नीनी घेतली होती; पण त्या म्हणत, 'इहलोकीची यात्रा संपली की मागच्यांना त्रास पडणार आहे; पण त्याला काही इलाज नाही.'

लेखनाच्या दृष्टीने जेव्हा मी बायाचा विचार करते. (तिचे वडील तिला गोदूबाय म्हणत. मुलंही आई न म्हणता बाया म्हणत) तेव्हा या स्त्रीचा विलक्षण स्वभाव लक्षात येतो. त्या कर्मठ काळावर मात करून पुढचा विचार करणारी कणखर स्त्री. अवतीभवती अनेक बंधनं असतानासुद्धा त्या रूढींच्या बाहेर पडून ती सत्ताविसाव्या वर्षी पुन्हा लग्न करायला तयार झाली. आयुष्यभर स्वत:च्या मर्जीने वागली. चार मुलांचा भार उदरात वाहिला. दुर्दैवानं दुसरा मुलगा गेला; पण बाकी तीन मुलांसाठी आणि समाजातल्या अनाथ मुलांसाठी त्यांना शिक्षण मिळावं म्हणून ती झटली.

मुलं मोठी झाल्यावर त्यांनी आपापली बिऱ्हाडं केली. मोठा तर आफ्रिकेत होता. तिथे दोघंही जाऊन आली. प्रो. दिनकर, भास्कर त्यांना आपल्या घरी बोलावत होते तरी त्या म्हणाल्या, ''इतके दिवस मी घरची राणी होते. तुमच्या घरात तुमचा हक्क. तुम्ही कितीही चांगले केलेत तरी बंधने येणारच; मी नाही कोणाच्या बंधनात राहणार.''

प्रथम आनंदीबाई एरंडवणे इथे कॉलेजच्या आवारात एकट्या राहत. अण्णा प्रो. दिनकरकडे राहत. वयाच्या ब्याऐंशीव्या वर्षीसुद्धा स्वत:चा स्वयंपाक करून खात; पण एकटं राहणं शक्य नाही, हे पटलं तेव्हा हिंगण्याला संस्थेत राहायला

आल्या. दोन वर्षं त्या बोर्डिंगातून ताट मागून जेवत होत्या. फक्त धाकटी सून कावेरीकडे दोन वेळचा चहा घेत. ''घरी राहायला या,'' असं मुलगा व सुनेने सांगितलं तर म्हणत, ''आम्ही तुमच्यासाठी काही केलेले नाही. तुमच्या हौसामौजा पुरवल्या नाहीत, गोडधोड, चैनीचे पदार्थ दिले नाहीत. आवडीचे कपडे तुम्हाला मिळाले नाहीत. मग आम्ही तुमच्याकडून का अपेक्षा करावी?''

या बोलण्याचं मुलांना वाईट वाटे. नंतर प्रकृती बिघडू लागली. मग सून कावेरी घरूनच जेवण नेई. मग म्हणत, ''बरं आण. तू ऐकणारच नाहीस.''

मग जेवायला त्यांच्या झोपडीतून भास्करच्या घरी येत असत. जेवायला ॲल्युमिनियमचं वाकडं झालेलं ताट आणि पोचे आलेली वाटी होती, तीच घेत; पण सुनेनं स्टेनलेसची ताट-वाटी दिली. प्रथम त्यांना ती नको होती; पण नंतर म्हणाल्या, ''तू ऐकणार नाहीसच ना? बरं आण ती!'' आणि त्यात जेवू लागल्या. त्यांच्या झोपडीत सर्व सोई करून दिलेल्या होत्या. त्या स्वत: आपलं सगळं करत. जेवण आलं की, उठून टेबलावर जेवायला बसत. हा क्रम शेवटपर्यंत चुकला नाही. सुनेच्या जवळ राहू लागल्या. सून कावेरी त्यांचं सर्व पाहत असे. इतकंच काय 'माझं पुराण' या आनंदीबाईंच्या आत्मवृत्ताचं कावेरीबाईंनीच शब्दांकन केलं. कावेरीबाईंना लोक विचारत, 'बायाची अगदी कटकट असेल नाही.' त्या म्हणाल्या, ''मुळीच नाही.'' हे ऐकून लोकांना आश्चर्य वाटलं आणि तसं वाटण्याजोगा तिचा खरमरीत स्वभाव पूर्वी होता.

आपलं 'पुराण' सांगताना आनंदीबाईंनी बालपणापासून ते मुलं शिकून मोठी होईपर्यंतचा कालखंड सांगितला आहे. हा एकूण कालखंड कष्टांचा आहे. काटकसरीचा आहे, संसाराच्या सुरुवातीपासून मुलं आपापल्या मार्गाला लागेपर्यंत. कर्वे पती-पत्नीना संसारासाठी, आश्रमासाठी, सार्वजनिक कामासाठी इतक्या खस्ता खाव्या लागल्या, की दोघांना सुख-दु:खाच्या गोष्टी बोलायला वेळच नसे. इतकंच नाही, आनंदीबाईंच्या बाळंतपणाच्या वेळेसही कर्वे हजर असतीलच असं नाही. संसारासाठी कमी पडणारे पैसे मिळवण्यासाठी आनंदीबाई मोठा कुटुंबकबिला सांभाळून, स्वत:ची मुलं, सांभाळायला घेतलेली मुलं, अनाथ मुलं, स्त्रिया आणि आला-गेला पैपाहुणा यातच आनंदीबाईंची ऊर्जा खर्च होत होती आणि अण्णांचं कॉलेज, हिंगण्याच्या आश्रमाबाहेर फिरती. जेव्हा दोघांना स्वास्थ्य मिळालं तेव्हा वयं वाढलेली होती. कर्वे लॉ कॉलेज रोडवर प्रो. दिनकरकडे राहत व आनंदीबाई एरंडवणास झोपडीत एकट्या राहत. तेव्हा मात्र रोज येऊन कर्वे आनंदीबाईंना भेटत, गप्पा मारत. आयुष्याच्या शेवटच्या वर्षांत कर्वे पती-पत्नीला एकमेकांबद्दल वाटणारी ओढ, आपलेपणा, प्रेम हे व्यक्त करायला वेळ मिळाला, हेही विशेषच.

आपल्या संपूर्ण कथनात आनंदीबाई रघुनाथ या आपल्या सावत्र मुलाचा उल्लेख

सुरुवातीला व कर्व्यांबद्दल वेगळं प्रकरण लिहिताना करतात. आनंदीबाईंचं लग्न झालं तेव्हा रघुनाथ बारा वर्षांचे होते. सुरुवातीला ते आई-वडिलांबरोबरच होते. मग त्यांनी मुंबईला आपलं काम सुरू केलं. त्यांचं लग्न, त्या सुनेचं नाव, रघुनाथ कर्वे यांचं कार्य याबद्दल आनंदीबाई अवाक्षर काढत नाहीत.

इतकंच काय, त्यांची धाकटी बहीण पार्वतीबाई आठवले तीही सोवळी झालेली होती. मुलाच्या शिक्षणासाठी ती पुण्यात आली तेव्हा कर्वे पती-पत्नीनीच तिला शिक्षणाचा व आश्रमाच्या निमित्ताने स्वविकासाचा मार्ग दाखवला. पार्वतीबाई (कृष्णा) पुढे अमेरिकेला गेल्या वगैरे आनंदीबाई काही सांगत नाहीत.

एवढंच कशाला, फक्त भास्करचं लग्न डिसेंबरला झालं. एवढंच वाक्य लिहितात. बाकी मोठा मुलगा शंकर, प्रो. दिनकर यांची लग्नं केव्हा झाली, त्याबद्दलही काही नाही. शंकर आणि रेवती आफ्रिकेत तर भास्कर आणि कावेरी हिंगणे संस्था सांभाळत. दिनकर फर्ग्युसनला प्रोफेसर, तर त्याची पत्नी इरावतीही संशोधनात अग्रेसर होत्या. सुनांबद्दल काहीच नाही. नातवंडांबद्दल एक अक्षर नाही. इरावतीबाई परदेशात शिकून आल्या, त्याबद्दलही नाही.

खरं म्हणजे वाचकांना कर्वे घराण्याबद्दल थोडीफार माहिती आहेच; परंतु आनंदीबाईंच्या नजरेतून हा सर्व जवळच्या नात्याचा तपशील येणं आवश्यक होतं. रघुनाथ कर्वे यांच्या पत्नीने नवऱ्याच्या सामाजिक कार्यासाठी केलेला त्याग (मूल होऊ न देणं) ही त्या काळातली मोठी घटना होती. मुलांच्या आयुष्यात ढवळाढवळ करायची नाही, हे जरी योग्य असलं तरी, आनंदीबाई घराच्या प्रमुख म्हणून त्यांनी लिहायला हवं होतं. त्या कधी मुंबईला रघुनाथचा संसार पाहायला गेल्याचंही कुठे नमूद करत नाहीत, की कोणत्याही सुनेचं कौतुक करत नाहीत, की तिच्याबद्दल चार शब्द लिहीत नाहीत, हे आश्चर्यच वाटतं आणि पचायला जड जातं.

कावेरीबाईंनी लिहिलं आहे की, 'सामान्य लोकांना ज्या गोष्टीचा मोह होतो त्या बायाने वर्ज्य मानल्या होत्या. अण्णा कर्वे केव्हातरी सिनेमा-नाटक पाहत; पण बाया कधी जात नसे. बाया म्हणे- 'माझ्या मुलांची शिकणी (शिक्षण) व्हायची आहेत. त्यासाठी मला काटकसर केली पाहिजे. भलत्या चैनीत पैसे खर्च करून कसे चालेल? मी पुनर्विवाह केला आहे. समाज माझ्या मुलांकडे वेगळ्या दृष्टीने पाहणार. त्यांना जगात पुढे यायला आपणच मदत केली पाहिजे. मुले चांगली निघाली नाहीत तर लोकांना अधिकच फावेल.'

शेवटपर्यंत शुद्धीवर आणि स्वत:चं स्वत: करणारी आनंदीबाई २९ नोव्हेंबर, १९५० (वयाच्या ८५ व्या वर्षी) रोजी आपल्या झोपडीतून शेवटच्या प्रवासाला गेली. एक निरंतर कष्ट करणारं व्यक्तिमत्त्व लोप पावलं.

आनंदीबाईंना अग्नी दिल्यावर अण्णा जड अंत:करणानं परतले. त्या ठिकाणी

आता तुळशीवृंदावन बांधलं आहे. जेव्हा जेव्हा ते हिंगण्याला येत तेव्हा 'बायाला भेटून येतो' म्हणून तुळशीवृंदावनापर्यंत जात.

बाया गोरी आणि देखणी होती. मृत्यूनंतरही तिचा चेहरा तेजस्वी होता. गळ्यात जाईच्या फुलांचा हार घातला होता. अफाट गर्दी जमली होती. तिला नावं ठेवणाऱ्यांनी तिच्या कर्तृत्वाचं गुणगान गायलं.

अण्णा कर्वेंनी तर आपली शताब्दी पाहिली. त्यांना भारतरत्न पदवी दिली गेली. १०५ व्या वर्षी त्यांनी अखेरचा श्वास घेतला.

धोंडो केशव कर्वे आणि आनंदीबाई यांच्या आयुष्यावर वसंत कानेटकरांनी 'हिमालयाची सावली' हे नाटक लिहिलं. ते खूप गाजलं. आजच्या घडीला आनंदीबाईंचं आयुष्य वाचताना त्यांची स्मृती मनाच्या खोल कप्प्यात दडून राहते. तो कर्मठ काळ आणि त्यावर केलेली मात हे सगळं विलक्षण आहे, इतकंच आपण म्हणू शकतो.

१९११मध्ये बायाचा सावत्र मुलगा रघुनाथ यांचं लग्न झालं. पत्नी २१ वर्षांची व ते १९ वर्षाचे होते. त्यांची पत्नी म्हणजे माहेरची गंगू गोडे, ती रंगू आणि बनू या आपल्या मोठ्या बहिणींबरोबर शिक्षणासाठी १९०० मध्ये हिंगण्याला आली. गंगूचं शिक्षण फर्ग्युसन कॉलेजमध्ये इंटरपर्यंत झालं होतं. रघुनाथराव व गंगू यांचा हा प्रेमविवाह झाला आणि लग्नानंतर तिचं नाव मालती असं ठेवलं.

बाया कर्वे यांच्या मूळ हस्तलिखितात असं लिहिलं आहे की 'ही माझी पहिली सावत्र सून. रघू व तिनं शिकून नोकरी करून आपलं लग्न ठरवलं. कर्व्यांनी बापाचे कर्तव्य म्हणून केले. त्याची (आई) मेली म्हणून कनवटीला सुपारी लावतात तशी मी.'

रघुनाथरावांच्या लग्नात तर पुढे अजून एक प्रसंग घडला. लग्न गोरज मुहूर्तावर वैदिक पद्धतीनं झालं. त्यानंतर जी जेवायची पंगत बसली, त्यात रघुनाथरावांचे मित्र गायक अब्दुल करीम खाँसाहेब होते. त्यांना श्लोक म्हणायचा आग्रह झाला तेव्हा त्यांनी गोड आवाजात श्लोक म्हटला. त्यांची ओळख पटल्यावर अन्य कर्मठांना ते मुस्लीम आहेत हे समजलं आणि कर्व्यांना वाळीत टाकायची भाषा सुरू झाली. मग अण्णांनी दीडशे रुपये दंड भरून तो प्रसंग थांबवला. हे वाचताना वाटतं आनंदीबाई त्या प्रसंगी हजर असतीलच. त्यांनी दंड प्रकरणाविरुद्ध आवाज उठवला असेल का?

आजचं जे बाया कर्वे यांचं 'माझं पुराण' हे आत्मवृत्त उपलब्ध आहे, ते त्यांच्या सुनेनं कावेरीनं त्यातला काही भाग गाळून संपादित केलेलं आहे. त्यामुळे जे प्रश्न उपस्थित केले जातात त्यांची उत्तरं मूळ हस्तलिखितात असतील; कारण रघुनाथ कर्वेही स्वतःच्या हिमतीवर परदेशी गेले होते, त्याचा उल्लेख नाही. आनंदीबाईंची मुलं कर्ज घेऊन परदेशी गेली हा उल्लेख सविस्तर आहे. त्याचप्रमाणे रघुनाथ

परांजपे यांच्याबद्दल, आनंदीबाईंची भाची रघुपतीची बायको बाळी वारल्यानंतर काहीही लिहिलं नाही. रघुनाथ परांजपे रँग्लर होऊन त्यांचं दुसरं लग्न झालं. त्यांची हुशार मुलगी शकुंतला याबद्दलही आनंदीबाईंनी लिहायला हवं होतं.

कोणत्याच सुनेबद्दल, नातवंडाबद्दल अवाक्षर नाही. तसं रघुनाथच्या पत्नीबद्दलही नाही. ती तर १९४४लाच वारली.

आनंदीबाई यांनी आपल्या आत्मकथनात वापरलेल्या म्हणी आज मराठीत वाचायला, ऐकायलाही मिळत नाहीत.

- दुसऱ्याचं लेणं आणि लाजिरवाणं
- कामावे ते सामावे
- गेले ओठाबाहेर ते गेले कोटाबाहेर
- माया वेडी घाण काढी
- बापापरी बाप गेला, रडून रडून डोळा गेला
- कुठे गेला टक्का तर तोडायला सख्खा
- खाण्याला शेळी, कामाला ठार मेली
- मनातलं साधेल तर दारिद्र्य कशाला बाधेल

शब्द- लोटगाडी (हातगाडी), लपट (झळ)
लाट आली - विचार आला
शिकणी - शिक्षण

टीप - रघुपती - रॅ. रघुनाथ परांजपे यांना पूर्वी रघुपती असंही म्हणत असत. म्हणून बायाने रघुपती असा उल्लेख केला आहे.

◆

४ / पार्वती आठवले

व्रतस्थ

रत्नागिरी जिल्ह्यातील देवरुख हे गाव. पार्वतीबाई आठवले यांचं माहेरचं गाव. एकूण अकरा भावंडं; पण यांतली जगली मात्र पाचच. तीन बहिणी, दोन भाऊ. घरची गरिबी. त्या काळी मुलींची पाचव्या वर्षापासून लग्न होत. मोठ्या बहिणीचं सातव्या वर्षी, दुसरी बाया हिचं नवव्या वर्षी झालं. पार्वतीबाई अकरा वर्षांच्या झाल्या तरी लग्न झालं नाही. लोक विचारीत, 'अजून का लग्न झालं नाही?'

आई शेजारच्या पटवर्धन मामलेदार कुटुंबातल्या मामलेदारीण बाईंची वेणी घालून देत असे. तेव्हा आईनं त्यांना सांगितलं, ''मुलगी लग्नाला मोठी झाली आहे. बायका तोंड खुडे करतात. आमच्या मंडळींना (नवऱ्याला) स्थळ पाहावयास वेळ नाही.'' मग मामलेदारीणबाई म्हणाल्या, ''आम्ही आश्रय दिलेला एक मनुष्य आहे, त्याला कस्टम खात्यात गोव्याला नोकरी लावून दिली आहे. तुम्ही त्याला मुलगी दिलीत तर दोन्ही मांडवांचा खर्च आम्ही करू; मात्र मुलाचा पाय लंगडा आहे. मुलाला पगार महिना पंधरा रुपये. तो फक्त नऊ महिने मिळतो, उरलेले तीन महिने पगारावाचून काढायचे.''

पार्वतीबाईंना हे लग्न पसंत नव्हतं; पण मुलीनं वडिलांना सांगण्याची रीत तेव्हा नव्हती. 'लग्न हवे/नको म्हणण्याचे सामर्थ्य माझ्या अंगी नव्हते,' असं पार्वतीबाई सांगून टाकतात. आणि त्यांचं त्या मुलाशी लग्न झाल्यावर बायका परत आईला बोलू लागल्या, 'आपली मुलगी अशा ठिकाणी वैरलीत, पायाने नवरा अधू, पगार पंधरा रुपये. मुलीत काही व्यंग नाही, दुसरे स्थळ मिळाले असते की.' आईला दोन्ही पद्धतीनं बोलणी खावी लागली. वयाच्या चौदाव्या वर्षी पार्वतीबाईंना गोव्याला पणजीजवळील गावात त्यांनी पोचवलं. नवऱ्याच्या घरात त्यांचे मित्र जोशी पती-पत्नी राहत होते. त्यामुळे आळीपाळीनं स्वयंपाक होई.

पार्वतीबाईंना पंधराव्या वर्षी मुलगा झाला. वय लहान असल्यानं बाळंतपणात त्रास झाला व मुलगा नंतर गेला. नंतर अठराव्या वर्षी मुलगा झाला. पुन्हा सव्वा

वर्षानं मुलगी अपुऱ्या दिवसांची जन्मली व वारली. वीस वर्षांच्या आत तीन मुलं झाली. त्यांतला दुसरा नारायण हा जगला.

लग्न अकराव्या वर्षी आणि वयाच्या विसाव्या वर्षी माहेरीच देवरुखात नवरा वारला. पार्वतीबाईंचं केशवपन करण्यात आलं. मुलगा तेव्हा साडेतीन वर्षांचा होता. तो विचारी, "आई तुझे केस कुठे गेले?" त्या सांगत, "तुझ्या वडिलांबरोबर गेले." मग तो म्हणे, "आपणही तिकडे जाऊ."

पार्वतीबाईंची सर्वांत मोठी बहीण म्हणजे रँग्लर परांजपे यांची सासू (तिचं नाव, आडनाव दिलेलं नाही) पार्वतीबाईंपूर्वीच ती सहा वर्षं आधी विधवा झाली होती आणि माहेरी राहत होती. दुसरी बहीण बाया नवव्या वर्षी विधवा झाली होती; पण ती सासरी राहत होती. ती स्वत:चे केस स्वत:च कापत असे. ती आई-वडिलांना त्रास होणार नाही अशी राहत असे. पार्वतीबाई हे लिहिताना पुढे सांगतात, की मुंबईत राहणारे बंधू नरहरपंत जोशी यांनी बायाला बाविसाव्या वर्षी मुंबईला नेलं आणि तिला पंडिता रमाबाईंच्या शाळेत घातलं.

पार्वतीबाईंच्या भावाबरोबर प्रो. कर्वे राहत होते. त्यांची पहिली पत्नी वारली होती. त्यांना विधवेशी लग्न करायचं होतं. शाळेत जाऊ लागली म्हणून बायानं केस वाढवले आणि कर्व्यांशी पुनर्विवाह केला. त्यामुळे पार्वतीबाईंच्या आयुष्याला वेगळं वळण लागणार होतं, याचा पार्वतीबाईंना पत्ता नव्हता. त्या आपल्या पारंपरिक रूढींच्या कोशात गुरफटलेल्या होत्या. बायाच्या पुनर्विवाहाला वडिलांनी परवानगी दिली होती; पण देवरुखचं घर लोकांनी वाळीत टाकलं. घरावर समाजानं बहिष्कार टाकला. एका वर्षापर्यंत बहिष्कार टाकला गेला. त्यात जोशी कुटुंबाचे हाल झाले. शेवटी वडिलांनी ग्रामस्थांच्या पाया पडून गावातील देवळांच्या जीर्णोद्धारासाठी शंभर रुपये दिले तेव्हा बहिष्कार उठला. म्हणजे विधवाविवाह मान्य नाही; पण माफी मागितली, पैसे दिले की, सनातनी मंडळी आपला विरोध मागे घेत; ही समाजाची दुटप्पी भूमिका. दोनएक वर्षांनी वडील व आई काशीयात्रेला निघाले, तेव्हा पुण्यात बायाचा संसार पाहायला गेले. बरोबर पार्वती आणि तिचा मुलगा नारायण होते. बायाने आई-वडिलांशी वाद घातला. कृष्णीला (पार्वतीबाईंचं माहेरचं नाव) आणि तिच्या मुलाला इथे शिकायला ठेवावं म्हणून.

पण, आई जुन्या मताची. तिला बायाचं हे दुसरं लग्न पसंत नव्हतं. इथे कृष्णीला ठेवलं तर तीपण पुनर्विवाह करील आणि कुळाला बट्टा लागेल. रात्री बारापर्यंत वाद झाला. आईनं पार्वतीला देवरुखला पाठवलं. मग मुलाची मुंज करून घेतली. मुलाच्या शिक्षणासाठी मिरजेला दीर होता तिथे पार्वतीबाईंनी बिऱ्हाड थाटलं. मुलगा शाळेत जाऊ लागला. काही दिवसांनी, बाया व श्री. कर्वे कामासाठी मिरजेला आले होते, तेव्हा त्यांनी कृष्णेला शिक्षणासाठी पुन्हा पुण्याला येण्याचा आग्रह केला;

पण पार्वतीबाई जुन्या मताच्या. त्यांना कर्वे यांचं सुधारकाचं घर पसंत नव्हतं; पण मुलाला बायाबरोबर पाठवून त्या मिरजेतच राहिल्या. पुढे चार-पाच महिन्यांनी मुलाला भेटायला पुण्याला पार्वतीबाई गेल्या होत्या. तेव्हा प्रो. कर्वे (अण्णासाहेब कर्वे) अनाथ बालिकाश्रम काढण्याच्या खटपटीत होते. ते पार्वतीबाईंना म्हणाले, "अनाथ विधवाश्रमात तू काम करशील का?" पार्वतीबाई अशिक्षित. त्या म्हणाल्या, "स्वयंपाकाचे काम करीन." त्यांना आश्रम म्हणजे काय हेच ठाऊक नव्हतं. मग कर्व्यांनी त्यांना शिक्षकाचं प्रमाणपत्र मिळावं म्हणून होमक्लासमध्ये घातलं; पण तिथे इतर शिकायला येणाऱ्या स्त्रिया नीटनेटक्या होत्या. या सोवळ्या झालेल्या, आलवण (लाल लुगडं) नेसणाऱ्या बाईला कुणी विचारीना. "मग घरीच तुझे काम करते," असं त्या बहिणीला म्हणजे बायाला म्हणाल्या; पण बाया अजिबात तयार झाली नाही. ती म्हणाली, "तुला शिक्षण घेतलेच पाहिजे."

प्रो. आगरकरांची पत्नी यशोदाबाईही निरक्षर होत्या. त्यांना शिकवायला त्यांच्या घरी होमक्लासमधून शिक्षिका येई. तेव्हा त्यांच्या घरी जाऊन पार्वतीबाई शिकू लागल्या. त्यांचं वय वर्ष २६. मग मुळाक्षरं, पहिलं पुस्तक, १४ पाढे, १०० पर्यंत अंक शिकल्या. नंतर त्यांना वाटू लागलं मुलाचा व आपला भार किती दिवस बहिणीवर टाकणार? शिक्षिका कशी होणार? मग त्यांनी बहिणीला सांगितलं, "हुजूरपागेत बोर्डिंगात राहून शिकीन." मग कर्वे आणि बाया यांनी त्यांना तिथे दुसरीत प्रवेश मिळवून दिला. प्रत्येक वर्गात त्या पास होत गेल्या; पण वर्गातलं दृश्य मजेशीर होतं. वर्गातल्या मुली आठ-दहा वर्षांच्या आणि पार्वतीबाई केशवपन केलेल्या, लाल नऊवारीतल्या सोवळ्या सव्वीस वर्षांच्या; पण त्यांनी ते धकून नेलं. त्यांना शिक्षकाच्या प्रशिक्षणासाठी शिष्यवृत्ती मिळाली.

तिकडे हिंगण्याला कर्वेंनी आश्रम सुरू केला होता. शनिवारी, सुटीच्या दिवशी पार्वतीबाई कर्व्यांबरोबर हिंगण्याला जात. त्या वेळी चालत जावं लागे. रस्ताही नीट नव्हता. तेव्हा कर्वे पार्वतीबाईंशी हिंदुस्थानातील नवरा गेलेल्या बाईची स्थिती किती वाईट आहे, ती सुधारली पाहिजे, याबद्दल चर्चा करत. पार्वतीबाईंना वाटू लागलं कधी एकदा परीक्षा उरकते आणि आश्रमाचं काम करते. त्याच वेळी त्यांनी ठरवलं आपण आश्रमाचं आजन्म सेवक व्हायचं. त्यांनी अण्णा कर्वे यांना गुरू मानलं होतं; परंतु बायासारखे केस वाढवावे, दर महिन्याला न्हाव्यापुढे बसू नये, हा विचारही त्यांच्या मनात आला नाही.

पुढे अनेक वर्षांनी पार्वतीबाईंचं धार्मिक रूढींच्या काचातून बाहेर पडण्यासाठी शिक्षणानं मतपरिवर्तन झालं. आश्रमाच्या कामात गड्यापासून ते लेडी सुपरिंटेडेन्टपर्यंत सर्व कामाचा अनुभव पार्वतीबाईंनी घेतला. आश्रमाच्या इमारती वाढल्या. मुलींची संख्या वाढली. त्यामुळे पैसा कमी पडू लागला आणि बाहेर जाऊन वर्गणी गोळा

करण्याचं काम पार्वतीबाईंकडे आलं. महाराष्ट्रातली शहरं, गावं, परप्रांतातली शहरं असं पार्वतीबाईंना फिरावं लागलं. कुठे उतरायचं, माणसं कशी जमवायची, आश्रमाची माहिती देऊन पैसे गोळा करायचे, हे काम सुरुवातीला सात-आठ वर्षं केलं. एक सोवळी बाई १९०४ ते १९१० वर्गणी गोळा करायला फिरत होती. हे काम त्यांनी १९२८-३० पर्यंत केलं.

पण, १९१० नंतर वेषांतर करून. म्हणजे काय, तर अण्णांनी (कर्वे) समाजातल्या नवरा गमावलेल्या स्त्रियांची दु:स्थिती पार्वतीबाईंना सांगितली. स्वत: पार्वतीबाई त्याच रांगेत होत्या; परंतु कर्वे पती-पत्नीमुळे त्यांना शहरात येऊन शिक्षण मिळालं; पण त्यांनी आपलं केशवपन करणं, आलवण नेसणं सोडलं नाही. अनाथ बालिकाश्रम काढणारे कर्वे किंवा तिची बहीण बाया यांनीही तिला केशवपन करू नको असं सांगितलं नाही. १९१०मध्ये वयाच्या चाळिसाव्या वर्षी पार्वतीबाईंनी आपली मतं पारखून घेतली. प्रथम त्यांना केशवपन हा धार्मिक आचार वाटे. नंतर त्यांच्या लक्षात आलं- यात सक्ती केली जातेय. केशवपन करण्यात आलेल्या स्त्रिया चिडून बोलत. 'कोणी मेल्याने ही चाल काढली. ही रामायण, महाभारतातसुद्धा नाही. त्यांना जे सोसावं लागे ते पुरुषांना कसं कळणार?' न्हावीसुद्धा फक्त तरुण मुलींचे केस काढायला येतात, वय झालेल्यांचे नाही. तेव्हा पार्वतीबाईंनी त्या स्त्रियांच्या घरातल्या पुरुषांना आवाहन केलं, की तुम्ही त्या बाईचं डोकं भादरलं पाहिजे. त्याचा काही उपयोग होईना; पण हळूहळू पार्वतीबाई या निष्कर्षाला आल्या की, नाही, केशवपन करूच नये. आणि त्यांनी बेचाळिसाव्या वर्षी स्वत:चे केस वाढवायला सुरुवात केली. समाजातली विषमता, धार्मिक रूढी यांचं आकलन त्यांना शिक्षणामुळे झालं.

उत्तरेकडे सागर, हुशंगाबाद, दिल्ली, आग्रा, लखनौ, कानपूरपर्यंत त्या आश्रमासाठी पैसे गोळा करायला एकट्या फिरल्या. दक्षिणेकडे राणी बेन्नूर, मंगळूर, रामेश्वरपर्यंत. पूर्वेकडे त्रिवेंद्रम, मछलीपट्टणम, कोचीन, कालिकत तर पश्चिमेकडे अहमदाबाद, नडियाद, घोलका, भावनगर इत्यादी. जवळजवळ वीस वर्षं या बाई आश्रमाच्या मदतीसाठी फिरत होत्या. सत्तर हजारांपर्यंत त्यांनी वर्गणी जमवली. इंग्रजी आलं पाहिजे म्हणून भाषेचं शिक्षण घेण्यासाठी १९१४मध्ये पार्वतीबाई मुंबईत वांद्रे इथे कॉन्व्हेंट स्कूलच्या बोर्डिंगमध्ये दोन महिने राहिल्या; पण तेव्हा त्यांचं वय ४३/४४ होतं. तिथे शिक्षणाची नीट व्यवस्था झाली नाही. मग गवालिया टँकजवळच्या स्कॉच मिशनच्या शाळेत त्यांना दाखल करण्यात आलं. लहान मुलींबरोबर या प्रौढ बाईंना मिसळून वागता येईना. शिक्षकही वर्गात त्यांना इतर मुलींना विचारत तसे प्रश्न विचारत नसत. तरी तीन वर्षं पार्वतीबाईंनी या शाळेत काढली. सुट्टीत अण्णाही त्यांना इंग्रजी शिकवत; पण या शिक्षणामुळे आश्रमासाठी वर्गणी जमवण्याच्या

कामात व्यत्यय येऊ लागला. जेव्हा वेळ मिळेल तेव्हा त्या वर्गणीसाठी जात. मिशनरी शाळेत शिकून इंग्रजी वाचता येऊ लागलं; पण बोलता मात्र येत नव्हतं.

पार्वतीबाई वयाच्या पंचेचाळिसाव्या वर्षी परदेशी गेल्या. अण्णा कर्वे यांनी पार्वतीबाईंना परदेशी पाठवायचं ठरवलं. तिथल्या स्त्रीशिक्षण संस्था व समाज पाहता येईल, तुलनात्मक ज्ञान मिळेल, इंग्रजी बोलण्याचा सराव होईल व आश्रमाचा प्रचार व वर्गणीही मिळवता येईल, असा त्यांचा विचार होता; पण पार्वतीबाईंना वाटलं, मला प्रौढ स्त्रीला का पाठवत आहेत? पण तिथला खर्च आपणच काम करून चालवायचा असल्यानं दुसरी सुशिक्षित स्त्री तयार झाली नसती, हा विचार त्यांना पटला. प्रथम अण्णा त्यांना इंग्लंडला पाठवणार होते; पण त्या वेळी युद्ध सुरू होतं. म्हणून मग अमेरिकेला पाठवायचं ठरलं. त्याच सुमारास प्रो. धर्मानंद कोसंबी आपल्या मुलांना घेऊन अमेरिकेला जाणार होते. त्यांची सोबत पार्वतीबाईंना मिळाली.

परंतु, पोशाख काय करावा याची चिंता भेडसावीत होती. कोसंबींशी बोलून त्यांनी खरेदी केली. चार गुजराती रेशमी पातळं (म्हणजे आजचं पाचवारी. याचा अर्थ त्यांनी नऊवारी नेसणं बंद केलं असावं), सहा मोठी पोलकी, एक ओव्हरकोट, नाइट गाउन, सहा सुती पेटीकोट, दोन जोड बूट इत्यादी सामान त्यांनी घेतलं.

पण, पार्वतीबाई साल देताना घोळ करतात. म्हणजे १९१५ ते १९१८ त्या मुंबईत इंग्रजी शिकत होत्या म्हणतात, तर आधीच्या लेखात तीन वर्षं अमेरिकेत होत्या म्हणतात. २० एप्रिल, १९२० रोजी भारतात यायला निघाल्याची तारीख त्यांनी दिली. तर त्या एके ठिकाणी म्हणतात, 'माझ्या ४५व्या वर्षी अण्णांनी मला परदेशी पाठवायचा निश्चय केला.' १८७०चा जन्म म्हणजे १९१५ला त्या जाणार होत्या. १९२०ला परतल्या म्हणजे १९१६ किंवा १९१७मध्ये त्या अमेरिकेला गेल्या असाव्यात; मात्र १९१५ ते १९१८ त्या मुंबईत शिकत कशा होत्या? असो. या तारखांचे घोळ आहेत खरे.

पण, पार्वतीबाईंचं कार्य अफाट आहे. जाताना बोटीवर शाकाहारामुळे त्रास झाला; पण येताना झाला नाही; कारण अनुभवांनी तसे पदार्थ त्यांनी बरोबर घेतले होते. मात्र अमेरिकेत तिथली थंडी, इंग्रजी नीट न येणं आणि हाउसकीपर म्हणून पत्करलेली कामं, खर्चाची मिळवणी, यामुळे त्यांना अडचणींना सामोरं जावं लागलं. तिथे भारतीय व मराठी विद्यार्थी, काही गृहस्थांनी त्यांना मदत केली. शेवटच्या वर्षी न्यू यॉर्क शहराजवळील ब्रुकलिन या गावात 'ओरेली' या बाईंच्या घरी काम करताना त्यांना खूप चांगला अनुभव आला. सामाजिक कार्यात भाग घेता आला. न्यू यॉर्कमधल्या हिंदी विद्यार्थ्यांच्या साहाय्याने पार्वतीबाईंनी न्यू यॉर्कला जाऊन तीन हजार रुपये आश्रमाकरिता मिळवले. न्यू यॉर्क इथल्या हॉटेल वाल्डॉर्फ आस्टोरिया इथे जेवण्यासाठी एका संस्थेच्या पाचशे स्त्रिया जमल्या होत्या. त्यांच्यापुढे

पार्वतीबाईंनी भाषण दिलं. प्रो. कर्वे यांनी चालवलेलं स्त्रीशिक्षणाचं कार्य आणि हिंगणे येथील आश्रम याची माहिती दिली.

असंच एकदा त्यांनी एका स्त्रियांच्या सभेपुढे व्याख्यान देताना, प्रो. कर्वे वर्गणी मिळवण्यासाठी पायी प्रवास करतात असं सांगितलं. त्या स्त्रियांनी विचारलं,

"ते मोटार का वापरीत नाहीत?"

पार्वतीबाई म्हणाल्या, "तेवढी आर्थिक पत नाही."

मग त्या बाई म्हणाल्या, "एखादी मोटार भेट दिली तर ते घेतील का?"

तेव्हा पार्वतीबाई म्हणाल्या, "अवश्य पाठवा. ते घेतील."

आणि ते संभाषण अन्य कार्यक्रमाच्या गर्दीत पार्वतीबाई विसरून गेल्या; परंतु काही महिन्यांनी त्या अमेरिकन स्त्रियांनी मोटार भेट म्हणून पाठवली. त्याचा प्रो. कर्वेंना उपयोगही झाला. न्यू यॉर्कमधील ब्रिसमल क्लब, टीचर्स कॉलेज ऑफ न्यू यॉर्क आणि गॅमट क्लब अशा निरनिराळ्या शिक्षणविषयक संस्थांमध्ये हिंगणे संस्थेबद्दल माहिती देऊन पार्वतीबाईंनी निधी जमवला.

वॉशिंग्टन इथे १९१९मध्ये आंतरराष्ट्रीय स्त्री व पुरुष मजूर परिषद भरली होती. भारतातर्फे बी. पी. वाडिया आणि ना. म. जोशी हे पुढारी तिथे आले होते. पार्वतीबाई हिंदी स्त्रीमजूर प्रतिनिधी म्हणून गेल्या होत्या. तिथले पास झालेले ठराव त्यांनी पुस्तकात दिले आहेत. ही परिषद पाच-सहा दिवस चालली. तिथेच त्यांना ओरेली भेटली. पार्वतीबाईंनी आपलं भाषण इंग्रजीत तयार केलं होतं. त्या भाषण करणारही होत्या; पण परिषदेच्या रिसेप्शन कमिटीने आयर्लंड व हिंदुस्थानातल्या स्त्री-प्रतिनिधींना भाषण करण्यास मनाई केली. म्हणून त्यांचं भाषण रद्द झालं; परंतु केशवपन केलेली स्त्री शिक्षणामुळे इतकी पुढे जाऊ शकते हे खरोखर आश्चर्य म्हणायला हवं. ज्या काळात स्त्रिया माजघरातून ओटीवर येऊन पुरुषांसमोर बोलत नसत, त्या काळात या पार्वतीबाईंना शिक्षणानं जबर आत्मविश्वास दिला. जे कार्य स्वीकारलं ते तडीस नेण्याचं बळ दिलं. हे विचारपरिवर्तन खरंच विस्मयकारक आहे.

आयर्लंडच्या प्रश्नावर काम करणारी श्रीमती ओरेली हिची इथे पार्वतीबाईंशी भेट झाली. त्यामुळे पुढचं अमेरिकेतलं एक वर्ष ओरेलीच्या स्नेहार्द्र व प्रेमळ सहवासामुळे सुखाचं झालं. आणि त्या आधी लिहिल्याप्रमाणे २० एप्रिल, १९२०ला भारतात येण्यासाठी बोटीवर (व्हाइट स्टार लाइनच्या ऑलिम्पिड) चढल्या. ही बोट लिव्हरपूलला आली. तिथून त्या लंडनला डॉ. बहादुरजी नावाच्या पारशी बाईंबरोबर आल्या. तिथे त्यांना आश्रमाची माजी विद्यार्थिनी रमा तांबे भेटली. तिचा उपयोग करून पार्वतीबाई आठ-पंधरा दिवस लंडनला राहिल्या. तिथेही राहण्याची व्यवस्था चांगली नव्हती. थंडीमुळे हाल होत; पण आश्रमाचा प्रचार व पैसे जमवणं, यासाठी त्या हे सहन करत. 'शेक्सपिअर हट' या नावाच्या हिंदी विद्यार्थ्यांच्या वसतिगृहात

भाषण देऊन त्यांनी वीस पौंड जमवले. लंडनमधलं ब्रिटिश म्युझियम व बँकिंगहॅम राजवाडा पाहिला. लंडनहून त्या पॅरीसला जाण्यासाठी अमेरिकेतून एक ओळख देणारं पत्र त्यांनी घेतलं होतं. एक गुजराती मोत्याचे व्यापारी पॅरीसला होते. त्यांना पार्वतीबाईंनी तार केली. त्यामुळे पार्वतीबाईंची पॅरीसमध्ये त्यांच्या घरी चांगली सोय झाली. तिथे त्या पाच आठवडे राहिल्या. तिथेही त्या वेगवेगळ्या संस्थांमध्ये जाऊ लागल्या; पण पार्वतीबाईंचं वर्गणीचं काम तडीस गेलं नाही; कारण त्याच वेळी रवींद्रनाथ टागोर पॅरीसमध्ये येणार होते. त्यांच्या स्वागतासाठी तिथल्या संस्थांनी पैसा गोळा केला होता. टागोरांचं स्वागत, सन्मान झाला तेव्हा पार्वतीबाई तिथे हजर होत्या. तिथे पार्वतीबाईंचाही सन्मान करण्यात आला व त्यांनी भाषणही केलं.

२ जुलै, १९२० रोजी मार्सेलीसहून रवींद्रनाथ टागोर व त्यांची सून यांच्याबरोबर पी. ओ. कंपनीच्या मोरिओ बोटीने पार्वतीबाई भारतात यायला निघाल्या. त्यांचा प्रवास बोटीवर हिंदी विद्यार्थ्यांसमोर होणाऱ्या टागोरांच्या भाषणांमुळे चांगला झाला. १५ जुलै, १९२०ला त्या मुंबईत पोहोचल्या. इतका सगळा अनुभव लिहिल्यावर सामाजिक प्रश्नावरचे आपले विचार मांडताना पाश्चिमात्य देशातली स्वच्छता, तिथलं पती-पत्नीचं वागणं, समाजातले शिष्टाचार हे सगळं त्यांना नवीन होतं; पण त्यांना हे सगळं इथल्या स्त्रियांनी आत्मसात करावं असं वाटलं. 'आमची विवाहपद्धती', 'स्त्रियांच्या संस्था, त्यांचे प्रश्न', 'स्त्रियांची उन्नती' याबद्दल त्यांनी विचार मांडले आहेत. त्या वेळी भारतात इंग्रजांचं राज्य होतं. त्यावेळच्या विचारानुसार हे लेखन झालेलं आहे.

अमेरिकेत जाताना काय तयारी करावी याची यादीही या पुस्तकात पार्वतीबाईंनी त्या काळानुसार दिली आहे. मुख्यत: ती यादी बोटीनं प्रवास करणाऱ्यांसाठी आहे. जो प्रवास आज कालबाह्य झाला आहे; परंतु १८७०मध्ये जन्मलेली स्त्री विसाव्या वर्षी पती गमावून बसते. पदरात एक मूल आणि निष्कांचन अवस्था, मनावर कर्मठ विचारांचा पगडा यातच गुंतलेली असताना निव्वळ बहिणीने त्या काळाच्या विरुद्ध जाऊन पुनर्विवाह केला आणि तिचं म्हणजे बायाचं तर आयुष्य उजळलंच; पण पार्वतीबाईंचं आयुष्य आमूलाग्र बदललं. त्यांच्या एकुलत्या एका मुलाचं शिक्षण पुण्यात झालं. अमेरिकेला जाण्यापूर्वीच त्यांनी मुलाचं लग्न करून बिऱ्हाडही थाटून दिलं होतं. पार्वतीबाई शिक्षणाच्या प्रवाहात पडण्याआधी गुरू- प्रो. कर्वेंनी सांगितलं म्हणून काम करत राहिल्या. समाजातल्या कर्मठ वातावरणात राहूनही त्यांच्या विचारात बदल घडत गेला, ही गोष्ट महत्त्वाची वाटते. अण्णा कर्वे आणि पार्वतीबाईंची बहीण बाया कर्वे यांच्या सहवासाचा, विचारांचा परिणाम पार्वतीबाईंवर झाला. आणि त्यांचं जीवन बदललं. ही बाई भारतभर आश्रमाला पैसे मिळावेत म्हणून प्रवासाची साधनं अपुरी असताना फिरते काय, अमेरिकेत जाऊन येते काय, सर्वच अद्‌भुत

वाटावं असं आहे. स्त्रीशिक्षणाचं कार्य पुढे नेण्यासाठी सावित्रीबाई फुलेंपासून किती जणींनी आपलं जीवन खर्ची घातलं त्याची मोजदाद एकदा व्हायला हवी; कारण आज त्या कार्याची मधुर फळं आम्ही चाखतो आहोत. धन्य त्या स्त्रिया, ज्या प्रवाहाविरुद्ध पोहूनही यशस्वी झाल्या.

अस्पृश्यता, केशवपन आणि सती हे प्रकार भारतात, महाराष्ट्रात कधीपासून आहेत याचं संशोधन ज्यांना करावं असं वाटतं त्यांनी जरूर करावं; पण मला मात्र एक स्त्री म्हणून या प्रकारची प्रचंड चीड मनात भरून राहिली आहे. कुठाय ती भारतीय महान संस्कृती? इकडे म्हणायचं एकत्र कुटुंब पद्धती म्हणजे ग्रेट आणि घरातल्या स्त्रियांनी सुनांना छळायचं; कारण तसं पुरुषांचं मत म्हणून. यापेक्षा गोठ्यातल्या गाई-म्हशी यांचं आयुष्य खूप चांगलं होतं. तिला हिरवा चारा, पेंड खायला घालायची, नदीवर नेऊन अंघोळ घालायची. तिचा गोठा साफ ठेवायचा, का? तर म्हैस खूप दूध देते आणि गाय दूध कमी पण शेतीसाठी बैल देते. त्यांचं जेवढं प्रेमानं घरातले पुरुष करत, तितकंही बाईबद्दल नव्हतं. पोटभर खाणं नाही, दिवसभर कष्ट, वर्षाला बाळंतपण (म्हैस आणि गायीचं बाळंतपण डोळ्यांत तेल घालून करणारे हेच ते पुरुष) आणि तिच्याकडे दुर्लक्ष. मेली तर दुसरी लगेच मिळते. माणूस म्हणून तिला जनावरांएवढीसुद्धा किंमत न देणारी आमची संस्कृती.

फक्त एकच दिलासा मिळतो, याच भयंकर समाजात फुले पती-पत्नी, कर्वे पती-पत्नी, आंबेडकर, आगरकर, न्या. रानडे व त्यांची पत्नी, विठ्ठल रामजी शिंदे हे समाजसुधारक होऊन गेले. म्हणून आज आम्ही स्वाभिमानानं जगतो आहोत. तरीही पुढच्या पिढ्यांमध्ये शिक्षणानं खूप काही बदल घडले असं नाही. पुन्हा सनातन वाद डोकं वर काढतोच आहे. स्त्रियांनीच यांना टक्कर दिली पाहिजे आणि त्या देतीलच.

◆

६ / पार्वतीबाई ठोंबरे

फुलराणी बहरलीच नाही

'मी आणि बालकवी' हे पुस्तक १९८२मध्ये प्रसिद्ध झालं, तेव्हा साहित्य क्षेत्रात थोडी खळबळ माजली आणि मग नंतर ती शांत झाली.

'मी आणि बालकवी' हे पार्वतीबाई ठोंबरे- पूर्वाश्रमीच्या जिजी जोशी यांनी आठवणींवर आधारित लिहिलेलं पुस्तक. पार्वतीबाई, विनायक जोशी या शिक्षकाची एकुलती एक मुलगी. त्यांचे वडील खानदेशातले- जळगावपासून दोन-तीन मैलांवर असलेल्या असोदे या खेड्यातले. त्यांचं नाव विनायक जोशी. भावाबरोबर पटलं नाही म्हणून ते त्या वेळच्या मोगलाईतील 'खेतीया' नावाच्या खेड्यात जाऊन राहिले. शहाद्यापासून हे खेडं सहा कोसांवर आहे, असं पार्वतीबाईंनी लिहिलं आहे.

तिथे पार्वतीबाईंचे वडील हे एक शिक्षक होते. त्यांना वीस रुपये पगार मिळे. इथेच पार्वतीबाईंचा जन्म १८९८मध्ये झाला, तर बालकवी म्हणजे त्र्यंबक बापूजी ठोंबरे यांच्याशी लग्न १९०६मध्ये झालं. तेव्हा बालकवी सोळा वर्षांचे व पार्वतीबाई आठ वर्षांच्या होत्या. बालकवींचा जन्म १३ ऑगस्ट, १८९० आणि मृत्यू ५ मे, १९१८. बालकवींच्या जन्मतारखेवरून पार्वतीबाईंचं जन्मसाल व लग्नाचं वर्ष त्या अनुषंगानं काढलं आहे.

पार्वतीबाईंनी 'मी आणि बालकवी' या पुस्तकात बालपण, लग्न, बालकवींचा मृत्यू, बाईंचा झालेला छळ आणि शेवटी त्या शिक्षण घेऊन स्वतःच्या पायावर उभ्या राहिल्या इथपर्यंत मजकूर आहे.

हा काळ महाराष्ट्रातला अत्यंत सनातनी काळ. तरीही बालकवी १९१८ मध्ये गेले, तेव्हा केशवपन, सती जाणं अशा भयंकर रूढींतून स्त्रियांची सुटका झालेली होती, हे महत्त्वाचं.

पार्वतीबाई वडिलांची लाडकी मुलगी होती. त्यांचं सासर म्हणजे त्यांच्या चुलत काकूच्या बहिणीचं घर. काकूच्या बहिणीचा दोन नंबरचा मुलगा म्हणजे कवी ठोंबरे. लग्नाच्या वेळीही ते कवी म्हणून नावारूपाला येत होते. त्यामुळे पार्वतीबाईंच्या

वडिलांना जावयाचा अभिमान वाटत होता. ठोंबरे यांच्या मानाने पार्वतीबाईंच्या वडिलांची सांपत्तिक स्थिती चांगली होती. ते शिक्षक म्हणून फारच लोकप्रिय होते. गावात त्यांना मान होता. त्यांनी घरीच पार्वतीबाईंना लिहायला-वाचायला शिकवलं आणि संस्कृत श्लोक पाठ करून घेतले.

पार्वतीबाईंना घेऊन त्यांची आई वारूबाई स्थळं पाहण्यासाठी त्यांच्या मूळ गावी असोदे इथे आल्या. तिथे बालकवींची आई भेटली. त्यांच्या जावेची ती बहीण. बालकवींच्या आईचं नाव गोदूबाई व नवऱ्याचं नाव बापूराव ठोंबरे. यांना पाच मुलं. दोन मुली व तीन मुलगे. मोठ्या मुलीचं नाव मनू, मोठा मुलगा अमृतराव, दुसरा त्र्यंबक, मुलगी कोकिळा आणि धाकटा मुलगा बाबूराव.

वारूबाई गोदूबाईंना भेटल्या. त्या वेळी बालकवींचे वडील नुकतेच वारले होते. आर्थिक परिस्थिती बिकटच होती. पार्वतीबाई भावी नणंद मनूबरोबर खेळत असत. तेव्हा पार्वतीबाईंची काकू बहिणीला म्हणाली, "तुझ्या त्र्यंबकला ही मुलगी करून घे." आणि 'हो-ना' करता लग्न करायचं ठरलं. तरीही गोदूबाई "एरंडोल इथे जाऊन मोठा मुलगा अमृतराव व त्र्यंबकला विचारते," असं म्हणाल्या. घरी पोचल्यानंतर दोन दिवसांत पत्र आलं, 'लग्न ठरवा.' आणि दुसऱ्या दिवशी तार आली, 'आम्ही आज रात्रीच लग्नासाठी येत आहोत.' वारूबाई नवऱ्याला म्हणाल्या, "अहो, एका दिवसात लग्नाची तयारी कशी करणार?" पण पार्वतीबाईंचे वडील वारूबाईंनाच रागावले. म्हणाले, "तू मुलीचे लग्न कर, नाहीतर करू नको. मला जरूर नाही!" त्यांनी काहीच हालचाल केली नाही. इकडे बालकवींचं वऱ्हाड रात्री बारा वाजता असोद्याला आलं. मग पार्वतीबाईंच्या काकांनी इतर नातलगांच्या मदतीनं लग्नाची तयारी केली. दुसऱ्या दिवशी लग्न लागलं. पार्वतीबाईंच्या सासूनं पार्वतीबाईंच्या वडिलांकडून दोनशे रुपये हुंडा म्हणून घेतला. बालकवींना हुंडा घेतलेला आवडलं नाही. सर्व वऱ्हाडी मंडळी कुरकुरत होती. म्हणत होती, "हौस-मौज काही झालीच नाही."

तेव्हा बालकवी आपल्या आईला म्हणाले, "हौशी-मौजी या बाह्यात्कारी, दिखाऊ असतात. तुम्ही लग्न ठरवलं, तेव्हाच आमचं मनोमन लग्न झालं." असं जरी बालकवी म्हणाले तरी, लग्नातले रुसवे-फुगवे पार्वतीबाईंना आयुष्यभर त्रास देत राहिले.

सर्व वऱ्हाड एरंडोलला गेलं. तिथे धार्मिक कार्य करून पार्वतीबाईंना परत माहेरी आणून सोडलं, ते पाच वर्षं कुणी नेलंच नाही. अधूनमधून बालकवींचे मोठे भाऊ अमृतराव येत. पार्वतीच्या वडिलांचा अपमान करत व त्यांच्याकडे पैसे मागून निघून जात. मध्येच पार्वतीबाई आठवण सांगतात, "वडिलांची मी लाडकी; पण आई मात्र मार देत असे. उदा. परकर कमरेला घट्ट बांधून ठेवायची मला सवय होती.

आईला राग आला. तिने दोरखंड घेऊन पोट करकचून बांधलं. मग कमरेला रग लागली. दोर सोडावा म्हणून मी गयावया करू लागले; पण आईनं आणखी आवळलं. मी हातापाया पडून यापुढे असं करणार नाही म्हटल्यावर तिनं सोडलं. पुढे लुगडंही सैल नेसू लागले. वडीलही तापट होते; पण ते कधी मला मारत नसत. आई मात्र मला वयाच्या सोळाव्या वर्षापर्यंत मारत असे!''

लग्न होऊन पाच वर्षं झाली तरी सासूनं बोलावून कोणते सण, म्हणजे मंगळागौर वगैरे काहीच केलं नाही. नंतर एकदा बालकवी आईला घेऊन पार्वतीबाईंना न्यायला आले. वडिलांना मुलगी जाणार म्हणून वाईट वाटलं. तर बालकवींच्या कोवळ्या मनाला ते पाहवेना. तिथे बालकवी पार्वतीबाईंच्या वडिलांना म्हणाले, ''मास्तर, तुम्ही आणखी काही दिवस तिला ठेवून घ्या. जरा मोठी झाली की घेऊन जाईन. तोपर्यंत तिला घरीच शिकवा.'' अर्थात हे बालकवींचं बोलणं पार्वतीच्या सासूला आवडलं नाही.

मग पार्वतीबाईंचं घरीच शिक्षण सुरू झालं. चौथीपर्यंतचं शिक्षण वडिलांनी दिलंच; पण त्याचबरोबर गुजराती भाषा शिकवली. रोज तासभर पार्वतीकडून वडील गुजराती कादंबरी वाचून घेत; मात्र कोणाच्या घरी ते पार्वतीला पाठवत नसत. घरात पार्वती दिसली नाही, तर वडील तिच्याशिवाय जेवत नसत. आईनं मुलीला काम करायला सांगितलं, तर ते त्यांना आवडत नसे. मग आई म्हणायची, ''उद्या सासरी गेल्यावर तिला काही काम आलं नाही, तर सासू म्हणेल आईनं काही शिकवलं नाही.'' मग वडील म्हणत, ''मोठी झाली की तिला सगळं करता येईल, ती काय वेडगळ राहणार आहे, चांगलं स्थळ मिळालं आहे. तिचा नवरा कामाला बाई ठेवेल; पण तू तिला काही बोलू नकोस.''

लग्न झाल्याबरोबर एकदा पार्वती सासरी गेली तेव्हा तिच्या सासूबाईंनी तिच्या अंगावर तिच्या वडिलांनी घातलेले दागिने काढून घेतले. फक्त मंगळसूत्र तेवढं ठेवलं. पार्वती माहेरी आली, तर ओकीबोकी दिसत होती. वडिलांना फार वाईट वाटलं. त्यांनी प्रथम पाटल्या केल्या. मग बिलवर, ठुशी, सरी, कंठी, अंगठी, गुलाबाचं फूल असे दागिने केले. मधूनमधून पार्वतीचे दीर अमृतराव येत. तिच्या अंगावरचे दागिने पाहून त्यांना पार्वतीच्या वडिलांकडे पैसे मागायला दुप्पट कारण सापडे. आपल्या मुलीच्या अंगावरचे सोन्याचे दागिने केले असता तिच्या दिराला त्याने मागितलेले पैसे कसे नाकारणार? मुलीला सासरी गेल्यावर त्रास होऊ नये म्हणून तिचे वडील पैसे देत आणि इकडे अमृतराव घरी परतल्यावर बालकवींना खोटंनाटं सांगत असे. त्यात बालकवींचा स्वभाव असा की, त्यांना कोणी काही सांगितलं तर खरं वाटायचं. पार्वतीबद्दल बालकवींचं मन कलुषित करण्याचं काम अमृतराव इमाने इतबारे करत. त्यात अमृतराव बालकवींचा मोठा भाऊ. त्यांचा घरात

धाक होता. त्यामुळे बालकवींना भाऊ म्हणेल ते खरं वाटायचं.

अमृतराव परतपरत पार्वतीच्या माहेरी जात आणि तिच्या वडिलांना सांगत, "तुमची मुलगी तुमच्याजवळ ठेवा. आम्हाला ती नको." म्हणजे तिचे दागिने, तिच्या वडिलांचे पैसे घेऊन वरती हे बोलणं. वडील गंभीर होऊन म्हणत, "या बोलण्याचा अर्थ काय?" आणि बिचारे कष्टी होत; पण पार्वतीच्या वडिलांना जावयाचा अभिमान होता. ते आल्या-गेल्याला सांगत, "मी मुलगी दिली आणि मुलगा घेतला." तो जुना काळ होता; पण अजूनही आपल्याकडे मुलगी 'दिली' असं का म्हणतात? या मानसिकतेला काय म्हणावं? किती कल्पना घट्ट रुजलेल्या आहेत. त्याचा नव्याने विचारसुद्धा कुणाला करावासा का वाटत नाही?

अमृतराव फारच बोलू लागले की, बालकवी त्यांना म्हणत, "तिचं लग्न माझ्याशी नावाला लागलं. अजून मी तिला पुरतं पाहिलं देखील नाही. तिचा-माझा सहवास नाही आणि तू भलतंच काहीतरी सांगतोस. त्यावर मी विश्वास कसा ठेवू? तू मोठा आहेस, तुला हे बोलणं बरं दिसतं का?"

मग अमृतराव संतापले आणि म्हणाले, "मी नाही तिला आणायला जाणार. तुला पाहिजे तर जा आणि आण!" त्या काळात बालकवी धाकट्या भावाला घेऊन अहमदनगर इथे राहत होते, निंबाळकरांच्या घरात. तिथेच अमृतराव, केशवराव नावाच्या गृहस्थाला घेऊन बालकवींकडे आले. केशवरावांबरोबर त्यांची पत्नी व मुलगी होती. बालकवी या सर्वांचा खर्च चालवत. हे केशवराव पार्वतीच्या वडिलांच्या ओळखीचे होते. त्यांनीच बाबांना अमृतराव किती कपटी माणूस आहे हे सांगितलं. या केशवरावांनाच बालकवींनी पार्वतीला आणायला तिच्या माहेरी पाठवलं, तेव्हा पार्वती बारा वर्षांची होती.

पार्वती आईबरोबर नगरला आली. पार्वती आणि बालकवी यांचा सहवास त्या वेळी सुरू झाला. त्यापूर्वी तिने नवऱ्याला ओझरतं पाहिलं होतं; पण नगरला घरात केशवराव, त्यांची पत्नी, मुलगी, शेजारी व घरमालक पारनाईक हे सगळे पार्वतीशी चांगलं वागत. पार्वतीला स्वयंपाक करता येत नसे. केशवरावांची पत्नी सीताबाईच सर्व करत. पार्वतीला काम करण्याची सवय नव्हती आणि भराभरा करण्याचा उरक नव्हता. काम करायला लागलं तर ते जमत नसे. अशा वेळी बालकवी समोर दिसले तर पार्वतीला भीतीनं कापरं भरे आणि ती तिथून पळून जायची. मग बालकवी ओरडून म्हणत, "मी कोणी वाघबिघ आहे की काय?"

पण, पार्वतीला बालकवींच्या चश्म्याचीसुद्धा भीती वाटायची. इतकंच काय, जेवायला जेव्हा बालकवी बसत तेव्हा वाढायची वेळ आली की, पार्वती घाबरत असे, इतकी की वाढताना हातातलं भांडं त्यांच्या ताटात पडायचं. मग बालकवी पानावरून उठून जात; पण पार्वती कधी त्यांच्याशी बोलायला गेली नाही. बालकवी

घरात आले, की पार्वती बाहेर पडे. शेजारी बरोबरीची सासुरवाशीण होती. पार्वतीबाईंना वाटणारी ही भीती त्यांनी ठिकठिकाणी व्यक्त केली आहे; पण त्याचा संदर्भ लागत नाही. बारा-तेरा वर्षांची पार्वती. त्यांच्याहून आठ वर्षांनी मोठे बालकवी. नगरला कुणीही सासुरवास करायला नव्हतं; पण दोघांचे पती-पत्नीचे शरीरसंबंध होते किंवा पुढे आयुष्यात निर्माण झाले, असं पार्वतीबाई कुठेही सांगत नाहीत. त्यामुळे बालकवी व पार्वती हे नातं शेवटपर्यंत अनाकलनीय राहतं.

आणि मग नगरला असताना सतत बालकवींना राग यावा असे प्रसंग घडत. एक वर्षी गुढीपाडवा होता. सीताबाईंनी पुरणपोळ्या केल्या. पार्वतीला म्हणाल्या,

"तू वाढ बरं सर्वांना." पण, पार्वतीला भीती आणि लाज दोन्ही वाटत होतं. ती 'नाही' म्हणाली. मग सीताबाई वाढू लागल्या. इतक्यात बालकवी आले.

त्यांनी विचारलं, "सीताबाई, तुम्ही का वाढता? पार्वती कुठे गेली?"

तेव्हा सीताबाईंनी सांगितलं, "मी तिला वाढायला घे म्हटलं; पण तिनं स्पष्ट नाही म्हणून सांगितलं." बालकवी "मला जेवायचं नाही," असं म्हणून रागावून माडीवर गेले. धाकटा दीर बाबू म्हणाला, "नाना जेवत नाही, तर मलाही नको." तोही बाहेर निघून गेला.

बालकवींनी सीताबाईंना सांगितलं, "पार्वतीला वर पाठवा." सीताबाईंनी तसं पार्वतीला सांगताच तिची भीतीनं गाळण उडाली. ती जिन्यातच थांबली. तेव्हा पुन्हा बालकवींनी हाक मारली. त्यांच्याकडे बोरीच्या झाडाची काठी होती. पार्वती वर जाताच त्यांनी तिला त्या काठीनं मारलं. बोरीच्या काठीचे काटे पार्वतीला बोचत होते. मारून झाल्यावर बालकवी खाली आले. म्हणाले,

"सीताबाई, वाढा जेवायला आणि तुम्हीही जेवून घ्या."

बाबू म्हणाला, "नाना, वहिनी कुठे आहे?" बालकवींनी उत्तर दिलं नाही.

जेवण झाल्यावर परत ते सीताबाईंना म्हणाले, "जेवा तुम्ही!"

"अहो, पण पार्वती जेवल्याशिवाय मी एकटी कशी जेवू?"

"नाही, आज तिला जेवायला द्यायचं नाही. तिला उपासाची शिक्षा दिली आहे." असं सांगून सीताबाईंना जेवायला बसवून बालकवी माडीवर गेले आणि पार्वतीला म्हणाले, "आता हट्ट नाही ना करणार? लाजणार नाहीस ना?"

हे बोलणं ऐकून पार्वतीला हुंदका आला. सगळं अंग दुखत होतं. काटे लागल्यानं खरचटल्यासारखं रक्त आलं होतं; पण पुन्हा त्याच भीतीनं तिनं सगळं आतल्याआत दाबून ठेवलं.

थोडा वेळ गेल्यावर त्यांनी विचारलं, "तुला कुठे लागलं का? जा आता खाली आणि जेव."

पार्वती उठली; पण खाली न जाता जिन्यावरच रडत बसली.

मग बालकवींनी वरून ओरडून सीताबाईंना सांगितलं, ''पार्वती खाली येतेय. तिला जेवायला वाढा.''

पण, पार्वती नीट जेवली नाही. दोन घास खाऊन उठली. माहेरी आई मारायची, आता नवऱ्यानं मारलं. तरीही पार्वतीबाईंच्यात सुधारणा झाली नाही.

नंतर पाडवा झाल्यावर बालकवी महाबळेश्वरला गेले आणि दीर बाबू याच्याबरोबर पार्वती एरंडोलला सासूकडे गेल्या. बालकवी महाबळेश्वरला जात तेव्हा बरोबर लक्ष्मीबाई टिळकांचा मुलगा दत्तू व तारा बरोबर असे. तिथे बालकवी शिकवण्या करत. पार्वती एरंडोलला आली तेव्हा तिची मोठी नणंद तिथे आली होती.

ही नणंद पार्वतीशी चांगलं वागायची. पार्वतीचे केस लांब होते. पार्वतीला तिनं वेणी घालून देते म्हणून बोलावलं. वेणी घालताना तिनं पाहिलं, पार्वतीच्या अंगावर माराचे वळ आहेत. मग नणंदेनं खोदून खोदून विचारलं; पण पार्वती बोलेना. सासूबाईंनीही विचारलं; पण पार्वती काही सांगेना. मग बाबूनं सांगितलं, ''बोरीच्या काठीनं नानानं वहिनीला मारलं.''

ते ऐकून नणंदेला वाईट वाटलं. तिनं प्रेमळपणे पार्वतीकडून काय घडलं ते हळूहळू काढून घेतलं; पण पार्वतीला केशवराव व सीताबाई ही कोण कुणाची हे काही सांगता येईना. नणंद जिजी हिला आश्चर्य वाटलं. तिचा समज झाला की, त्या सीताबाईंनीच बालकवींना (नानाला) खोटंनाटं सांगून चहाड्या केल्या असतील. त्यांनी बालकवींना खरमरीत पत्र लिहायचं ठरवलं; पण जिजीला वाचता येत असलं तरी लिहिता मात्र येत नव्हतं.

मग जिजीनं सांगून बाबूनं नानाला पत्र लिहिलं. त्यावर बालकवींचं उत्तर आलं, 'मी मोठी चूक केली. पुन्हा कधी मारणार नाही. मला क्षमा कर.'

परंतु, पार्वतीच्या अंगावर झालेल्या जखमा बऱ्या व्हायला वेळ लागला. जिजीनं औषधपाणी केलं. पार्वती बरी व्हायला वीसएक दिवस लागले.

सुट्टी संपल्यावर पार्वती व बाबू एरंडोलहून नगरला आले आणि पार्वतीपुढे संकट उभं राहिलं. तिला स्वयंपाक येत नव्हता. सीताबाई गावाला गेल्या, त्या आल्याच नाहीत. त्यात बालकवींनी पारनाइकांच्या वाड्यातली जागा बदलून माळी वाड्यात जागा घेतली. मालकीण सोनारबाई होत्या; पण टिळकांचा शेजार मात्र जवळ होता. पार्वतीला स्वयंपाक येत नव्हता. भाकरी नीट जमत नव्हती. मग बालकवी रागावत. पार्वतीला बालकवींशी बोलावंसं वाटे; पण तोंडातून शब्द बाहेर पडत नसे. मग बालकवींचा संताप होई. ओटीवर बालकवींचे मित्र जमत; पण पार्वतीला कोणाचीच ओळख नव्हती.

काही दिवसांनी पार्वतीचे मोठे दीर अमृतराव बायकोला- अन्नपूर्णेला घेऊन आले. ते सतत कुरापती काढून पार्वतीला आणि बालकवींना बोलत असत.

मग सासूबाई आल्या. आता एकाला दोन म्हणजे दीर, जाऊ आणि सासू सगळ्यांनी पार्वतीला त्रास द्यायला सुरुवात केली. तिला तर रागवतच; पण बालकवींचं मन सतत पार्वतीबद्दल कलुषित करत. अमृतराव, पार्वतीला तिच्या वडिलांच्या श्रीमंतीवरून टोचून बोलत. तिनं कपड्यांना साबण लावला की म्हणत, "बाजीरावच लागून गेला. कपड्यांना साबण लावला नाही तर तुझा नवरा तुला ओळखू येणार नाही का?" पार्वतीनं बालकवींसाठी जर दोनदा चहा केला तर बालकवींना म्हणत, "चहा घेतला नाहीस तर मरशील का?" असं. मग महिना दोन महिने त्रास देऊन झाला की, बालकवींकडून शंभर-दोनशे रुपये घेऊन कुठेतरी निघून जात. बायकोला मात्र तिथेच ठेवत.

अमृतराव कोणताही कामधंदा करत नसत. बालकवीच नोकरी करून कुटुंब चालवत. अमृतराव गेले तरी त्यांची बायको पार्वतीबद्दल सासूचे कान भरत असे. मग सासूची बडबड सुरू होई. "कुठून ही बायको नानाला केली. तिच्याकडून त्याला सुखच नाही. तो किती बारका दिसतो, ही त्याच्याहून मोठी दिसते. दुप्पट खाते. त्याचं दिवाळं वाजविणार ही."

बालकवी बाहेर गेले की, सासू आणि जाऊ पार्वतीला वाटेल ते बोलत. गंमत म्हणजे, बालकवी घरी आले की पार्वतीची जाऊ एरवी जी कामाला हात लावत नसे ती बालकवींसमोर कामाचा बहाणा करी. सर्वांसमोर नुसती भाकरी खाई आणि सासूच्या पाठीमागे तुपाचे गोळे चोरून खाई.

पार्वती जेवायला बसली की, मुद्दाम पानात जास्त वाढायचं. तिला ते संपवावं लागे. मग सासू म्हणे, "बघ किती खादाड आहे." आणि मोठ्या सुनेचं कौतुक करायचं. पार्वती चोरून तूप खाते असा कांगावा जाऊ करत असे. मग सासू बालकवीकडे पार्वतीबद्दल तक्रार करत. सारखं तेचतेच ऐकून बालकवी पार्वतीलाच रागावत. खरं काय ते जाणून घ्यायची काहीच सोय नव्हती. पार्वतीच्या तोंडाला कुलूप असे. ती सतत घाबरलेली असे.

याचा फायदा जाऊ घेत असे. ती बालकवींना जेवायला वाढी. त्यांना अंघोळीचं पाणी काढून देई. बालकवींनी तर पार्वतीशी बोलणंच बंद केलं होतं.

पार्वती सतत वडिलांच्या पत्राची वाट पाहायची; पण पत्र कधी आलं नाही. मग प्लेगची साथ आली. तेव्हा सासू, जाऊ व पार्वती निंबोणी नावाच्या खेड्यात राहायला गेल्या. बाबू रोज तिथून बालकवींचा डबा नेत असे. दोन महिन्यांनी सर्व नगरला आले.

एरंडोल इथे धाकटी नणंद आजारी पडल्याचं पत्र आलं. मग सासू व जाऊ अन्नपूर्णा जायला निघाल्या. बालकवी म्हणाले, "आई, मला इथे कुणाची गरज नाही. तू पार्वतीला घेऊन जा." ते इतकं रागाने बोलले की, सासूबाईंनी पार्वतीलाही नेलं.

एरंडोल इथे आल्यावर एक चांगली गोष्ट घडली; ती म्हणजे वडील पार्वतीला माहेरी घेऊन आले; परंतु इथेही पार्वतीला त्रासाला सामोरं जावं लागलं.

आईला कमी दिसायला लागलं म्हणून तिनं आपल्या भावाची मुलगी सीता हिला घरात आणून ठेवलं होतं. ही सीता बहिरी होती. पार्वतीला पाहताच तिला वाटलं आता आपलं इथलं महत्त्व कमी होणार. मग तिनं पार्वतीशी उभा दावा मांडला. सारखं पार्वतीच्या आईला- आपल्या आत्याला पार्वतीबद्दल खोटंनाटं सांगायचं, ती सोवळं पाळत नाही, चोरून खाते इत्यादी. मग पार्वतीला तिची आई शिव्या द्यायची. पार्वतीला जिणं नकोसं झालं. तिकडे जाऊ आणि सासू सतत टोमणे मारत बोलत. त्यांनी नवऱ्याचं मन कलुषित केलं आणि आता सख्खी आईसुद्धा भाचीचं ऐकून त्रास देते.

इतक्यात आजारी नणंदेला बालकवी पुण्याला घेऊन गेले. तिथे तिला बरं वाटू लागलं. तेव्हा तिनं बालकवींना सांगितलं, ''अरे नाना, मला इथे एकटीला करमत नाही. तू पार्वतीला घेऊन ये ना.''

बालकवींनी पार्वतीच्या वडिलांना पत्र पाठवून कळवलं- 'मी पार्वतीला न्यायला येत आहे.' वडिलांनी पत्र पाहताच आईला तयारी करायला सांगितलं. अनारसे करण्यासाठी आईनं तांदूळ भिजत घातले. पार्वतीला आनंद झाला. आता तरी इथे आल्यावर बालकवी बोलतील, या स्वप्नात ती रंगली. तिनं गोष्टीचं पुस्तक वाचायला घेतलं. तिकडे सीतानं आईला सांगितलं, ''पार्वती (जिजी) नवऱ्याचं पत्र वाचतेय.'' आईनं पार्वतीच्या हातातलं पुस्तक ओढलं आणि ती पार्वतीला मारू लागली. आई का मारते हे पार्वतीला समजेना. शेवटी खुलासा झाला की, 'ही नवऱ्याचं पत्र माझ्यासमोर वाचते, म्हणजे निर्लज्जपणा झाला.'

शेवटी पार्वतीनं पुस्तक दाखवून सांगितलं, ''मला पत्र कुठे आहे हेही ठाऊक नाही. गुजराती पुस्तक वाचतेय.'' तरीही आईला खरं वाटेना.

दोन दिवसांनीच बालकवी रात्री नऊ वाजता आले. घरातल्यांची जेवणं झालेली होती. तिचे बाबा टपाल बंद करायला गेले होते. आईनंच दार उघडलं व बालकवींना आत घेतलं. पाणी वगैरे दिलं; पण जेवायचं विचारलं नाही. पार्वतीला वाटे, आपण त्यांना पिठलं-भात तरी करून वाढावा; पण आईची भीती वाटत होती. दूध-पोहे खाऊन ते झोपले.

सकाळीही जेवायला होईपर्यंत आईनं फक्त चहाच दिला. पार्वतीला वाटे त्यांना न्याहरीसाठी काहीतरी करून द्यावं; पण आईची भीती मनात भरलेली होती. आई बालकवींसमोर भांडण करील. नंतर बाबांमुळे जावयाला दोन दिवस मेजवान्या झाल्या. नाताळची सुटी संपत आली होती म्हणून बालकवी पार्वतीच्या वडिलांना म्हणाले, ''आता मला निघायला हवं. सुटी संपत आली.''

पार्वतीचे वडील शाळेत निघाले. त्यांनी घरात सांगितलं, ''पार्वती (ते मुलीला बापू म्हणत) बरोबर फराळाचं करून द्या.'' आईनं उत्तर दिलं नाही; पण रागारागानं लाडू व अनारसे केले; पण अनारसे कच्चेच राहिले. नीट तळले गेले नाहीत. पार्वती आणि बालकवी दोंडाईवरून 'भादली'ला गेले. तिथे बालकवींची मोठी बहीण जिजी राहत होती, त्यांच्याकडे ते पोचले. इथे पार्वतीबाई लिहितात, 'नणंदेला व त्यांच्या मुलींना आम्हाला पाहून आनंद झाला; पण मला शिवायचे नव्हते म्हणून संकोच वाटू लागला.'

या सबंध निवेदनात म्हणजे बालकवी वडिलांकडे आल्यापासून पार्वतीसह परत जाईपर्यंत कुठेही असा उल्लेख नाही की, बालकवी व पार्वती यांच्यामध्ये प्रवासात तरी संभाषण झालं की नाही. पार्वतीच्या वडिलांकडे, बालकवींच्या बहिणीकडे, तरी या दोघा पती-पत्नींना एकांत मिळावा म्हणून मोठ्या माणसांनी त्यांची स्वतंत्र निजण्याची सोय केली की नाही. पती-पत्नीमध्ये भावनिक देवाणघेवाण होत असे की नाही, याची वाच्यता नाही.

नणंदेकडे पोचल्यावर पार्वतीला बरं वाटलं; कारण ही नणंदही प्रेमळ होती. तिनं बालकवींना विचारलं, ''सासऱ्यानं काय दिलं रे?''

बालकवींचं देण्याघेण्याकडे लक्ष नसे. तरी ते म्हणाले, ''अगं जिजी, त्यांनी मला आपली एवढी मोठी लेक दिली, आणखी काय द्यायचं?''

तरीही बहीण विचारीत राहिली. मग बालकवी म्हणाले, ''तू आपले तुझ्या वहिनीला विचार. मला डोक्याला बांधायला रुमाल दिला. तिला दोन लुगडी दिली.''

मग जिजींनी ट्रंक उघडली. डब्यातले कच्चे अनरसे पुन्हा तळले आणि आमच्याबरोबर दिले.

जायच्या आदल्या रात्री बालकवी बहिणीबरोबर बोलत बसले होते. पार्वती तिथून दुसऱ्या खोलीत जायला लागली. तेव्हा जिजीने म्हटलं, ''कुठे जातेस बाळ, बैस इथेच.''

बालकवी म्हणाले, ''चोर पकडून आणला आहे असं आज तिला झालं असेल. काल येताना खूप रडली. मला काय करावं समजत नाही. मी तिच्याशी बोलण्याचा प्रयत्न करतो; पण ती माझ्याशी बोलायला भिते. इथे आल्यापासून बरी आहे ना?''

नणंद, नवरा यांना वाटत होतं, पार्वतीला आईची आठवण येतेय; पण पार्वतीला ठाऊक होतं, आईची आठवण नकोच. यांना काय सांगणार, आई रागावते, मारते म्हणून? त्यापेक्षा गप्प बसलेलं बरं. पुढे मात्र पुण्यापर्यंतच्या प्रवासात बालकवींनी पार्वतीला रेल्वेची माहिती दिली. पार्वतीला खूप बरं वाटलं. तरी मोकळेपणानं नवऱ्याशी बोलण्याचं धाडस नाहीच झालं.

पुण्याला धाकटी नणंद होती. ती पार्वतीशी प्रेमानं वागे आणि पार्वतीही

आनंदात राही.

तेव्हा बालकवी बहिणीला म्हणाले, "तुझ्याशी ती इतकी चांगली वागते, हे पाहून आनंद झाला. मागच्यासारखी ती घरात चांगलं वागणार नाही असं वाटलं होतं." म्हणजेच पूर्वीचं त्यांचं कलुषित मत बदलू लागलं होतं.

पण, बालकवी पुढे बहिणीला म्हणाले, "मला ती इतकी का भिते? त्याचाच मला राग येतो."

त्या वेळी बहिणीनं मोलाचा सल्ला भावाला दिला. "नाना, वहिनी चांगल्या वागतील. तू शांत राहा. रागावू नको. तू रागावलास की त्यांना भीती वाटते. त्या बोलेनाशा होतात."

बालकवींनी घरात खरं काय चाललं आहे; आई, अमृतराव त्यांची बायको अन्नपूर्णा पार्वतीशी कसं वागतात याचा शोध घेतला असता तर त्यांना पार्वतीच्या घाबरण्याचं कारण कळलं असतं आणि जो काही थोडा काळ ते एकत्र होते, तो काळ सुखात गेला असता.

घरी अन्य कवी पुण्याला येत. गोविंदाग्रज बालकवींचे प्रिय मित्र होते. आठवले, गर्गे वगैरे घरी येत व कवितावाचन चाले. त्यामुळे बालकवी आनंदात असत, असं पार्वती लिहिते; पण तिचं मन त्यात नसे. सुट्टीत बालकवी महाबळेश्वरला जात. घरात सासू, अमृतराव असत. बालकवींसाठी सासूनं काही पदार्थ केला तर अमृतराव तो खाऊन टाकीत आणि आळ पार्वतीवर घेत. बालकवी महाबळेश्वराहून आल्याबरोबर त्यांनी जे काही काम करून पैसे आणले होते ते अमृतराव घेऊन गेला. पाठोपाठ सासूही नणंदेकडे गेली.

मग बाबू, बालकवी आणि पार्वती एवढी तिघंच उरली. तेव्हा बालकवींनी ते मोठं घर बदलून रास्त्यांच्या हौदाजवळ लहान घर घेतलं. इथे पार्वती व बालकवींचं एकत्र राहणं आनंददायक ठरलं. बालकवींचे बालमित्र नथू पाटीलही आले होते. तेही वहिनीची थट्टा करत. हसतखेळत राहत; पण हे थोडे दिवसच टिकलं. पुन्हा अमृतराव आले आणि त्यांनी एक वेगळाच डाव टाकला. घरात एकटेच बालकवी मिळवते; पण अमृतराव एक दिवस त्यांना म्हणाले, "तुला कविता करायला निवांत जागा देतो. 'निवाली'ला चल. ही नोकरी सोड, खेड्यात तुला राहायला आवडेल."

बालकवींनी कसलाही विचार न करता नोकरी सोडली. सर्व मित्रपरिवार सांगत होता, 'नोकरी सोडू नको' म्हणून; पण बालकवींचा भावावर विश्वास. गेले 'निवाली'ला.

पार्वतीला एरंडोल इथे सासूकडे पाठवलं. पुन्हा सासुरवास सुरू. मग महिन्याभरानं एका ओळखीच्या बाईबरोबर सासूनं तिला 'निवाली'ला पाठवलं. पण कसं? चालत. चार दिवस जंगलातून चालल्यावर ती निवालीला पोहोचली. दोन झोपड्या होत्या. थोड्या लांब. एकात अमृतराव-अन्नपूर्णाबाई व एकात बालकवी राहत. रात्री वाघाची

भीती असेच. पार्वती पुन्हा इथे फुपाट्यात येऊन पडली. इथे फक्त भाकरी व भाजी मिळे. दळण दळावं लागे. बालकवींना भात, दूध, तूप हवं असे; पण काहीच नव्हतं. जावेचा त्रास पार्वतीला सुरू झाला. दोन महिने झाल्यावर अमृतरावानं बालकवींना घराबाहेर काढलं. "जा इथून. मला खर्च परवडत नाही." असं चार-आठ दिवस चाललं होतं. बालकवींजवळ एक पैसा नव्हता आणि भाऊ देत नव्हता. बालकवी विमनस्क असे बसून राहत.

एक दिवस पाणी देण्याच्या निमित्तानं पार्वती त्यांच्या झोपडीत गेली आणि म्हणाली, "आपण माझ्या वडिलांकडे जाऊ. ते पैसे देतील. मी त्यांना इथलं काही सांगणार नाही." तेव्हा बालकवी तयार झाले; पण आमच्या परवानगीशिवाय पार्वती नवऱ्याशी बोलायला गेली म्हणून जावेनं घर डोक्यावर घेतलं.

ते निघाले तर अमृतराव म्हणाला, "अन्नपूर्णेलाही घेऊन जा." ज्यातून पार्वती सुटायला पाहत होती तर ते शुक्लकाष्ठ मागे लागे. वडिलांना भेटून पैसे घेऊन तिघं जण नगरला आले. बालकवींना नोकरी मिळाली; पण ते आणि पार्वती दोघंही आजारी पडले. निवालीचं निकृष्ट खाणं या दोघांना बाधलं; पण पार्वतीच्या जावेनं सासूला सांगितलं की, "आम्ही पार्वतीच्या माहेरी गेलो तेव्हा सासऱ्यानं बालकवींना विष घातलं."

आईने बालकवींच्या मनात ते भरवून दिलं आणि परत एकदा बालकवींना पार्वती नकोशी झाली. बालकवींना जरी आईनं सांगितलं तरी ते त्यांना खरं कसं वाटलं? बालकवींची तब्येत सुधारत नव्हती. शेवटी मोठी बहीण त्यांना घेऊन गेली आणि ते बरे झाले. एवढंच काय, पण बहिणीनं त्यांच्या मनातली पार्वतीच्या वडिलांबद्दलची अढीही काढून टाकली.

पार्वतीची आई भेटायला आली तेव्हा सासूनं परत विष प्रकरण काढलंच. ते पार्वतीच्या वडिलांच्या कानावर गेलंच.

इथे पुन्हा सासुरवास सुरू झाला आणि आई सतत बालकवींचे कान भरत राहिली; मग भांडणाचा कडेलोट होई. एक दिवस बालकवींनी परत एकदा पार्वतीला चपलेनं जबर मारहाण केली. तिचे हात सुजले. नंतर बालकवींना वाईट वाटलं; पण सासू म्हणाली, "तिला माहेरी सोडून ये; नको ही आपल्याला!" सासूला पार्वतीनं बालकवींशी बोललेलं किंवा बालकवींनी तिच्याबद्दल सहानुभूती दाखवलेली आवडत नसे.

शेवटी पार्वतीला मोठ्या नणंदेकडे पाठवून दिलं.

तर पार्वतीच्या माहेरी वडील अचानक हृदयविकारच्या झटक्यानं मृत्यू पावले. बालकवी बहिणीकडे आले, पार्वतीला घेऊन जायला; पण रात्रीच तिचा पाय इतका सुजला, की तिला चालता येईना. शेवटी तिला आईला भेटायलाही सासूनं

पाठवलं नाहीच.

बालकवी पार्वतीच्या आईला म्हणाले, "तुम्ही जळगावला येऊन राहा, म्हणजे आम्हाला तुम्हाला भेटता येईल." पण पार्वतीची आई म्हणाली, "नको. मी खेतियामध्ये आहे तेच बरं. गावातले लोक मदत करतात." पार्वतीचा पाय बरा झाला तर हाताला सूज आली आणि आग होई. तिला अन्न जात नव्हतं. घरगुती उपचार चालू होते. तिला दवाखान्यात कोण नेणार! कारण, दवाखाना दूर जळगावला होता. पार्वती वेदना सहन करत बसली.

नणंदेकडे लग्न होतं. त्यानिमित्त काही आहेर करावा म्हणून बालकवी आपल्या भावाला अमृतरावांना म्हणाले, "मी लहान म्हणून जिजी माझा आहेर स्वीकारणार नाही. मी आहेर आणतो. तू तिला दे." अमृतरावांना पैसे दुसऱ्यासाठी खर्च केलेले आवडत नसत.

ते म्हणाले, "आहेर करण्यात काय मोठेपणा आहे?" असं म्हणून दोघांचं भांडण झालं.

जरा वेळानं बालकवी कपडे करून निघाले. जिजीच्या नवऱ्यानं विचारलं "कुठे जाता?" बालकवी म्हणाले, "सोनाळकरांची तार आलीय, जळगावला जातोय." ते घराबाहेर पडले. पाठोपाठ अमृतराव बाहेर पडले. वाटेत काय दोघं बोलले हे पार्वतीला समजलं नाही; पण अमृतराव परत आले. बालकवींची काळजी करत, हाताच्या वेदना सहन करत ती घरातली कामं करत होती.

बालकवी भादली स्टेशनवर रूळ ओलांडीत होते. तिकडून मालगाडी येत होती. रुळावर काम करणारे मजूर म्हणाले, "मामा, दूर व्हा. गाडी येतेय." तर बालकवी म्हणाले, "तुम्हीच लांब व्हा." आणि मालगाडीने त्यांचे तुकडे तुकडे केले. एका कवीचा असा करुण अंत झाला.

इथे पार्वतीबाईंनी बालकवी १७ एप्रिल, १९१८ चैत्र वद्य नवमीला गेले असं म्हटलं आहे; पण त्यांची अधिकृत तारीख ५ मे, १९१८ अशी दिलेली आहे.

पार्वतीचं सर्वस्व गेलं. तिच्यावर आकाशच कोसळलं. मग सगळे एरंडोल इथे त्यांच्या गावी आले. बालकवींना मिळणारे सर्व पैसे अमृतरावाने गडप केले.

पार्वतीचे दागिने सासूकडे होते. त्यावरून अमृतराव आईशी भांडण करत. आई म्हणे, "ते तिचे दागिने आहेत. तिचा त्यावर हक्क आहे." अमृतराव म्हणत, "तिला आता दागिने काय करायचे. मलाच तिला खाऊ घालावं लागणार."

मध्येच पार्वती आईकडे दोन दिवस जाऊन आली; पण तिचं दुर्दैव तिच्या मागे हात धुऊन लागलं होतं. माहेरी-सासरी कुणीच प्रेमाचं माणूस नव्हतं. वडील गेल्यावर महिनाभरानं बालकवी गेले. मग आईजवळ असणारी मामेबहीण गेली. मग सासूबाई गेल्या. मग आई गेली. पार्वती अक्षरशः रस्त्यावर आली.

पार्वतीच्या मामेभावानं आत्याला (पार्वतीच्या आईला) बहीण गेल्यावर पाचोरे तालुक्यातल्या वडगावच्या खेड्यात आणलं. पार्वती तिथे आईचं पाहू लागली. सासू गेल्याचं कळलं म्हणून ती एरंडोलला आली, तर दीर-जावेनं जेवायला वाढलं नाहीच; पण 'लगेच निघून जा,' असं सांगून वरती हेही सांगितलं की, 'तुझी आई वारली की सर्व सामान, पैसे काय असेल ते इथे घेऊन ये.' पार्वती उत्तर न देताच निघून गेली.

हा नाना नावाचा पार्वतीचा मामेभाऊही अमृतरावाप्रमाणे होता. त्यानं खेतियामध्ये आत्याचं सोनं, पैसा, सामान सर्व काही लंपास केलं. जवळजवळ पन्नास हजारांचा ऐवज लुटला.

आई गेल्यावर मामेभाऊ व त्याची बायको पार्वतीला छळू लागले. मग पार्वतीच्या चुलतभावाने तिला असोद्याला नेलं. तेही पार्वतीकडून सोनं, पैसा याचा लाभ होईल म्हणून. आणि रोज तिच्याकडे सोनं, पैसे मागू लागले. शेवटी शेवटी तर तिला घरात कोंडून ते बाहेर जाऊ लागले.

एकदा पार्वतीचा भाऊ मागचं दार बंद करायला विसरला आणि पार्वती रस्त्यावर आली. तिनं मोठ्या नणंदेला एका माणसाबरोबर निरोप पाठवला. आणि दोन-तीन दिवसांत नणंदेचा नवरा बापू आले आणि ते आपल्या घरी तिला घेऊन गेले.

इथून पुढे पार्वतीबाईंच्या आयुष्याला वेगळी कलाटणी मिळाली. मोठी नणंद जिजीकडे पार्वती दोन वर्षं राहिली. समोर अंधार होता. नवरा, बाप, आई, सासू सगळेच गेले. या दोन वर्षांत पार्वती प्रौढ झाली. भीतीवर तात्पुरता तरी तिने विजय मिळवला. 'इथे किती दिवस चोरट्यासारखं राहायचं?' या विचारानं उचल खाल्ली आणि पार्वतीनं शिकायचं ठरवलं. तिनं एक दिवस नणंदेला सांगितलं, "मला शिकायचं आहे." काय शिकणार, हा प्रश्न होता. बापूराव म्हणाले, "नर्सिंगचा कोर्स घे."

बापूरावांचे धाकटे भाऊ वासुदेवराव पुण्यात होते. त्यांना बापूरावांनी पत्र लिहिलं. त्यांचं पत्र आलं- 'पुण्यात सेवासदन (रमाबाई रानडे यांनी स्थापन केलेली संस्था) मध्ये व्यवस्था करतो. तिला इकडे पाठवा.'

बापूराव पार्वतीला पुण्यात घेऊन आले. पार्वतीनं जवळचे दागिने मोडले आणि सेवासदन सोसायटीत चारशे रुपये व्याजानं ठेवले. पार्वतीला नोकरी लागली की, मग पैसे फेडायचे, असं ठरलं.

जून १९२०मध्ये पार्वती सेवासदनमध्ये आली. तिला चौथ्या इयत्तेत घेतलं. फुकट शिक्षण; मग तिला मुलींच्या वसतिगृहात स्वयंपाक करावा लागे. स्वयंपाकात काही चुकलं तर शिक्षा व्हायची. बोलणी ऐकावी लागत. हे वसतिगृह शिक्षकांचं

ट्रेनिंग कॉलेज होतं. तिथे इंदिराबाई देशपांडे या सेवासदनमध्ये नर्सिंग शिकवायला होत्या. त्यांनी पार्वतीला 'तू कोण आहेस?' असं अनेक वेळा विचारलं; पण पार्वतीनं काही सांगितलं नाही; पण अन्य मुलींकडून त्यांना समजलं. 'कै. बालकवींची ही पत्नी आहे.' बालकवींची पत्नी इथे स्वयंपाक करते याचं इंदिराबाईंना वाईट वाटलं. त्यांनी कवी गिरीश यांना ही हकिकत सांगितली.

ऑफिसमध्ये देवधर नावाचे मुख्य अधिकारी होते. त्यांनी एक दिवस पार्वतीला बोलावलं. पार्वती घाबरली. 'काय चुकलं असेल? आता शिक्षा होणार' असं मनाशी म्हणत ती ऑफिसमध्ये गेली तेव्हा देवधर म्हणाले, "मुली, तू यांना ओळखतेस का? तुला ते भेटायला आलेत."

पार्वती त्यांना ओळखत नव्हतीच. ती गप्प उभी राहिली. ते कवी गिरीश होते.

ते म्हणाले, "तुम्ही मला ओळखत नाही. बालकवींची व माझी ओळख होती. ते माझे चांगले मित्र होते."

पार्वती काय काम करते, अभ्यास कसा करते वगैरे विचारणा गिरीश यांनी केली आणि ते देवधरांना म्हणाले, "तुम्ही यांना नर्सिंगला पाठवा. बालकवींच्या पत्नीला वसतिगृहात काम करून शिक्षण देणं, ही चांगली गोष्ट नाही." असं म्हणून गिरीश निघून गेले; पण त्यांनी व देवधरांनी पार्वतीला नर्सिंगला प्रवेश मिळावा म्हणून प्रयत्न केले आणि सोलापूरला नर्सिंगसाठी पाठवलं.

नर्सिंग कॉलेजच्या अध्यापिका श्रीमती लक्ष्मीबाई यांच्या साहाय्यानं पार्वतीनं शिक्षण घेतलं आणि सरकारी दवाखान्यात नोकरी करून आपलं उर्वरित आयुष्य ती मानानं जगली.

पार्वतीबाई म्हणतात, "मला बहीण-भाऊ नाही; पण नणंदेचे दीर वासुदेवराव, कवी गिरीश, श्री. देवधर हे माझ्या पाठीशी उभे राहिले आणि मी शिकून नोकरी करून दिवस आनंदात घालवले. नाहीतर नातेवाइकांनी माझे किती हाल केले असते याची कल्पना करवत नाही."

बालकवी गेल्यावर, लक्ष्मीबाई टिळकांनी पार्वतीबाईंच्या नणंदेला पत्र पाठवून 'पार्वतीला माझ्याकडे पाठवा, मी शिक्षण देऊन तिला नोकरी लावीन,' असं कळवलं; पण नणंद फक्त एवढंच म्हणाली, आपण पाठवणं योग्य नाही. आणि त्यांनी लक्ष्मीबाईंना 'आम्ही पार्वतीला पाठवू शकत नाही,' असं कळवलं. कदाचित त्यामागे कुटुंबाची मानहानी होईल, हा विचार असेल.

लक्ष्मीबाई टिळकांच्या 'स्मृतिचित्रे'मध्ये बालकवींवर लक्ष्मीबाईंनी लिहिलं आहे; पण त्यात पार्वतीचा उल्लेख कुठे आढळला नाही.

पार्वतीबाईंनी आपल्या पुस्तकात लिहिलं आहे की, 'पेपरमध्ये आणि पुस्तकातून मी वाचलं आहे की, 'कै. बालकवींना पत्नीचं सुख नसल्यामुळे त्यांनी आत्महत्या

केली.' हे वाचून मला वाईट वाटलं. केवढी ही अफवा! मला घरात होणारा सासुरवास लोकांना कुठे ठाऊक होता? बालकवींचा सख्खा भाऊ किती वाईट वागत होता हे कुणाला माहीत होतं? नवऱ्याचं सुख मिळू नये असे कोणत्या पत्नीला वाटेल?'

बालकवींना फुलामुलांचे कवी म्हणत. त्र्यंबक बापूजी ठोंबरे यांना बालपणीच 'बालकवी' ही उपाधी मिळाली. मराठी साहित्यात बालकवींचं आडनाव 'ठोंबरे' असं लिहिलं जातं; परंतु पार्वतीबाईंनी मात्र 'ठोमरे' असं लिहिलं आहे.

पार्वतीबाई लिहितात की, बालकवी कोमल व हलक्या मनाचे होते. तरीही आई, भाऊ, भावजय यांनी बालकवींचं मन सतत पार्वतीविरुद्ध कलुषित केल्यानं त्यांनी दोनदा पार्वतीला मारलं होतं. त्यांना पार्वतीचा घरात होत असलेला छळ कधीच दिसला नाही; भावाचा कपटीपणा कधीच कळला नाही, इतके ते साधे, निष्कपटी होते.

बालकवी १९१८मध्ये गेले तेव्हा पार्वतीबाई वीस वर्षांच्या होत्या. कारण बालकवी तेव्हा अठ्ठावीस वर्षांचे होते आणि पार्वतीबाई त्यांच्यापेक्षा आठ वर्षांनी लहान होत्या. विसाव्या वर्षापासूनचं पुढचं आयुष्य जवळजवळ पन्नास वर्षं त्यांना एकटीला काढावं लागलं. केवढं हे दुर्दैव! त्यात एकच समाधान त्यांना होतं की, त्या स्वतंत्रपणे राहत होत्या. जवळ पैसे होते. कुणी त्रास द्यायला नव्हतं; पण बालपण, तारुण्य, सगळं होरपळून गेलं.

बालकवी आणि पार्वतीबाई पती-पत्नी म्हणून कधी एकरूप झालेच नाहीत का, याचा अस्पष्ट उल्लेखही कुठे नाही.

ज्या कवीची संवेदनशीलता इतकी तरल होती, ज्यांनी 'फुलराणी'सारखी कविता व 'श्रावणमासी,' 'निर्झरास,' तारकांचे गाणे'सारख्या कविता लिहिल्या, निसर्ग ज्यांच्या कवितेचा आत्मा होता, ज्यांना बा. सी. मर्ढेकरांनी आपलं गुरू मानलं, त्या मर्ढेकरांनी लिहिलं आहे की, 'प्रतिभाधर्माने खरा नवीन कवी फक्त एकच; पहिला आणि शेवटचाही : तिशीच्या आत दिवंगत झालेले बालकवी ठोंबरे.' त्या बालकवींना अपघाती मृत्यू यावा हे दुर्दैवच.

बालकवींनी 'पारवा,' 'उदासीनता,' 'निराश' या कवितांतून कदाचित आपली व्यथा मांडली असावी. त्यांनाही पार्वतीशी संसार करण्याची इच्छा होती, हे पार्वतीबाईंनी नमूद केलेल्या प्रसंगांवरून लक्षात येतं. कपटी असा मोठा भाऊ आणि पूर्वग्रहदूषित आईचे विचार याच्या कात्रीत बालकवी सापडले. त्यांना स्पष्टपणे बोलून पार्वतीबरोबर वेगळं बिऱ्हाड करणं, भावाला खर्चापुरते पैसे देऊन दूर ठेवणं, आईची गैरसमजूत दूर करून तिला आपल्याजवळ ठेवणं आणि पार्वतीला पत्नी म्हणून प्रेमानं वागवून पती-पत्नीच्या आयुष्यात थोडाफार तरी आनंद निर्माण करणं, हे जमलं नाही.

कवितेसाठी संवेदनशील असलेलं मन, ते घरी आले की मिटून जाताना दिसतं. बाह्य जगात त्यांना उत्तम मित्र मिळाले. ते लोकप्रिय होते. लक्ष्मीबाई टिळक व त्यांचा परिवार यांचा आधार मिळाला; पण ठोंबरे आणि कुटुंबाची नाती जपताना बालकवींच्या हातून आयुष्याचं मर्म मात्र सुटून गेलं. घरच्यांना त्यांचं, त्यांच्या कवितेचं मोल समजलं नाही; जे पार्वतीच्या वडिलांनी ओळखलं होतं.

परंतु, आपल्या समाजातल्या विचित्र आणि जाचक रूढींपुढे बालकवी हतबल झाले. घरातल्या मोठ्यांना (आई व भाऊ) काही म्हणायचं नाही. ते कितीही चुकीचं वागले, त्यांनी अत्याचार केले तरी गप्प बसायचं, ही कुठली रीत? त्यापायी त्या काळात किती पती-पत्नींचं आयुष्य बरबाद झालं असेल? पतीशी पत्नीनं बोलायचं नाही; त्यांना विचारल्याशिवाय त्याच्यापर्यंत जायचं नाही, असं अमृतराव, त्याची पत्नी आणि बालकवींची आई पार्वतीला खडसावत असत. हा काय प्रकार चालायचा हे कितीही विचार केला तरी त्यातला पीळ, ताण लक्षात येत नाही. १९८२ मध्ये पार्वतीबाईंचं 'मी आणि बालकवी' हे पुस्तक प्रकाशित झाल्यावर 'बालकवी बायकोला मारत असत' याबद्दल तीव्र चर्चा झाली; परंतु पार्वतीबाईंचं लेखन वाचताना, त्यातली बालकवींची परिस्थिती लक्षात येते. आई आणि भाऊ यांच्याबाबतचा बालकवींचा दुबळेपणा अधोरेखित होतो आणि त्यांनी दोनदा आपला राग पत्नीवर काढला असं लक्षात येतं. तरीही पार्वतीबाई लिहितात, की बालकवी कोमल मनाचे होते.

बालकवी गेल्यावर पार्वतीबाईंनी नर्सिंगचं शिक्षण घेतलं. १९२८मध्ये त्या बी.पी.एन.ए. झाल्या. खानदेशात जिल्हा बोर्डाच्या दवाखान्यात नर्स म्हणून नोकरी केली. १९६० मध्ये भडगाव इथे त्या निवृत्त झाल्या. बालकवींचा मृत्यू १९१८चा. तेव्हापासून १९६० सालापर्यंत पन्नास वर्षांचा काळ त्यांनी एकटीनं काढला. नोकरी लागेपर्यंतच त्यांनी लिहिलं. नोकरी करत असताना माहेर, सासर, बालकवींचे मित्र कुणी भेटले का, मदत केली की त्रास दिला, याबद्दल एक अक्षरही नाही.

निवृत्तीनंतर त्या काही दिवस नाशिकला देवदत्त टिळकांकडे राहत होत्या, तेव्हा त्यांनी आपल्या आठवणी लिहून काढल्या. धुळ्याच्या 'स्वतंत्र भारत' या दिवाळी अंकात १९७६ व १९७७मध्ये त्या प्रसिद्ध झाल्या. चोपड्याला पार्वतीबाई डॉ. टिल्लू यांच्याकडे शेवटपर्यंत राहत होत्या.

वा. रा. सोनार यांनी पार्वतीबाईंसाठी फंड सुरू केला. त्यात दुर्गा भागवत, रवींद्र पिंगे, वसंत सबनीस यांनी देणग्या दिल्या. १९७३ ते १९७४ चार हजार रुपये जमले. तेव्हा कवी अनिल यांच्या हस्ते १९७४च्या ऑक्टोबरमध्ये अमळनेर इथे पार्वतीबाईंना सन्मानाने दिले गेलेले ते पैसे बँकेमध्ये संयुक्त नावाने ठेवून व्याज पार्वतीबाईंना दिलं जात होतं. महाराष्ट्र सरकारनंही त्यांना पेन्शन दिलं होतं.

पार्वतीबाईंच्या मृत्यूची तारीख उपलब्ध नाही. त्यांना आपल्या नवऱ्याची कवी म्हणून असलेली थोरवी कितपत ज्ञात होती हे त्यांनी लिहिलं नाही, की बालकवींची एखादी कविता त्यांनी उद्धृत केली नाही. शिक्षणामुळे त्यांच्या जाणिवा प्रगल्भ झाल्या होत्या का, हे पुस्तक वाचताना कळत नाही. अगदी सरधोपट असं हे लेखन आहे. तरीही त्याला महत्त्व आहे ते बालकवींमुळे. बालकवींनी पार्वतीच्या वडिलांना सांगितलं होतं की, ती मोठी होईपर्यंत (लग्नात आठ वर्षांची) तुम्ही तिला शिकवा. बालकवींना पार्वतीनं शिकावं असं वाटत होतं; पण त्यासाठी त्यांनी प्रयत्न केल्याचं पार्वतीबाई सांगत नाहीत, जे न्यायमूर्ती रानडे यांनी रमाबाईंसंदर्भात केलं. आणि रमाबाईंनी सर्व जाती-धर्माच्या स्त्रियांसाठी 'सेवासदन' संस्था चालू केली. ही रमाबाईंच्या शिक्षणाची परिणती आहे.

इथे गोष्ट लक्षात घ्यायला हवी की, बालकवींकडे खूप पैसा नव्हता. त्यांना सासऱ्याकडून पैसे मिळाले असते; पण बालकवी तसे वयानं लहानच आणि कवी वृत्तीमुळे ते आपल्याच विचारात गुंग असावेत. त्यामुळे शिक्षणाचं महत्त्व माहीत असूनही ते काही फारसं महत्त्वाचं काम करू शकले नाही की पत्नीला न्याय देऊ शकले नाहीत. हा दोषारोप नाही, तर परिस्थिती माणसाला अडचणीत टाकत असते; पण त्यातून बाहेर पडून त्यावर विजय मिळवण्याचं ध्येय असावं लागतं. बालकवींसारखा प्रतिभावंत हे धैर्य दाखवू शकला नाही, ही वस्तुस्थिती आहे. ते घरातले एकमेव मिळवते होते. आपल्या तालावर ते भाऊ, आई यांना नाचवू शकले असते. त्यांच्या दोन्ही बहिणी व धाकटा भाऊ मात्र स्वभावानं चांगले होते; परंतु कुणामध्येही त्या प्रकारचं धैर्य नव्हतं. आपल्या भावाचं, आपल्या मुलाचं आयुष्य सुखाचं जावं यासाठी बहिणी व आई यांनी विशेष प्रयत्न केले नाहीत. त्याची झळ कोणताही अपराध नसलेल्या पार्वतीला बसली. ती नुसती झळ नसून त्या झळा होत्या. स्वकर्तृत्वावर पार्वती जेव्हा उभी राहिली, तेव्हा आगीतून तिची सुटका झाली; पण व्रण कायम राहिले. एक उमलतं आयुष्य अकाली कोमेजलं.

म्हणूनच पार्वतीचा आक्रोश अनाठायी वाटत नाही. लग्न, संसार, दागदागिने, मुलंबाळं, घरकाम ही त्या काळातली तरुणींची स्वप्न होती. बऱ्याच जणींची ही स्वप्नं थोडीफार सत्यात उतरत असत; पण पार्वतीला ते स्वप्न पाहताही आलं नाही.

पार्वतीला आई-वडील होते. वडील पैसेवाले होते. शिक्षक होते. तेही कधी बालकवींशी चर्चा करू शकले नाहीत? की टिळक पती-पत्नीनी कधी बालकवींना 'त्यांच्या भावाचं वागणं चुकीचं आहे, तू पत्नीला घेऊन वेगळा राहा' वगैरे उपदेश केला नसेल?

हे सगळे तर्क ठरतात; कारण पार्वतीबाई असं काही सांगत नाहीत. कोणताही अपराध नसताना बालकवी आणि पार्वती यांचं जगणं वेदनामय झालं, याला

जबाबदार नातलग की आपल्या रीतिभाती? काही असो. बालकवींची ही फुलराणी कोमेजली खरी. तिला मातृत्वही लाभलं नाही. उभा जन्म तिला उन्हात काढावा लागला, हे वास्तव लक्षात येताच उदास व्हायला होतं.

◆

६/ शीलवती केतकर

महाराष्ट्राची विलक्षण सून

इडिथ कोहन ही जर्मन तरुणी १९ डिसेंबर, १९१९ रोजी इंग्लंडहून बोटीनं मुंबई बंदरात उतरली; पण ज्या कंपनीनं तिला नोकरीसाठी बोलावलं होतं, त्यापैकी कोणीच तिला घ्यायला आलं नव्हतं. तिच्या बरोबरचे इंग्रज सहप्रवासी तिला एकटीला बराच वेळ ताटकळत असलेली पाहून म्हणाले, "पाहा बरं! या हिंदी लोकांवर विश्वास ठेवाल आणि पस्तावाल." जसा वेळ जाऊ लागला तसा तिचा धीर खचू लागला. आणि सहप्रवासी म्हणाले ते खरं की काय ही शंका मनात येऊ लागली आणि तेवढ्यात तिला भारतीय पोशाखातले गृहस्थ येरझाऱ्या घालताना दिसले. ते मधूनमधून मिस कोहनकडे पाहत होते.

पुणेरी पगडी, बंद गळ्याचा पांढरा कोट नि उपरणं, एक हात वस्त्रमोज्यात गुंडाळलेला. आपल्या मैत्रिणीवर धक्का प्रयोग करण्यासाठी ते असं वागत होते. १९१२मध्ये ते भारतात परतले होते. ते आता सात वर्षांनी कोहनला भेटणार होते. ते होते डॉ. श्रीधर व्यंकटेश केतकर. सात वर्षांत ते थोडे स्थूल झाले होते.

परंतु, मिस कोहनने त्यांना ओळखलं आणि ती त्यांच्याजवळ जाऊन त्यांना म्हणाली, "आपण डॉ. केतकर का?" ते गंभीरपणे म्हणाले, "हो अर्थातच!" नंतर त्यांनी तिला ट्रामने बोरीबंदरला (आजचं छत्रपती शिवाजी टर्मिनस) नेलं. आणि तिथल्या कॅन्टिनमध्ये जेवू घालून मग वांद्रे इथे त्यांच्या चुलत बहिणीच्या बंगल्यावर आणलं.

मिस कोहन आणि डॉ. केतकर हे इंग्लंडमध्ये एकमेकांच्या प्रेमात पडलेलं जोडपं; पण त्याचा उच्चार त्यांनी त्या वेळी केला नव्हता.

१९१२मध्ये भारतात परतल्यावर मराठी ज्ञानकोशाची निर्मिती करण्यासाठी केतकरांनी लिमिटेड कंपनी स्थापन केली. या कोशाला जर्मन आणि फ्रेंच भाषांतरकाराची गरज होती. आणि त्यासाठी डॉ. केतकरांनी आपल्या मैत्रिणीला भारतात नोकरी देऊ केली. म्हणून मिस कोहन त्यांच्या बोलावण्यावरून आल्या. इंग्लंडला केतकर

भेटले तेव्हापासून मिस कोहन यांना भारताबद्दल आस्था निर्माण झाली होती. केतकरांचं आपल्या मातृभाषेवरचं, मराठीवरचं प्रेम त्यांना माहीत होतं, म्हणून त्या येताना ती भाषा थोडीफार शिकूनही आल्या.

ज्ञानकोशाची पुणे शाखा १ एप्रिल, १९१८ रोजी पुण्यात उघडली गेली. म्हणून नागपूर सोडून डॉ. केतकर पुण्यात स्थायिक झाले. आणि तुळशीबागेत पेंडसे वाड्यात राहू लागले. डॉ. केतकरांना मिस कोहनशी विवाह तर करायचा होता; पण त्यांच्या मनावर असलेला हिंदुत्व अभिमानाचा मुख्य अडसर त्यांना ते करू देत नव्हता.

१९१२ ते १९१९ डॉ. केतकर जरी भारतात होते तरी ते मिस कोहन यांना पत्र व भेटी पाठवत असत. त्यात ट्रामच्या तिकिटासह चित्रविचित्र गोष्टी असत. मिस कोहन यांचं प्रेम शुद्ध, उत्कट आणि स्थिर आहे याची डॉ. केतकरांना खात्री पटली होती. मिस कोहन त्यांच्या कार्यालयात काम करत होत्या. 'हिस्टरी ऑफ इंडियन लिटरेचर' या विंटरनिट्झच्या प्रसिद्ध जर्मन ग्रंथाचं भाषांतर मिस कोहनकडे सोपवण्यात आलं होतं. पंधरा पृष्ठांना एक पौंड याप्रमाणे त्यांना मोबदला दिला गेला.

असो. डॉ. केतकर आणि मिस कोहन यांना एकमेकांबद्दल अतीव प्रेम असल्यामुळे मिस कोहन यांनी हिंदू धर्माचा स्वीकार करून हिंदू संस्कृतीत मिसळून जायचा निर्णय घेतला; आणि केतकरांच्या मनातली आडकाठी दूर झाली; परंतु मिस कोहन यांनी आपल्या लग्नाबद्दल वडिलांच्या मार्फत लो. टिळकांचा सल्ला विचारला, तेव्हा लो. टिळकांनी तात्त्विकदृष्ट्या त्यांच्या विवाहास अनुकूल मत दिलं. 'मात्र डॉ. केतकर हा श्रीमंत मनुष्य नाही, त्याला लेखणीच्या जीवावर उपजीविका करावी लागणार आहे. तेव्हा हे ध्यानात घेऊन, वाटल्यास विवाह करावा,' असा इशारा दिला; पण केतकर जसे होते तसेच मिस कोहन यांना हवे होते. त्यामुळे हिंदू धर्म स्वीकारून विवाह करण्याचं ठरलं. अर्थात लो. टिळकांनी दिलेला इशारा तंतोतंत खरा ठरला. लग्नानंतर काही वर्षं सुखात गेली. नंतर मात्र दोघांना अर्धपोटी राहावं लागलं. केतकरांना मृत्यू येण्यापूर्वी वैद्यकीय मदतही नीट मिळाली नाही. या पुढच्या गोष्टी झाल्या.

यांच्या विवाहामुळे पुण्यात मात्र सनातन्यांच्या बालेकिल्ल्यात हलकल्लोळ माजला. लग्न होण्यापूर्वी, तिशी उलटलेलं हे जोडपं (म्हणजे डॉ. केतकर ३६ वर्षांचे तर मिस कोहन ३३ वर्षांच्या) पुण्यात रस्त्यातून हातात हात घालून फिरत. तेव्हा फ्रॉक घातलेल्या गोऱ्या कोहनबरोबर पगडी घातलेले डॉ. केतकर डुलत निघाले, की पुणेकरांना विरोधाभासाचं प्रेक्षणीय दृश्य दिसे. आणि मग गावात पक्की बातमी पसरली, ही दोघं लग्नबंधनात अडकणार.

डॉ. केतकर नेहमी आपल्या मताने वागणारे. त्यामुळे मिस कोहन यांना हिंदू

करून घ्यायचं त्यासाठी त्यांनी अथर्ववेदांमधला 'व्रात्यस्तोम विधी' करायचा ठरवला. 'वेदानुयायी लोकांपासून पोशाख वगैरे बाबतीत भिन्न असलेले लोक म्हणजे 'व्रात्य' आणि त्यांची स्तुती म्हणजे 'स्तोम'. व्रात्यांना कोणताही पारमार्थिक उपदेश न करता किंवा त्यांच्याकडून पश्चात्तापाची अपेक्षा न करता वैदिक समाज जेव्हा स्तुतीपूर्वक त्यांचा स्वीकार करी, तेव्हा व्रात्यस्तोमाचा विधी वेदकाळी केला जाई.' (संदर्भ - डॉ. केतकरांचं चरित्र, लेखक द. न. गोखले) हिंदुत्व हे पारमार्थिक मतावर अधिष्ठित नाही, अशी केतकरांची धारणा होती.

पण, त्या वेळी मिस कोहन यांना हिंदू धर्मात घेण्यासाठी व्रात्यस्तोम विधी करायला कुणी पुरोहित सहजासहजी मिळेना. डॉ. केतकारांनी लो. टिळकांना, 'तुम्ही या विधीच्या वेळी गृहपती व्हा,' अशी विनंती केली. टिळक म्हणाले, 'यात मला अडकवू नका. व्रात्यस्तोम विधीला कोणी आक्षेप घेतला तर त्याचे समर्थन मी करीन,' असं आश्वासन मात्र त्यांनी दिलं.

नंतर ज्ञानकोश संपादक खात्याचे व्यवस्थापक य. रा. दाते यांनी व्रात्यस्तोम विधीचं पौरोहित्य स्वीकारलं. दुसरे संपादक चिं. ग. कर्वे यांनी त्यांना मदत केली. आणि २१ मार्च, १९२० रोजी गुढी पाडव्याच्या मुहूर्तावर, 'व्रात्यस्तोम' विधी करून हिंदू झालेल्या इडिथ कोहन यांचं नामकरण 'शीलवती' करण्यात आलं.

असा 'व्रात्यस्तोम विधी' न्यायमूर्ती रानडे यांच्या पत्नी रमाबाई रानडे यांनी करावा, असा दबाव त्यांच्यावर होता; कारण होतं त्यांची मानस कन्या सखू ही तेरा वर्षांची झाल्यावर तिच्या लग्नाचं बघताना, नवऱ्या मुलाकडून ही मागणी आली; कारण लग्नापूर्वीच सखू ऋतुस्नात झाली होती. तेव्हा 'प्रायश्चित्त घेण्यासाठी हा विधी करा' असं सांगितल्यावर रमाबाईंनी ते नाकारलं आणि दुसरा मुलगा बघून मुलीचं लग्न केलं. रमाबाई रानडे यांना विधी करायला सांगण्यात आलं ते प्रायश्चित्त घेण्यासाठी; परंतु डॉ. केतकरांचा आपल्या वेदकालीन ग्रंथांचा प्रचंड अभ्यास असल्यानं त्यांनी व्रात्यस्तोम विधीचा वेगळा अर्थ लावून विधी केला. इथे डॉ. केतकरांची प्रतिभा चकित करणारं वेगळं रूप धारण करते.

शीलवतीबाईंनी मग इंग्लंडला असलेल्या आपल्या वडिलांना आपल्या लग्नाचा बेत कळवला. आणि १४ मे, १९२० रोजी विशिष्ट वैदिक पद्धतीला अनुसरून शीलवती आणि डॉ. श्रीधर व्यंकटेश केतकर यांचा विवाह झाला. अर्थातच पुण्यातल्या वृत्तपत्रांनी, संस्थांनी या लग्नावर टीका केली. रामशास्त्री आखवे यांनी म्हटलं, 'केतकरांनी व्रात्यस्तोम विधी जसाच्या तसा केला नाही. सोमयागापासून निराळा केला.' केतकरांनी उत्तर दिलं, 'अतिप्राचीन काळी व्रात्यस्तोम सोमयागाला जोडलेला नव्हता.' ज्यांनी या विधीमध्ये भाग घेतला त्या दाते आणि कर्वे यांना बहिष्काराला सामोरं जावं लागलं.

ज्ञानकोश कार्यालयातली सनातनी मंडळी केतकर दांपत्याला बाटगं समजू लागली. गंमत म्हणजे ज्ञानकोश कार्यालयाचा गणपती बसला तेव्हा केतकर दांपत्याला वेगळं जेवायला बसावं लागलं.

डॉ. केतकर सतत काही नवं करण्यासाठी प्रसिद्ध होतेच. त्यांचा ज्ञानकोशाचा ज्ञानयज्ञ, त्याची विक्री, कादंबरीसह अफाट लेखन यात ते गुरफटलेले असताना ज्ञानकोश विकण्यासाठी प्रवासाला जात. शीलवतीबाई घर सांभाळत आणि केतकरांना पत्रव्यवहारापासून अनुवादापर्यंत मदत करत.

लग्नानंतर शीलवतीबाई, पेंडसे यांच्या वाड्यात केतकरांबरोबर राहू लागल्या. मनानंही त्या हिंदू बनू लागल्या. साडी नेसण्याची कला त्यांनी बॅ. गाडगीळ यांच्या पत्नीकडून शिकून घेतली. आणि झग्याऐवजी अधूनमधून साडी नेसू लागल्या. एकदा त्यांना पेंडसे वाड्यातल्या एका बाईनं नऊवारी नेसवून अंबाडा घालून दिला. केतकर घरी आले तेव्हा शीलवतीबाईंचा पोशाख पाहून म्हणाले, 'असलं काही करू नकोस. तू आहेस तशीच मला हवी आहेस, बदल ते नऊवारी लुगडं.'

शीलवतीबाईंनी केतकरांच्या अस्ताव्यस्त घराला घरपण आणलं. त्यांचे कपडे, अनिर्बंध खाणं-पिणं याला शिस्त लावली. पत्नीबरोबर केतकर इंग्रजीत बोलत आणि तिनं करून दिलेला पाश्चात्त्य पोशाख आवडीनं घालत. लोक म्हणत, 'केतकर बायकोला हिंदू बनवायला गेले; पण तिनेच त्यांना ख्रिस्ती बनवले.' पण, अशा कुजबुजीकडे केतकर लक्ष देत नसत.

डॉ. केतकरांचं व्यक्तिमत्त्व मनस्वी असलं तरी समजूतदार होतं. शीलवतीबाईंना स्वत:ला मतं असली तरी त्यांनी आपलं सर्वस्व केतकरांच्या पायी अर्पण केलं आहे, असं त्यांचं वागणं असे, हे विद्वानांच्या लक्षात येई. पुण्यात हे नवपरिणित जोडपं लोकांच्या कुतूहलाचा विषय होता. घरातलं सामान, भाजी वगैरे आणण्यासाठी दोघं बरोबर जात तेव्हा मुलांचे घोळके त्यांच्या पाठी लागत. मुलांना पाहून केतकर रागावत नसत, तर एका पिशवीत डाळ, चुरमुरे बरोबर घेत आणि मुलांना वाटत असत.

डॉ. केतकरांना लोकांपुढे गंमत करण्याची लहर येई. एकदा ते पत्नीसह घरातला ड्रेसिंग गाउन घालून सिनेमाला गेले. त्यांना चित्रपट पाहायचं वेड होतं. पति-पत्नी हातात शेंगा, पेरू व खाद्यपदार्थ खात खात हसत बोलत. रस्त्यानं लोकांसमोर ते पत्नीला 'डार्लिंग' म्हणत. तिचा निरोप घेताना गालाचा मुका घेत. ज्ञानकोशकार केतकर ते हेच का, असा प्रश्न लोकांना पडे.

लग्न होताच शीलवतीबाईंनी ज्ञानकोशाच्या कार्यालयातली नोकरी सोडली. काहीतरी उद्योग असावा म्हणून स्त्रीकर्मसदन नावाची संस्था केतकरांनी त्यांना काढून दिली. नवरा नसलेल्या स्त्रियांना उत्पन्नाचं साधन मिळावं, म्हणून कपडे तयार

करण्यासाठी ही संस्था काढून चार-पाच शिवणयंत्रं खरेदी केली. एक ख्रिश्चन माणूस कपडे बेतण्यासाठी ठेवण्यात आला. आता शीलवतीबाईंचा रिकामा वेळ कारणी लागला; परंतु बाराशे रुपयांचा तोटा सहन करून शेवटी संस्था बंद पडली. आणि शीलवतीबाई घरच सांभाळू लागल्या.

शीलवतीबाईंचे वडील आणि बहीण पुण्यात येणार होते. म्हणून पेंडसे वाड्यातली जागा सोडून केतकरांनी डेक्कन जिमखान्यावर लहानसा बंगला बांधला. तिथे केतकर कुटुंबाबरोबर कोहन मंडळी राहू लागली; पण काही काळानं केतकर लष्करात राहायला गेले. केतकरांना जवळचं कुणी नव्हतं. एका चुलत बहिणीचा उल्लेख शीलवतीबाईंनी केला आहे.

लग्नानंतर त्यांची तीन-चार वर्षं सुखात गेली. सढळ हातानं पैसा खर्च झाल्यानं पैसे कमी पडू लागले. मूल होणार नाही हे लक्षात येताच त्यांनी मे १९२४ मध्ये एका चार वर्षांच्या मुलाला दत्तक घेतलं. डॉ. केतकरांच्या मोठ्या दिवंगत भावाचं नाव दामोदर होतं. तेच नाव केतकरांनी त्या मुलाला ठेवलं.

दोन वर्षांनी १९२६मध्ये एक तान्ही मुलगी त्यांनी दत्तक घेतली. डॉ. केतकरांनी तिचं नाव 'वीरा' ठेवलं आणि त्यांनी शीलवतीबाईंना सांगितलं, की शिवाजी महाराजांच्या कुटुंबातल्या एका स्त्रीचं हे नाव होतं. म्हणून मी वीरा नाव ठेवलं. वीरा म्हणजे पराक्रमी आणि सत्यवचनी असा त्याचा अर्थ होता. शीलवतीबाई व डॉक्टर दोघांनाही मुलांचं वेड होतं. त्यामुळे त्यांचं घर आनंदानं भरून गेलं. केतकरांना मराठी भाषेचा अभिमान होता तरी घरात इंग्रजी बोललं जाई आणि शीलवतीबाईंना मराठी ब्राह्मणी स्वंयपाक येत नसल्यानं त्या पाश्चात्त्य पद्धतीचा स्वयंपाक करत. हिंदूंचे, ख्रिश्चनांचे व ज्यूंचे सण साजरे करत. दसऱ्याला तोरण बांधणं, सोनं वाटणं, दिवाळीला पणत्या, फटाके, रंगपंचमी, भाद्रपदात गणपती बसवत. आषाढी एकादशीचा उपास डॉ. केतकर निव्वळ पाणी पिऊन करत आणि अंघोळीच्या वेळी पुरुषसूक्त म्हणत.

अतिशय प्रेमळ आणि कष्टाळू पत्नी केतकरांना मिळाली. शीलवतीबाईंचं केतकरांवर जिवापाड प्रेम होतं. त्यांच्या जीवनाशी त्या एकरूप झाल्या होत्या. केतकर प्रवासाला जात, त्या वेळी रोज एकमेकांना पत्र लिहायचा प्रघात होता. त्यासाठी पुण्याचा घरचा पत्ता असलेली कार्डं, पाकिटं शीलवतीबाई डॉ. केतकरांपाशी देऊन ठेवत. म्हणजे रोज केतकरांकडून पत्र येई. डॉ. केतकरांच्या मनात सतत उच्च विचारांची आवर्तनं चालू असत. त्याबद्दल बोलून चर्चा करायला शीलवतीसारखी पत्नी त्यांना लाभली.

ज्ञानकोशाचं प्रचंड काम, कादंबरीलेखन, स्वत:ची तीन नियतकालिकं, अनेक विषयांवर निरनिराळ्या नियतकालिकांत लेखन, ऐतिहासिक, समाजशास्त्रीय, संशोधनात्मक

लेखन, इंग्रजी लेखन असा डॉ. केतकरांचा ज्ञानयज्ञ चालू होता, तो शीलवतीबाईंच्या साहचर्यानंच. १९३१मध्ये ते हैदरादाबाद इथल्या अ. भा. मराठी साहित्य संमेलनाचे अध्यक्ष होते.

लग्नानंतरची चार-पाच वर्षं, विशेषत: मुलं दत्तक घेतल्यावर शीलवतीबाईंचे वडील, बहीण घरात राहायला आल्यावर केतकर दांपत्याचं आयुष्य आनंदमय झालं. नंतर खर्चाच्या मानानं पैशांची आवक कमी होऊ लागली. आणि त्यांना उपास पडायला लागले. तरीही केतकरांबरोबर शीलवतीबाई आनंदात होत्या.

डॉ. केतकर गेल्यावर थोर लेखिका दुर्गाबाई भागवत यांच्याशी शीलवतीबाईंचा परिचय झाला. त्याबद्दल दुर्गाबाई लिहितात, 'प्रथम विद्यापीठात त्या मला भेटल्या. मी तर केतकरांना पाहिलंही नव्हतं. तेव्हा त्यांना जाऊन वर्ष व्हायचं होतं. ओळखीनंतर आठवडाभरानं असेल, आम्ही घरात जेवताना गप्पा मारत होतो. मी खिडकीतून पाहिलं तेव्हा शीलवतीबाई परकर-पोलकं नेसलेली आपली मुलगी वीरा हिच्यासह आमच्या घराचा जिना चढून तिसऱ्या मजल्यावर गेल्या. आणि काही मिनिटांतच खाली उतरल्या. त्या कम्पाउंडबाहेर जात असताना मी वडिलांना ते सांगितलं. वडील म्हणाले, "पाहतेस काय? बोलाव त्यांना. केतकर होते तेव्हा ज्ञानकोश घ्यायला पैसे नव्हते. आज आहेत." आणि वडिलांनी शीलवतीबाईंकडून ज्ञानकोश घेऊन त्या रकमेचा चेक दिला तेव्हा शीलवतीबाईंचा चेहरा उजळला. त्या दिवशीही शीलवतीबाई उपाशीच होत्या." दुर्गाबाईंनी आणखी एक वैशिष्ट्य सांगितलं आहे की, 'शीलवतीबाई पाश्चात्त्य पोशाखात असत. घरी इंग्रजीच बोलत; पण महाराष्ट्रीयांबद्दल कुणी वावगं बोललं तर ते त्यांना खपत नसे. मराठी भाषेवर त्यांचं प्रेम होतं. त्या मराठी लिहीत नसत; पण वाचताना भाषेचे बारकावे त्या उत्तम जाणत. त्यांच्या अनुवादकौशल्यानं त्यांना भाषाभाषांवर निरपेक्ष प्रेम करायला शिकवलं. त्यांची अनुपम इंग्रजी शैली विलक्षण होती. अनुवाद कलेत त्या मला मार्गदर्शक ठरल्या.'

केंद्र सरकारनंही त्यांना शास्त्रीय अनुवादकांच्या समितीवर नेमलं होतं. वनस्पतिशास्त्र, पदार्थ विज्ञान, रसायनशास्त्र, मानवशास्त्र अशा नानाविध विषयांचे त्यांनी भरपूर अनुवाद केले. एकदा शीलवतीबाई दुर्गाबाईंना म्हणाल्या, "ज्या श्रेयासाठी मी जन्मभर झटले ते आता या कामामुळे (अनुवाद) माझ्या पदरी पडले आहे. आता मला स्वत:साठी मागायचे काही उरले नाही. आणि तुला सांगते, हे (केतकर) आज असते तर नेहरू त्यांच्या गुणाचे चीज केल्याशिवाय राहते ना! स्वातंत्र्योत्तर काळ त्यांच्या (केतकरांच्या) कार्याला अनुकूल होता; पण मृत्यूपुढे इलाज नाही. दीर्घायुष्य हवे ते यासाठी." दुर्गाबाई लिहितात, 'शीलवतीबाईंचा बोलण्याचा तो शांत स्वर, तो सौम्य आवाज संध्याकिरणांच्या सोनेरी गुलाबी रंगात मिसळून जात होता.' शीलवतीबाईंच्या हिंदुत्वनिष्ठेचं एक उदाहरण दुर्गाबाईंनी दिलं आहे. 'त्यांची वीरा

मिळवू लागली नव्हती तेव्हा त्या हलाखीच्या स्थितीत होत्या. उपासमार होत होती. उपासानं आपण पिचून जाऊ नये म्हणून ही ग्रंथप्रेमी स्त्री, ग्रंथालयात नाना तऱ्हेची पुस्तकं वाचून काढायची आणि कुठे भाषांतराचं काम मिळालं तर घ्यायची. त्या वेळी एका युरोपियन बाईंचं हिंदूंच्या धार्मिक व लौकिक ग्रंथावर लिहिलेलं पुस्तक प्रसिद्ध होणार होतं. त्या बाई खूप श्रीमंत होत्या. त्या, त्या वेळी भारतात आल्या होत्या. त्यांनी शीलवतीबाईंना विचारलं, "माझ्या जर्मन लेखनाचा अनुवाद कराल का?" मग शीलवतीबाईंनी पुस्तक वाचलं. आणि त्या म्हणाल्या, "या पुस्तकात हिंदू धर्माची नालस्ती आहे. मी हिंदू आहे. याचा अनुवाद मी करणार नाही" आणि मिळणारे एक-दोन हजार रुपये त्यांनी घालवले. त्या वेळी मुलीचा भुकेजला चेहराही त्यांना मोहात पाडू शकला नाही.'

शीलवतीबाईंनी डॉ. केतकरांचं दहन न करता दफन केलं म्हणून अनेकांनी त्यांना नावं ठेवली; पण दफन करण्याची इच्छा केतकरांची होती. त्यावर त्या ठाम राहिल्या. इकडे लोकांनी दुर्लक्ष केलं.

'मीच हे सांगितलं पाहिजे' हे शीलवतीबाईंनी केतकरांच्या मृत्यूनंतर पंचवीस-तीस वर्षांनी लिहिलेलं पुस्तक वाचताना गलबलायला होतं. किती उत्कट प्रेम केलं त्यांनी केतकरांवर! डॉ. केतकरांच्या कार्याशी, त्यांच्या जीवनाशी त्या एकरूप झाल्या होत्या. त्यात दारिद्र्य, उपासमार, लोकांनी केलेले अपमान, हेटाळणी असं त्यांनी खूप सोसलं. डॉ. केतकरांचा मृत्यू दारिद्र्यामुळेच झाला. पायातल्या फाटक्या बुटामुळे खिळा तळपायात घुसला आणि जखम झाली. मधुमेह असल्याने ती जखम बरी होईना. त्यांना ससून हॉस्पिटलमध्ये दाखल केलं. दहा दिवस ते तिथे होते; पण वैद्यकीय सेवा नीट न मिळाल्यामुळे व अक्षम्य दिरंगाईमुळे केतकर गेले. आणि शीलवतीबाई एकाकी झाल्या. या पुस्तकात केतकर किती बुद्धिमान आणि थोर होते, हे त्यांनी अनेक प्रसंगांतून सांगितलं आहे. लोक केतकरांच्या विक्षिप्तपणावर टीका करत, त्या टीकेलाही त्यांनी आपल्या पुस्तकातून उत्तर दिलं आहे.

२ फेब्रुवारी, १८८४ रोजी जन्मलेले डॉ. केतकर १० एप्रिल, १९३७ रोजी वारले, तर १८८७ मध्ये जन्मलेल्या (जन्मतारीख उपलब्ध नाही) शीलवतीबाई २२ नोव्हेंबर, १९७९ मध्ये वारल्या. त्यांची मुलगी लग्न होऊन मुंबईतच होती. त्या तिच्याकडेच राहत होत्या. दत्तक मुलगा त्यांच्यापाशी राहिला नाही; परंतु शीलवतीबाईंनी केतकरांचं मोठेपण सतत जपलं. दुर्गाबाईंच्या सहकार्याने त्यांच्या दहाव्या पुण्यतिथीला म्हणजे १९४७ मध्ये 'हिंदूइझम : इट्स फ्युचर इन दि न्यू वर्ल्ड सोसायटी', हे पुस्तक तयार केलं. दुर्गाबाई म्हणतात, 'हे इंग्रजी पुस्तक तयार होताना डॉ. केतकरांशी माझा मनोमन सांधा इथेच जुळला. आणि पुस्तकापासून डॉ. केतकरांनी माझ्या मनाचा कबजा घेतला. अजूनही अनेक तऱ्हांनी ते मला

झपाटून टाकतात.' असं दुर्गाबाईंनी जानेवारी १९६९मध्ये लिहिलं आहे. पुढे त्यांनी केतकरांच्या कादंबरीवर समीक्षा लिहिली.

डॉ. श्रीधर व्यंकटेश केतकर यांच्यासारख्या प्रकांड पंडित, ज्ञानमार्गी माणसाला सांभाळणं, त्यांचं लेखन जपणं, त्यांना मदत करणं आणि आयुष्यभराचा आधार देणं हे शीलवतीबाईंनी अत्यंत प्रेमानं केलेलं कार्य विसरता येण्यासारखं नाही. त्यांच्याबद्दल किंवा त्यांनी लिहिलेलं केतकरांसंबधीचं लेखन वाचताना डोळ्यांत पाणी जमा होतं. त्या काळच्या प्रख्यात प्रकाशकानं म्हणजे ह. वि. मोटे यांनी प्रथम शीलवतीबाईंच्या केतकरांबद्दलच्या आठवणी प्रसिद्ध केल्या. नंतर पॉप्युलर प्रकाशनानं दुसरी आवृती काढली.

डॉ. केतकरांच्या व्यक्तिमत्त्वाची, त्यांच्या अफाट कार्याची बूज समकालीन विद्वज्जनांनी राखली नाही, ते शल्य शीलवतीबाईंना विद्ध करत होतं. ते पुस्तकरूपात अभ्यासकांपुढे आलं. शीलवतीबाईंना त्यासाठी जोड मिळाली ती विद्वान दुर्गाबाईंची. आणि डॉ. केतकरांनंतर बहीण हेटी कोहन हिनं त्यांना मदत केली. पुढे तीही वारली; परंतु या इथल्या समाजात एकाकी शीलवतीबाईंना दुर्गाबाईंचा मानसिक आधार मिळाला, ही गोष्ट मला महत्त्वाची वाटली.

दुर्गाबाईंनी लिहिलेली एक आठवण- एकदा दोघी चहा घेण्यासाठी समुद्राकाठी एका हॉटेलात गेल्या होत्या. तेव्हा दुर्गाबाईंनी खादी रेशमाचं हिरवंगर्द रंगाचं पोलकं घातलं होतं, त्यावर निळी बारीक फुलं होती. शीलवतीबाई म्हणाल्या की, किती छान कापड आहे तुझ्या ब्लाऊझचं. हा ब्लाऊझ फाटला की त्यातला एक तुकडा मला देशील? त्याचा हिरवा रंग पाहिला की मला इंग्लंडमधल्या हिरव्या गवताची नि झाडांची आठवण होते. ही निळसर फुलं आहेत ना तशाच रंगाची असतात, लव्हेंडरची फुलं. तुझं पोलकं पाहून त्या फुलांचा वास आल्यासारखं वाटतं. वाटतं मी इंग्लंडमध्येच आहे. आता काही मी तिथे परत जाणार नाही; तेवढा तुकडा दे न विसरता; पण पोलकं धुतल्यावर त्याचा रंग गेला. म्हणून दुर्गाबाईंनी शीलवतीबाईंना तुकडा दिला नाही; पण दुर्गाबाईंच्या मनात तो सल राहिला.

९२ वर्षांचं आयुष्य शीलवतीबाई जगल्या; पण त्या वेळी त्या कुठे होत्या, त्यांची मुलं कुठे होती याचा शोध घेऊनही माहिती मिळाली नाही. शेवटपर्यंत डॉ. केतकर हाच ध्यास शीलवतीबाईंना लागला असेल, असं अनुमान काढता येतं. मराठी समाजानं या विलक्षण स्त्रीचं स्मरण ठेवायला हवं, अशा संवेदना मला प्रतीत झाल्या म्हणून हे लिहिलं.

वृत्तपत्रात वरील लेख प्रसिद्ध झाल्यावर, एक कलाटणी मिळाली. ई-मेल माध्यमातून आणि माझ्या हाती शीलवतीबाईंच्या आयुष्याचा एक तुकडा लागला; त्याबद्दल -

टीकेविना

शीलवती केतकर- प्रथम लेख वृत्तपत्रात लिहिला. तेव्हा चौकशी करूनही शीलवतीबाईंची माहिती मिळाली नव्हती. लेख प्रसिद्ध झाल्यावर अनेकांनी मेल करून शीलवतीबाई शेवटपर्यंत मुंबईत राहत होत्या, असं कळवलं. इतकंच नव्हे तर प्रसिद्ध चित्रकार नी. म. केळकर हे ज्ञानकोशकार केतकरांचे मित्र होते. त्यांच्या कुटुंबाशी केतकरांचा जवळचा संबंध. आज केळकरांची कन्या आशाताई आहेत. त्यांनी ही माहिती दिली.

हिंदू कॉलनीत शीलवतीबाई केतकर गेल्यावर प्रथम मुलगी वीराबरोबर राहत होत्या. वीराला लवकरच शिक्षण थांबवून नोकरी करावी लागली, तेव्हा कुठे दोन्ही वेळा जेवण मिळू लागलं. वीराचं सुदर्शन शर्मा यांच्याशी लग्न झालं ते १० मार्च, १९४६ मध्ये.

शर्मा यांनी गोरेगाव (पश्चिम) इथे बंगला बांधला. मग शीलावतीबाई मुलीबरोबर तिथे राहू लागल्या.

दरम्यान, पार्ले येथील केतकर यांनी केतकर कुलवृत्तान्त तयार केला व त्या समारंभात शीलवतीबाईंचा सत्कार केला. श्री. केतकर यांनी शंभर साहित्यिकांच्या सह्यांचं पत्रक महाराष्ट्र शासनाला पाठवलं व शीलवतीबाईंना सरकारनं वर्षाला बाराशे रुपये पेन्शन दिलं.

या माहितीमुळे मला स्वतःला कुठेतरी दिलासा मिळाला; कारण १९३७ मध्ये ज्ञानकोशकार केतकर गेल्यावर शीलवतीबाईंना कष्टांत दिवस काढावे लागले होते.

आशाताई केळकरांमुळे मला शीलवतीबाईंचं निवासस्थान पाहता आलं आणि परत एकदा मन एका हुरहुरीनं भरून गेलं.

त्यांची मुलगी वीरा, जावई सुदर्शन यांनाही मूल नव्हतं. त्यांनी पाच महिन्यांची मुलगी दत्तक घेतली. ती आज गेली दहा वर्षं हॉस्पिटलमध्ये आहे. तिचं वय असेल ५४/५५. मधुमेहामुळे तिचा एक पाय कापला आहे. त्यामुळे तिचा तो तीन बेडरूमचा प्रशस्त बंगला बंद आहे. सुनीताला हॉस्पिटलमध्ये भेटायला गेलं की ती छान गप्पा मारते.

एक दिवस आशाताई मला म्हणाल्या, ''मी शीलवतीबाईंच्या बंगल्यात जाणार आहे. तिथे माझ्या वडिलांनी केलेलं ज्ञानकोशकारांचं चित्र आहे ते आणायचंय.'' अर्थातच, मी त्यांच्याबरोबर गेले २०१६मध्ये. दहा वर्षं बंद असलेलं ते घर आशाताईंनी उघडलं. घरासाठी एक रखवालदार होता; पण संपूर्ण परिसरात झाडाचा पालापाचोळा साठलेला, सगळीकडे कोळीष्टकं. बाहेरचं दार आशाताईंनी उघडलं. आत पत्रं, मासिकं यांचा खच पडला होता. वरून सिलिंग खाली पडल्यानं धूळ-

कचरा साठला होता. विजेची जोडणी तोडलेली. पाण्याचं कनेक्शन तोडलेलं.

संध्याकाळचा काळोख म्हणजे पाच-साडेपाच वाजताही आत काळोख होता. मोबाइलच्या बॅटरीवर आम्ही फक्त हॉलमध्ये चित्रं शोधली. ज्ञानकोशकार केतकरांचं चित्र मिळालं. शीलवतीबाईंचं पंत यांनी काढलेलं चित्रं आशाताईंनी मला दिलं. आशाबाईंचा भाचा व सून आतपर्यंत जाऊ शकले.

घर पूर्ण भरलेलं; कपडे, भांडी, पंखे, एसी, फ्रिज, टीव्ही सर्व होतं त्याच ठिकाणी होतं. मला आतून सारखं दाटून येत होतं. इथे शीलवतीबाई वावरल्या. इथेच त्यांनी शेवटचा श्वास घेतला.

मृणाल गोरे त्या काळात गोरेगाव (प.) इथेच राहत होत्या. त्यांना शीलवतीबाई इथे राहतात हे ठाऊक नसावं, नाहीतर मृणालताईंनी नक्कीच शीलवतीबाईंचं व ज्ञानकोशकार केतकरांचं स्मारक उभारलं असतं.

माझ्या मनात प्रश्नांची आवर्तनं उठली. मी आशाताईंना ते प्रश्न विचारलेही; पण त्या तरी कुठून उत्तर देणार?

१) जेव्हा सुनीता हॉस्पिटलमध्ये दाखल झाली तेव्हा तिनं घराची व्यवस्था का लावली नाही?

२) एखाद्या बँकेला भाड्यानं का दिलं नाही? त्याची निगा तरी राखली गेली असती.

कारण, सुनीता ही शीलवतीबाईंची एकमेव वारस आहे. बँकेच्या मिळणाऱ्या भाड्यातून ज्ञानकोशकार केतकर व शीलवतीबाई यांचं स्मारक तरी उभारता आलं असतं.

इतकंच नव्हे तर मुंबई विद्यापीठ (जिथे शीलवती कामासाठी जात), एशियाटिक लायब्ररी (इथे त्या जात, दुर्गा भागवतांना भेटत) यांच्याकडे ठेव ठेवून संशोधन, लेखन, अनुवाद यासाठी पारितोषिकं देता आली असती.

आज सुनीताला तिच्या वडिलांचे दूरदूरचे नातलग स्थावर इस्टेटीतला वाटा मागण्यासाठी हॉस्पिटलमध्ये भेटायला येत असतात; पण ती त्यांचा योग्य तो समाचार घेऊन त्यांना वाटेला लावते.

परंतु, आजही मला शीलवतीबाईंची आठवण येते तेव्हा ते घर दिसतं आणि उदास व्हायला होतं.

◆

७ / कमला सोहोनी

सरस्वतीची सुकन्या

स्थळ बंगळुरू – इंडियन इन्स्टिटट्यूट ऑफ सायन्स.

दोन जुलै, १९३३. नऊवारी साडीतली, केसांची घट्ट वेणी घातलेली, गोरीगोमटी, नाजूक अशी वीस वर्षांची मुलगी. बरोबर वडील. दोघंही रेल्वेने बंगळुरूला आले. बंगळुरूच्या इंडियन इन्स्टिटट्यूट ऑफ सायन्समध्ये पदव्युत्तर शिक्षण घेण्यासाठी. तिला शास्त्रज्ञ व्हायचं होतं. १९११ मध्ये स्थापन झालेल्या या संस्थेत अखिल भारतातून निवडक विद्यार्थ्यांना फिजिक्स, केमिस्ट्री, ऑरगॅनिक केमिस्ट्री, बायो केमिस्ट्री, इंजिनिअरिंग यामध्ये संशोधन करण्यासाठी प्रवेश मिळे आणि कुठल्याही भारतीय विद्यापीठात पदवी मिळे. त्या मुलीच्या वडिलांनी १९११ मध्येच पहिल्या तुकडीत इथे प्रवेश घेऊन ऑरगॅनिक केमिस्ट्रीत पदव्युत्तर संशोधन केलं होतं. त्यानंतर त्यांच्या भावानंही म्हणजे तिच्या काकानंही इथे संशोधन करून मुंबई विद्यापीठाकडे एम.एस्सी.साठी प्रबंध देऊन 'मूस गोल्ड मेडल' मिळवलं होतं. या पार्श्वभूमीवर वडील व काका यांचा वारसा घेऊन ती मुलगी इथे आली होती; कारण तिनं केमिस्ट्री-फिजिक्स घेऊन बी.एस्सी. केलं आणि ती मुंबई विद्यापीठात पहिली आली होती.

त्या इन्स्टिटट्यूटचे डायरेक्टर होते जगप्रसिद्ध नोबेल पारितोषिक विजेते सर चंद्रशेखर व्यंकटरमण ऊर्फ सी. रामन. मुलगी व वडील त्यांना भेटायला गेले; कारण संस्थेनं प्रवेशासाठी पदवी परीक्षेत प्रथम श्रेणीत पास झालेल्या विद्यार्थ्यांकडून अर्ज मागवले होते.

पण, संस्थेकडून तिला पत्र आलं होतं, अर्ज नामंजूर. कारण होतं, 'स्त्रियांना प्रवेश देण्याची आमच्याकडे प्रथा नाही.' हे उत्तर वाचून वडील व मुलगी मुंबईहून रामन यांना भेटायला बंगळुरूला आले. वडिलांना वाटलं, एक नोबेल पारितोषिक विजेता शास्त्रज्ञ दुसऱ्या लायक व्यक्तीला शास्त्र शिकण्याची संधी नाकारेल हे शक्य वाटत नाही.

श्री. रामन यांच्या कार्यालयात मुलगी व वडील गेले. सर सी. व्ही. रामन यांचं व्यक्तिमत्त्व अत्यंत प्रभावशाली होतं. चेहऱ्यावर बुद्धीचं तेज; पण त्यामागून डोकवणारा अहंभाव होताच.

त्यांची प्रश्नोत्तरं अर्थातच इंग्रजीतून झाली.

"भागवत, मी तुमच्यासाठी काय करू?" सर सी. व्ही. रामन.

"काहीतरी गैरसमज झालेला दिसतोय. ही माझी मुलगी मुंबई विद्यापीठात पहिली आलीय; पण तिला प्रवेश नाही, असं कळवलं गेलं." भागवत.

"आमच्याकडे गैरसमज, गोंधळ असं काही नाही, हे तुम्हाला ठाऊक आहे." रामन.

"मग सर?"

"ती मुलगी म्हणून आम्ही प्रवेश नाकारलाय."

"केवळ स्त्री म्हणून बुद्धिमंत व्यक्तीला उच्च शिक्षणाची संधी नाकारताय, तेही विसाव्या शतकात आणि आपण जगद्विख्यात शास्त्रज्ञ."

"कोणतीही चर्चा, वाद नकोत. भागवत, शास्त्रीय संशोधन हा स्त्रियांचा प्रांत नव्हे. तिथे काही भोंडल्याचे उखाणे ओळखायचे नाहीत."

हे ऐकून अन्याय आणि अपमानाच्या भावनेनं ती मुलगी थरथर कापत होती. 'सत्तेपुढे शहाणपण नसते' या विचारानं ती इतका वेळ गप्प बसली होती. पुढे रामन म्हणाले, "आधीच मला मुली आवडत नाहीत. मुली म्हणजे कटकट, नसता जंजाळ! सुदैवानं ईश्वरानं माझ्यामागे हा जंजाळ लावला नाही. दोन्ही मुलगेच दिले. (बहुतेक रामन आकाशातून पृथ्वीवर आले व त्यांचे मुलगेही. त्यामुळे स्त्रीशी त्यांचा काही संबंधच नव्हता.) मग मी इथे इन्स्टिट्यूटमध्ये काय म्हणून हा त्रास मागे लावून घेऊ. माझ्या बिचाऱ्या विद्यार्थ्यांचं लक्ष का उगीच अभ्यासातून विचलित होऊ देऊ."

आता मात्र ती मुलगी गप्प बसायला तयार नव्हती. तिला घरात मुलगा-मुलगी भेदभाव माहीत नव्हता. विश्व विद्यालयात तिनं खेळातही प्रावीण्य मिळवलं होतं. त्यामुळे तिला आत्मविश्वास होताच.

तिनं रामनना विचारलं, "माझ्यात काय कमी आहे म्हणून प्रवेश नाकारता? मुंबई विद्यापीठाने मुलींना उत्तेजन देण्याकरता, इन्टर सायन्सच्या परीक्षेत प्रथम येणारीला शिष्यवृत्ती ठेवली आहे. ती 'सत्यवती लल्लूभाई शामलदास' शिष्यवृत्ती मी मिळवली आहे. मला पुढील शिक्षणाची संधी नाकारून माझ्यानंतर येणाऱ्या मुलींवर अन्याय करता आहात; पण आम्ही गांधीजींच्या तत्त्वावर निष्ठा बाळगणारी माणसं आहोत. सत्याग्रहावर विश्वास ठेवणारी आहोत. मी मुंबईला परत जाणार नाही. इथेच राहणार आणि तुमच्या दारापुढे सत्याग्रह करीन."

आता मात्र हे उत्कृष्ट इंग्रजीतलं बोलणं ऐकून सर रामन चमकले. ते थोड्या

मवाळ स्वरात म्हणाले, ''ठीक आहे, तुझा एवढा हट्टच असेल तर देईन मी तुला इथे प्रवेश; पण एका अटीवर.''

''कोणती अट?''

''एक वर्ष तुला इथे प्रोबेशनवर काम करावं लागेल. कामाची पद्धत पसंत पडली तर तुला रीतसर प्रवेश मिळेल.''

''कबूल'' मनातल्या मनात संतापानं जळफळत वरकरणी शांतपणे ती म्हणाली. आणि तिनं प्रतिज्ञा केली- उत्तम काम करून रामनना त्यांचे शब्द मागे घ्यायला लावीन, तरच खरी कमला नारायण भागवत. सुप्रसिद्ध लेखिका दुर्गा भागवत यांच्या पाठची बहीण आणि पहिली भारतीय महिला शास्त्रज्ञ. त्यांचं संशोधन म्हणजे भोंडल्याचे उखाणे न राहता १५५ संशोधनपर लेख जगभर प्रसिद्ध झाले. त्यांच्या हातून देशाला उपयुक्त संशोधन घडलं. कालखंड होता १९३४ ते १९६८.

सर रामनबरोबरच्या शाब्दिक चकमकीनंतर ती जीव-रसायन शास्त्र शाखेत, त्यां शास्त्राचे प्राध्यापक डॉ. सुब्रह्मण्यम यांना भेटली. त्या शाखेचे व्याख्याते बॅनर्जी, श्रीनिवासय्या या तिघांनाही ही विचित्र अट ऐकून आश्चर्य वाटलं; कारण स्त्री-शास्त्रज्ञ ही त्या वेळी ऐकीव चीज होती. कमलाची लहानखुरी मूर्ती, तिचं अभ्यासातलं प्रावीण्य हे पाहून श्रीनिवासय्या म्हणाले, ''ठीक आहे, माझ्या हाताखाली काम कर; पण मला आळस, अळमटळम केलेलं मुळीच खपणार नाही.''

मग ते कमलाच्या वडिलांना म्हणाले, ''तुमच्या मुलीनं सर रामन यांची चमत्कारिक अट स्वीकारली; पण 'घी देखा लेकिन बडगा नही देखा' असं व्हायला नको.''

कमला म्हणाली, ''पण सर, एक वर्ष प्रोबेशन म्हणजे काय?''

''इथे दोन वर्षं संशोधन केल्यावर डिग्री मिळते; पण तुम्ही एक वर्ष प्रोबेशन म्हणजे तुमचं वर्षाचं काम एम.एस्सी.साठी विचारात घेतलं जाणार नाही.

''आणि ऐका. रोज पहाटे पाच वाजता प्रयोगशाळेत हजर व्हायचं ते रात्री दहा वाजेपर्यंत काम करायचं. मी देईन ते प्रोग्रॅम्स, प्रॉब्लेम्स केले पाहिजेत. रात्री लायब्ररीत वाचन केलं पाहिजे.''

वडील म्हणाले, ''आणि तिचं जेवणखाण?''

''त्याची काळजी नको. माझा दुपारचा डबा येतो. त्यात ती जेवेल. रात्री या संस्थेच्या मेसमध्ये जेवेल.''

कमला म्हणाली, ''ठीक आहे, या अटी मला मान्य आहेत; पण माझीही एक अट आपण मान्य करा, अशी मी विनंती करते.''

''कोणती अट?'' श्रीनिवासय्या यांनी आश्चर्यानं विचारलं.

''मला रोज सायंकाळी चार ते सहा दोन तास कामातून सुट्टी द्यावी.''

"ती कशाला?"

"ती माझी वैयक्तिक बाब आहे. संशोधनाशी त्याचा काही संबंध नाही; पण विचारताच आहात म्हणून सांगते. मी या दोन तासांत टेनिस खेळणार आहे."

"टेनिस?" श्रीनिवासय्यांना आश्चर्य वाटलं. एक तर मराठी मुलगी, साधीसुधी दिसणारी; अभ्यासू वृत्तीची म्हणवते आणि टेनिस खेळणार?

"हो, टेनिस; कारण मला टेनिस मनापासून आवडतं. तुम्ही दिलेला कठीण कार्यक्रम पार पाडण्यासाठी खेळून माझं शारीरिक-मानसिक स्वास्थ्य उत्तम राहील."

मग सरांनी परवानगी दिली. थोड्याशा नाखुशीनंच.

कमलाला राहायला कॅम्पसमध्ये छोटंसं घर, सोबतीला बाई दिली गेली. आणि तिचं काम पहाटे पाचपासून सुरू झालं.

तीन-चार महिने उपकरणं वापरणं, काम समजून घेणं, दिलेलं काम करणं, यात केव्हा गेले कळलंच नाही; पण श्रीनिवासय्या मात्र खूश झाले. तिची काम करण्याची चिकाटी, नवीन ज्ञान मिळवण्याची धडपड. सुरुवातीला ती त्यांची विद्यार्थिनी होती. नंतर तिला त्यांचा पितृवत जिव्हाळा जाणवू लागला.

एक दिवस ते म्हणाले, "मिस भागवत, तुम्ही आता संशोधन सुरू करा." कमलाचा आपल्या कानांवर विश्वास बसेना. "चालेल का पण?" तिनं अधीरपणे विचारलं.

"अवश्य चालेल. संशोधनात मन केंद्रित करण्यासाठी लागणारी स्थिरबुद्धी तुमच्याकडे आहे. प्रथम प्रोटीन्स, नॉन प्रोटीन्स वेगळी काढा." संशोधनाच्या पहिल्या टप्प्यात कमलानं प्रथिनांचं तीन स्तरांवर पृथक्करण केलं. त्यात नव्या कार्यपद्धती शिकली.

त्या पुरुषांच्या राज्यात अभ्यासाव्यतिरिक्त विरंगुळा टेनिस. तेही ती एकटीच खेळत असे.

तिचे गुरू श्रीनिवासय्या तिला तिच्या कामाचं अगदी कौतुकानं श्रेय देत. सायन्टिफिक पेपर्स कसे लिहावेत, हे त्यांनी तिला शिकवलं. ते तिला शास्त्रीय पुस्तकं वाचायला देत आणि तिच्याकडून त्यावर परीक्षण लिहून घेत.

दूध आणि कडधान्यांवरचं तिचं संशोधन गाजलं, ते सर्व इथे देणं अशक्य आहे. त्यावरती तिचे लेखही प्रसिद्ध झाले. तिला अधिक संशोधनाची ओढ लागली. आत्मविश्वास व ज्ञानसंपादनाची महत्त्वाकांक्षा तर होतीच, अगदी पुरेपूर भरलेली होती.

पुढे शिकायचं तर आर्थिक भार वडिलांवर टाकायचा नाही. त्यासाठी शिष्यवृत्ती मिळवायची.

तिनं तेव्हाच्या सरकारनं (ब्रिटिश) स्थापन केलेल्या बॉम्बे प्रेसिडेन्सीकडे अर्ज

केला. आणि तिला ती शिष्यवृत्ती मिळाली. अशी शिष्यवृत्ती मिळवणारी ती पहिलीच मुलगी होती.

वाचनालयात जाऊन ती अखंड वाचत असे. त्या वयात नोबेल पारितोषिक विजेते जगविख्यात शास्त्रज्ञ प्रो. ऑटो, वॉरबर्ग, व्हॅन रूडेन, सोरेन्सन इत्यादींनी लिहिलेले प्रबंध ती वाची, टिपणे काढी. काही अडलं तर खुशाल त्यांना पत्र पाठवून शंकानिरसन करून घेई. एम.एस्सी.च्या प्रथम वर्षाचा अभ्यास करणारी ही मुलगी; पण तिला ते शास्त्रज्ञ उत्तर पाठवून तिची शंका दूर करत.

एकदा डेन्मार्कमधल्या प्रयोगशाळेबद्दल तिला माहिती मिळाली. ती वाचून तिनं ठरवलं की परदेशात जाऊन शास्त्रज्ञांबरोबर काम करायचं. आपण शास्त्रज्ञ व्हायचं.

इंटरनॅशनल फेडरेशन ऑफ युनिव्हर्सिटी वुमन, यूएसए ही संस्था संशोधनासाठी स्त्रियांना शिष्यवृत्ती देते, हे कमलाला समजलं. तिनं अर्ज पाठवला. (१९३४)

पण, अर्जाला उशीर झाला होता. मग दुसरीकडे प्रयत्न चालू ठेवले. मनात संशोधनाची पुढची पायरी गाठण्याची जबर महत्त्वाकांक्षा होती.

एक वर्ष संपल्यावर कमला सी. व्ही. रामनना भेटली. म्हणाली, "सर, वर्ष पूर्ण झालं. माझ्या प्रवेशाचं काय?"

रामन म्हणाले, "अर्थात, तू इथे राहून संशोधन पुरं कर. तुझी ज्ञानलालसा, तळमळ, जिद्द पाहून मला इतका आनंद झालाय की मी आणखी दोन मुलींना या वर्षी प्रवेश देऊन माझी चूक सुधारणार आहे." पुढे ते म्हणाले, "तू टेनिस चांगलं खेळतेस म्हणे. मी पाहिलं आणि ऐकलंही. मीही तुझ्याबरोबर एक दोन सेट्स खेळेन. चालेल ना?"

कमलाला आनंद झाला. हेच का ते वर्षापूर्वीचे रामन! मुली म्हणजे कटकट, जंजाळ म्हणणारे!

१९३६ मध्ये कमलाचा प्रबंध पूर्ण झाला. तिला मुंबई विद्यापीठाकडून एम.एस्सी.ची पदवी मिळाली. आता पीएच.डी.

श्रीनिवासय्या यांनी तिला स्वीडनला जाण्याची सूचना केली. तीन वर्षांत रामन, आणि श्रीनिवासय्या यांच्या कुटुंबाशी पण तिची मैत्री झाली. बाकी मात्र कुणाशी विशेष ओळख नव्हती. गुरूंनी परदेशी जायला सांगितलं; पण पैसे? अजून शिष्यवृत्तीही मिळाली नव्हती. मग तिने जानेवारी १९३७मध्ये मुंबईच्या हाफकिन इन्स्टिट्यूटमध्ये प्रवेश घेतला, फार्मालॉजिकल डिपार्टमेन्टला. तिथे डॉ. दीक्षित प्रमुख होते. औषधासाठी प्राण्यांचं विच्छेदन करण्याचं काम तिच्याकडे आलं.

खरं तर १९३१ला इन्टर सायन्सला परीक्षेत मुलींमध्ये ती पहिली आली होती तेव्हा ती मेडिकलला गेली होती; पण तिला तिथे मानवी विच्छेदन सहन होईना म्हणून ती बी.एस्सी.ला फिजिक्सकडे वळली; पण इथे प्राण्यांच्या शवविच्छेदनात

रमली. डॉ. दीक्षित तिला म्हणाले, "अगं, तू उत्तम सर्जनच व्हायला हवी होतीस."

काम करता करता इकडे शिष्यवृत्तीसाठी अर्ज करणं चालू होतं. आणि मुंबई विद्यापीठाने तिला दोन शिष्यवृत्त्या दिल्या. १) स्प्रिंगर रिसर्च स्कॉलरशिप २) सर मंगलदास नथुभाई फॉरिन स्कॉलरशिप या दोन्ही शिष्यवृत्त्या मिळवणारी ती पहिलीच विद्यार्थिनी.

आता जायला मिळणार म्हणून कमला आनंदात असताना दुर्गाबाईंना लहानसा अपघात झाला. त्या बऱ्या झाल्यावर मग कमला निघाल्या.

१८ सप्टेंबर, १९३७ रोजी राणपुरा बोटीनं इंग्लंडला जाण्यासाठी तिनं प्रस्थान ठेवलं. इंग्लंडमध्ये पुष्कळ कॉलेजेस होती; पण कोणत्या कॉलेजला प्रवेश घ्यायचा हे तिला माहीत नव्हतं. एक गोष्ट पक्की होती. जीवरसायन शास्त्रात संशोधन करायचं.

या बोटीवरच्या पहिल्या परदेश प्रवासातही ती कुतूहलानं नव्या गोष्टी जाणून घेत होती. इथे पिंग-पाँग, डेक-टेनिस, रिंग-टेनिस वगैरे खेळ आहेत हे समजताच ती त्या खेळात भाग घेऊ लागली. शिक्षणासाठी निघालेले अजून तीन तरुण तिला भेटले. त्यांचा ग्रूप तयार झाला. योग्य ते अंतर राखून ही मैत्री तिनं केली.

ज्या बंदरात बोट थांबत असे, तिथे हा ग्रूप गावात जाऊन फिरून येई.

सुवेझ, कैरो, हेलिओपोलिस, नाइल नदीचा लांबलचक पूल, माल्टा बंदर, मार्सेलिस, पॅरीसला तर बोट-ट्रेनने इंग्लिश खाडी पार करून ते डोव्हरला पोचले. प्रवास संपला.

कमला लंडनला वाय.डब्लू.सी.ए.मध्ये (ख्रिश्चनांनी चालवलेली स्त्रियांची वसतिगृहे) राहणार होती; पण बरोबरचे मित्र म्हणाले, 'लंडनच्या बेल्साइझ पार्क भागात बिर्लांनी भारतीय विद्यार्थ्यांसाठी वसतिगृह बांधलं आहे. तिथे आम्ही राहणार आहोत. तुम्ही तिथे का येत नाही?' कमलाला हा विचार पटला. तिथे राहायला गेल्यावर तिथे भेटले प्रो. कोठारी. मुंबईत ते सेंट झेवियर्स कॉलेजमध्ये फिजिक्सचे क्लासेस घेत. ते कमलाला बुद्धिवान विद्यार्थिनी म्हणून ओळखत होते. त्यांनी तिला लंडनमधली कॉलेजेस दाखवली; पण ती तिला पसंत पडेनात. तिचे बंगळुरूचे गुरू श्रीनिवासय्या स्वीडनमधलं ट्रेनिंग आटपून डेन्मार्कमध्ये कोपनहेगनला आले होते. कमलानं त्यांना भेटायचं ठरवलं. प्रो. कोठारींनी तिची जायची व्यवस्था केली. आणि तिथे ती पोचलीही.

श्रीनिवासय्यांना ती म्हणाली, "प्रो. सोरेन्सन यांना भेटायचंय. त्यांचा प्रबंध मी बंगळुरूला वाचला होता." ते बायोकेमिस्ट्रीमधल्या कामासाठी प्रसिद्ध होते.

मग गुरू-शिष्या त्यांना भेटले. त्यांची 'लॅब इन बॅग' त्यांना पाहायला मिळाली. तिनं मनात ठरवलं- आपण आपल्या देशात गेल्यावर अशी छोट्या उपकरणांची लॅब

इन बॅग तयार करायची. प्रो. सोरेन्सन कमलाचं नाव ऐकून तिला ते लोटस फ्लॉवर म्हणू लागले. त्या गुरू-शिष्येला त्यांनी आपल्या घरी जेवायलाही बोलावलं.

मग श्रीनिवासय्या व कमला जर्मनी, हॉलंड, फ्रान्स असा प्रवास करत लंडनला आले. श्रीनिवासय्या केंब्रिजला गेले आणि कमलाचा निश्चय होता, मी नामांकित संस्थेत प्रवेश घेईन. त्याच वेळी वर्तमानपत्रात जीवरसायन शास्त्राचे जनक आणि नोबेल विजेते सर एफ. गॉलंड हॉपकिन्स यांच्या ७५व्या वाढदिवसानिमित्त त्यांच्यावरचा लेख वाचला आणि त्यांच्या हाताखाली काम करावं असं तिला वाटलं. त्यांना भेटायला ती १५ डिसेंबर, १९३७ला केंब्रिजला गेली. गेल्या गेल्या ती प्रो. हॉपकिन्स यांच्या कार्यालयात जाऊन त्यांच्या पुढ्यात उभी राहिली आणि तिने धडाधड आपली माहिती दिली. आणि म्हणाली, "आपल्या प्रयोगशाळेत मला घ्यावं अशी नम्र विनंती आहे."

प्रो. हॉपकिन्स स्तंभित झाले. सातासमुद्रापलीकडून आलेली ही वेगळ्या पोशाखातली मुलगी येते काय, प्रवेश मागते काय... जरा वेळानं ते म्हणाले, "ठीक आहे, मिस भागवत; पण आमच्या लॅबमध्ये जागाच नाही. सर्व जागा भरलेल्या आहेत." हे सांगताना हॉपकिन्सनाही वाईट वाटलं. त्यांच्या मनात आलं, इतक्या लांबून दोन शिष्यवृत्त्या मिळवून ती इथे आलीय. कमलाचा उतरलेला चेहरा पाहून ते म्हणाले, "चला, तुम्हाला लॅब दाखवतो. त्यात तुम्हाला कुठे सीट (जागा) दिसली तर मला दाखवा."

जगप्रसिद्ध मानसशास्त्रज्ञ, जीवरसायन संशोधक डॉ. डेरिक रिक्टर यांनी आपल्या आत्मचरित्रात (Life in Research) कमला भागवतबद्दल लिहिलं आहे. जेव्हा हॉपकिन्स कमलाला घेऊन लॅबमध्ये गेले तेव्हा डॉ. डेरिक तिथे मोनो अमायीन ऑक्साडेजवर संशोधन करत होते. ते लिहितात, 'दारात रंगीबेरंगी साडी नेसलेली एक भारतीय मुलगी त्यांनी पाहिली. ती म्हणाली, "मला इथे काम करायचंय." पण, तिला हे माहीत नव्हतं या लॅबमध्ये काम करण्यासाठी देशोदेशीचे शेकडो शास्त्रज्ञ रीतसर अर्ज करून भली मोठी रांग लावून उभे आहेत. जागा नाही पाहून ती तशीच वेड्यासारखी उभी होती. प्रो. हॉपकिन्स ऑफिसमध्ये निघून गेले. डॉ. डेरिक पुढे लिहितात, 'मला तिची दया आली. कोणीच तिला जागा देईना. मग मी ठरवलं माझं टेबल तिने आणि मी वापरावं. मग डॉ. डेरिक हॉपकिन्सला जाऊन भेटले आणि म्हणाले, 'ती इंडियन मुलगी सकाळी नऊ ते संध्याकाळी पाच वाजेपर्यंत काम करील व मी पाच ते पहाटे एक वाजेपर्यंत काम करीन.' प्रो. हॉपकिन्सनी प्रथम आढेवेढे घेतले; पण नंतर मान्यता दिली. आणि डॉ. डेरिकना पहिली सहायक मिळाली. ती इतकी लहानखुरी होती की डॉ. डेरिकनी तिला लॅबच्या प्लॅटफॉर्मपर्यंत पोचता यावं म्हणून एक नऊ इंच उंचीचा पाट करून घेतला. कमला

भागवत नऊ ऐवजी आठ वाजताच येई आणि जीव तोडून काम करी. 'प्राणिमात्रांच्या पेशीत अॅड्रीनलीन या संप्रेरकाचा प्राणवायूशी संयोग होऊन जी क्रिया घडते, तिचा अभ्यास वेगवेगळ्या प्राणिजातींच्या बाबतीत करायचा,' हे काम मी तिला दिलं. तिला पीएच.डी.चं मार्गदर्शनही मी करावं, ही तिची विनंती मी मान्य केली. सुरुवातीला लॅबमधल्या एक-दोघांनी तिची टिंगल करण्याचा प्रयत्न केला. त्यांना तिनं असं फटकारलं, की थोड्याच दिवसांत सगळे तिला मानानं वागवू लागले.

कमलाला डॉ. डेरिक रिक्टर यांच्या सहानुभूतीमुळे पीएच.डी.साठी १८ डिसेंबर, १९३७मध्ये केंब्रिजमध्ये प्रवेश मिळाला. न्यूनम कॉलेजमध्ये तिनं नाव नोंदवलं आणि हर्मिटेज नावाच्या परवानाधारक लॉजमध्ये तिची राहण्याची सोय झाली. कमला शाकाहारी; त्यामुळे पाव, उकडलेले बटाटे, कोबी एवढाच आहार तिला मिळे. मग तिने ट्यूटरकडे तक्रार करताच पौष्टिक आणि चौरस आहार तिला मिळू लागला.

मुंबईत असताना १९३६मध्ये तिनं अमेरिकेच्या शिष्यवृत्तीसाठी अर्ज केला होता; पण वेळ टळून गेली होती. तिला पुढच्या वर्षी अर्ज करा, असं त्या विमेन विद्यापीठानं कळवलं होतं; पण कमलानं केंब्रिजला प्रवेश मिळताच त्या विद्यापीठाला कळवून टाकलं, 'मी यंदा अर्ज करणार नाही. मला दोन शिष्यवृत्त्या मिळाल्या आहेत. माझं संशोधन चालू आहे.'

असं पत्र एका स्त्रीकडून- तेही एका मागास देशातल्या स्त्रीकडून आलेलं पाहून तिथल्या उच्चपदस्थांनी सर गॉलंड हॉपकिन्स यांना पत्र पाठवून विचारलं, 'ही अजब मुलगी कोण? तिची माहिती कळवा.'

हॉपकिन्सनी कळवलं, 'She is a genious. अत्यंत बुद्धिमान, कठोर परिश्रम करणारी ध्येयवेडी मुलगी आहे.'

हॉपकिन्सचं हे प्रशंसापत्र पाहून इंटरनॅशनल फेडरेशन ऑफ युनिव्हर्सिटी विमेन फार प्रभावित झाली. त्यांनी कमलाला ताबडतोब पत्र लिहिलं, 'आम्ही तुला प्रवासी शिष्यवृत्ती देत आहोत. तिच्या आधारे तू अमेरिकेत ये.' (१९३८.) काहीतरी घोटाळा आहे. ही शिष्यवृत्ती तर प्रोफेसरना देतात, मला कशी? असा प्रश्न कमलाला पडला. तिनं हॉपकिन्सना विचारलं. त्यांनी सगळी हकिकत सांगून म्हटलं, 'यात काही घोटाळा नाही.' अर्थात कमलाला अत्यंत आनंद झाला. मार्च १९३८ मध्ये युरोपात लीग ऑफ नेशन्सची बैठक होती. तेथील विद्यार्थी परिषदेला हजर राहा, असं तिला सांगण्यात आलं. तेही भारत, इंग्लड, अमेरिका या तीन देशांतील विद्यार्थ्यांची प्रतिनिधी म्हणून; कारण काय तर ती भारतीय, शिकत होती केंब्रिजमध्ये (म्हणजे युरोपात) आणि अमेरिकन फेडरेशनने तिला फेलोशिप दिली म्हणून ती अमेरिकन विद्यार्थिनी पण होती. लक्झेंबर्गला ती गेली. तिला ठरावीक प्रश्न

विचारण्यात आले. एक स्त्री, मागासलेल्या देशातून कशी आली वगैरे आपल्या भाषणात तिने सर्व प्रश्नांची उत्तरं देऊन आपल्या संशोधनाच्या आवडीबद्दल सांगताना वडिलांचा संदर्भ दिला. घरातलं मोकळं वातावरण आणि वडिलांनी मुलगी म्हणून कधीच आडकाठी केली नाही. मला ज्यात रस होता ते शिकण्यासाठी मदत केली. तिच्या या भाषणाचं अर्थातच कौतुक झालं.

जून १९३८मध्ये 'क्वीन मेरी' बोटीनं ती वॉशिंग्टनला गेली, तिथल्या आय.एफ.यू.डब्ल्यू.च्या हॉस्टेलमध्ये राहिली आणि विश्वविद्यालय, संशोधन संस्था, हार्वर्ड, एम.आय.टी इथेही जाऊन आली. तिथे काही महाराष्ट्रीय विद्यार्थी भेटले. शिकागोला ललिता नावाच्या बंगळुरूमध्ये भेटलेल्या मैत्रिणीकडे ती राहिली.

केंब्रिजला परतल्यावर तिचं संशोधनाचं काम सुरू झालं. आता तिनं व डॉ. डेरिक यांनी वनस्पतींवर काम सुरू केलं. डेरिक कामासाठी लंडनला गेले तेव्हा दुसरे प्रख्यात शास्त्रज्ञ रॉबिन हिल यांच्या मार्गदर्शनाखाली ती काम करू लागली. ते वनस्पतीवरील संप्रेरकांवर काम करत होते. त्या वेळी त्यांचं काम बटाट्यामधील ऑक्सिडेशन क्रियेवर चालू होतं. यात दोन निरनिराळी संप्रेरकं मिळत होती. ही दोन स्वतंत्र आहेत की एकाच संप्रेरकाची दोन रूपं आहेत, हे शोधायचं होतं. कमला त्या कामाला भिडली. वेगवेगळ्या जातीचे, वाढीचे, वेगवेगळ्या अवस्थांतील बटाटे आणायचे, त्यांची निरनिराळ्या द्रावांबरोबर द्रावणं बनवायची व सकाळी लवकर लॅबमध्ये जाऊन हाय स्पीड रेफ्रिजरेटर सेन्ट्रीफ्यूज (अतिशय वेगाने चक्राकार फिरणारे उपकरण) मध्ये घालून प्रेसिपिटेट करायची आणि मग मिळणाऱ्या पावडरमधून निष्कर्ष काढायचे, ते एकमेकांशी पडताळून पाहायचे. त्यावरून कमलाच्या लक्षात आलं, ही संप्ररके दोन नसून एकच आहेत व सीझनप्रमाणे (हिवाळा, उन्हाळा) त्यांचं स्वरूप बदलतं. थंडीत ते अल्टिहाईड ऑक्सिडेज असं असतं तर उन्हाळ्यात नायट्रेट रिडक्टेज.

आणि हे सर्व करत असताना तो क्षण आला. अचानक कमलाला एक महत्त्वाचा शोध लागला. बटाट्यातील प्रेसिपिटेट हॅन्ड-स्पेक्ट्रोस्कोपमधून पाहताना तिला एक निराळ्याच रंगाची रेष दिसली. त्याचं नाव सायट्रोक्रोम 'सी'. तिचा आपल्या डोळ्यांवर विश्वास बसेना. तिने पुन्हा पुन्हा खात्री करून घेतली. प्रत्येक वेळी सायटोक्रोम आढळला. दुसऱ्या वनस्पतीवर हाच प्रयोग केला, मगच नोंद केली. त्यानंतर प्राणी-पेशींमध्ये श्वसनक्रियेत सायटोक्रोमच्या ज्या ज्या प्रतिक्रिया होतात त्या सर्व प्रतिक्रिया बटाट्याच्या पेशींमधील सायटोक्रोमसंबंधात करून पाहिल्या. सर्व प्रतिक्रियांमध्ये हुबेहूब निष्कर्ष मिळाले. बटाट्याची, वनस्पतीची संपूर्ण श्वसनक्रिया सायटोक्रोम 'सी' भोवतीच फिरत होती. हा शोध लावणारी जगातली पहिली कमला भागवत होती. ती धावत रॉबिनकडे गेली आणि तिने त्याला तो शोध

दाखवला. मग दोघांनी मिळून लेख लिहून आपलं संशोधन नेचर मासिकाकडे पाठवलं. ते प्रसिद्ध झालं. आजही जगात वनस्पतींच्या श्वसनाचा विषय चर्चेला येतो तेव्हा कमला भागवतचा व नेचरमधील तो लेख (१९३९) यांचा उल्लेख असतोच.

'वनस्पतीमध्ये सायटोक्रोमचा शोध' हा पीएच.डी.चा विषय तिला आवडला. तिने मार्गदर्शक रॉबिनचा सल्ला घेऊन प्रबंध लिहिला. तो चाळीस पानं भरला. यातही पुन्हा इतिहास घडला. विद्यापीठाच्या टायपिंग ब्यूरोकडे प्रबंध दिला, तेव्हा ब्यूरोच्या मुख्य बाईंना वाटलं एवढासाच प्रबंध? कारण, बाकीचे प्रबंध दोन-तीन हजार पानांचे असत. कमलाची सहाध्यायी चिनी मैत्रीण, तिचा प्रबंध तीन हजार पानांचा होता. त्यापुढे कमलाचा चाळीस पानांचा प्रबंध पाहून कुणालाही आश्चर्य वाटलं असतं; पण त्या चाळीस पानांनीच कमलाला केवढ्यातरी उंचीवर पोचवलं.

पीएच.डी.ची व्हायवा (तोंडी परीक्षा) होण्यापूर्वी सर हॉपींनी विद्वान शास्त्रज्ञांना आमंत्रण पाठवून एक विद्वत सभा आयोजित केली. डॉ. माल्कम डिक्सन, लिंडन स्ट्रम लॅग, सेंट जार्जी (नोबेल विजेते), डॉ. डोरोथी निडॅम, डॉ. मार्गारिट, डॉ. रॉबिन हिल इत्यादी. हे सगळे थोर संशोधक जगभर मान्यता पावलेले, त्यांच्यासमोर कमलाला हॉपी यांनी सांगितलं, 'मिस भागवत, तुम्ही सायटाक्रोम 'सी' यावरती या सभेत भाषण द्या.' प्रथम ती बावरली; पण आपलं संशोधन तिनं उत्तम भाषेत मांडलं. ते भाषण सर्व शास्त्रज्ञांना आवडलं. त्यांनी तिचं मनापासून अभिनंदन केलं.

कमलाच्या तोंडी परीक्षेच्या वेळी तर चमत्कार घडला. कमलाला लिहिण्यापेक्षा वाचन जास्त आवडे. नव्हे अत्यंत वेडच होतं तिला त्याचं. तोंडी परीक्षेसाठी लायब्ररीतील बायो-केमिस्ट्रीवरची सर्व पुस्तकं वाचून पिंजून काढली. वाचता वाचता तिला डोळ्यांना थकवा जाणवला म्हणून तिने डोळे मिटले तर डोळ्यांसमोर कोणीतरी पाटी धरली होती. त्या पाटीवर प्रश्न होते, जीव-रसायन शास्त्रातले. तोंडी परीक्षेत विचारले जाणारे संभाव्य प्रश्न. ती ते आश्चर्याने वाचू लागली. तर पहिले प्रश्न सरकले. तिथे दुसरे प्रश्न आले. ती मोजत राहिली, एकूण ८५ प्रश्न होते. तिचे वाचन अफाट आणि स्मरणशक्ती उत्तम. त्यामुळे तिला जरी प्रश्नांचं नवल वाटलं तरी आपण तोंडी परीक्षेत उत्तरं देऊ याची खात्री तिला वाटली.

दुसऱ्या दिवशी परीक्षा होती. तिच्याबरोबरचे मित्रमैत्रिणी हॉलबाहेर जमले, तिला नैतिक पाठिंबा द्यायला. त्यांना वाटलं चाळीस पानांचा प्रबंध म्हणजे कमलाची वाटच लागलीय. आता 'ओरल'मध्ये तरी तिला यश येऊ दे, म्हणून ते प्रार्थना करत होते.

कमला परीक्षेसाठी आत गेली. डॉ. कायलिन व डॉ. किंग परीक्षक होते. तिने आत पाऊल टाकताच त्यांनी प्रश्नांचा भडिमार सुरू केला. आणि आश्चर्य असं की काल तिला दिसलेले प्रश्नच ते विचारत होते. कमलाने धडाधड बिनचूक उत्तरं दिली. एक प्रश्न असा होता की दक्षिण आफ्रिकेत एक पक्षी आहे, त्याच्या पिसांमध्ये

'सायटोक्रोम' सापडलं आहे. त्याचा रंग कसा आहे?

त्याचंही उत्तर तिने बरोबर दिलं.

परीक्षक थक्क झाले. ही परीक्षा दोन तास चालू होती; कारण प्रश्न ८५ होते. बाहेरची मित्रमंडळी काळजीत होती. म्हणत होती, 'तिला काहीच येत नसेल म्हणून बिचारे दयाळू परीक्षक तिला संधी देत असतील.' इतक्यात कमला भागवत बाहेर आली. सर्व जण तिच्याभोवती जमले. ती म्हणाली, "परीक्षा उत्तम झाली."

१८ डिसेंबर, १९३७ला तिने सर विल्यम डन इन्स्टिट्यूट ऑफ बायोकेमिस्ट्रीमध्ये प्रवेश घेतला आणि मार्च १९३९मध्ये म्हणजे एक वर्ष तीन महिन्यांत आपला पीएच.डी.चा प्रबंध सादर केला.

४ जून, १९३९ला तिला पीएच.डी. मिळाली. केंब्रिज विद्यापीठाकडून पीएच.डी. मिळवणारी ती पहिली भारतीय स्त्री आणि मराठी भाषिक. चौदा महिन्यांत प्रबंध हा एक विक्रमच होता.

कमलाला पीएच.डी. मिळाल्यावर शिकागोहून तिच्या मैत्रिणीचे पती डॉ. सुब्रह्मण्यम चंद्रशेखर (शास्त्रज्ञ, त्यांना पुढे १९८९ला नोबेल पारितोषिक मिळालं) भेटायला आले. ते म्हणाले, "पुढं काय करणार आहेस? मला वाटतं तू अमेरिकेत यावं. तुझ्या गुणांचं तिथे चीज होईल." पण, कमला म्हणाली, "मी भारतात परत जाणार आहे. आणि माझ्या दोन्ही शिष्यवृत्तींची मुदत संपली आहे."

"घरी जाऊन भेटून परत ये. मी तुला एखादी शिष्यवृत्ती मिळवून देतो. एवढं उत्तम संशोधन केलंस ते भारतात परत जायला? कशासाठी?" चंद्रशेखर.

"कशासाठी म्हणजे माझ्या देशासाठी. विद्वत्जनांनी माझी वाहवा केली. यात माझ्या देशाची प्रतिमा उजळली की नाही? मी उच्च शिक्षणासाठी देश सोडून इथे आले. आता परत जाऊन इथे मिळवलेलं ज्ञान इतरांना देणार, हेच माझं जीवित कार्य." कमला.

"मूर्ख आहेस. भारतात काय सोई आहेत? स्वत: कमावलेलं ज्ञान फुकट घालवशील. गंजून जाईल ते." चंद्रशेखर.

"मुळीच नाही. साधी प्रोफेसर जरी झाले तरी माझ्या विद्यार्थ्यांना भरभरून ज्ञान देईन. इथले प्रोफेसर, सर्व शास्त्रज्ञ माझ्याशी ज्या आपुलकीनं वागले, तसंच मी विद्यार्थ्यांशी वागणार, त्यांना पुढे यायला मदत करणार."

"मी कळकळीनं सांगतोय. आधी आपलं भलं करून घ्यावं."

"मला हे पटणं शक्य नाही. माझ्या विचारांवर महात्मा गांधींचा पगडा आहे. मी स्वातंत्र्यसंग्रामात भाग घेतलेला आहे. त्यामुळे ज्ञान मिळवायचं ते देशासाठी. आणि त्याचा उपयोगही देशासाठीच करायचा."

मग चंद्रशेखर म्हणाले, "तू अगदी हटवादी आहेस."

संभाषण संपलं.

भारतात परतताना कमलाला उरलेला युरोप पाहायचा होता. म्हणून शेवटी इटलीहून भारतात जायला बोट पकडायची असं तिनं ठरवलं होतं.

म्युनिच, मिलान, व्हिएन्ना, रोम ही शहरं तिनं पाहिली. आणि मग जिनोआला आली. इटालियन बोटीने भारतात येण्यासाठी प्रस्थान ठेवलं. एडनपर्यंत प्रवास चांगला झाला.

पण, दुसरं महायुद्ध सुरू झाल्यामुळे बोट समुद्रातच महिनाभर भटकत राहिली. शेवटी ती सिंगापूर बंदरात थांबली. इटालियन सरकारच्या दृष्टीनं बोटीवरील भारतीय नागरिक हे शत्रूराष्ट्राचे. त्यांना सरकारनं एका हॉटेलमध्ये ठेवलं. आठ-दहा दिवस बंदिवासात काढल्यावर तिची सुटका होऊन ती मुंबईला परतली.

दिल्लीच्या लेडी हार्डिंज कॉलेजला 'लेडी डफरीन फंड'ची मदत केली जात होती. आणि त्या फंडच्या सल्लागार समितीवर कमलाचे केंब्रिजमधले गुरू सर एफ.जी. हॉपकिन्स होते. त्या कॉलेजमध्ये बायोकेमिस्ट्री डिपार्टमेन्ट नव्यानं उघडण्यात येणार होतं. तिथे डिपार्टमेन्ट प्रमुख म्हणून नेमणूक करायची होती. सर हॉपकिन्सनी लगेच कमला भागवतचं नाव त्यांना कळवून टाकलं. त्या वेळी कमला पीएच.डी.साठी संशोधनात मग्न होती. तिला दिल्लीच्या कॉलेजकडून नेमणूक झाल्याचं कळवण्यात आलं; पण ती हॉपकिन्सना म्हणाली, "मी ज्या कामासाठी इथं आलेय, ते पूर्ण झाल्याशिवाय परत जाण्याचा विचारही करणार नाही." हॉपकिन्सना तिचं कौतुक वाटलं. त्यांनी दिल्लीला कळवलं, 'ती जागा कमला भागवतसाठी राखून ठेवावी. ते पद भरू नये.'

त्यामुळे सिंगापूरच्या बंधनातून सप्टेंबर १९३९च्या आठवड्यात मुंबईत परतल्यावर कमलाला फक्त सतरा दिवस वडील, दुर्गाताई, भाऊ, आत्या या घरच्या लोकांना भेटायला मिळालं. आणि १ ऑक्टोबर, १९३९पासून कमला भागवत दिल्लीत लेडी हार्डिंज कॉलेजमध्ये जीव-रसायन शास्त्राच्या व्याख्यात्या म्हणून रुजू झाल्या. दिल्लीत वडील बरोबर आले होते. त्यांनी मुलीला जागा शोधून दिली. सोबत यमूताई या विश्वासू बाई आणि गणू नावाचा नोकर दिला. आणि कमलचा दिल्लीतला संसार भांड्याकुंड्यासह थाटून दिला. कमलाला शेजारही चांगला मिळाला. संख्याशास्त्रज्ञ डॉ. पां. वा. सुखात्मे, रिझर्व्ह बँकेचे श्री. आडारकर, म.गांधींचा मुलगा देविदास गांधी इत्यादी.

कॉलेजची वेळ उन्हाळ्यात सकाळी सात ते दोन आणि हिवाळ्यात नऊ ते चार अशी असायची. दुसऱ्या आणि चौथ्या वर्षाच्या विद्यार्थ्यांना व्याख्यानं द्यायची (बायो-केमिस्ट्रीची) आणि प्रॅक्टिकल्स करून घ्यायची. कॉलेजशी संलग्न असलेल्या हॉस्पिटलमधून आलेल्या रक्ताच्या नमुन्यांचं पृथक्करण करायचं. तिला स्वतंत्र

ऑफिस व स्वतंत्र प्रयोगशाळा दिलेली होती. जवळच टेनिस कोर्ट, तर दुसऱ्या बाजूला पोहण्याचा तलाव होता. सर्व व्यवस्था उत्तम; पण जे काम होतं ते शुष्क आणि निरस वाटायचं. प्रो. हॉपकिन्सनी स्वत: तिच्यासाठी ती जागा राखून ठेवली होती. त्यामुळे राजीनामा देणं तिला प्रशस्त वाटेना.

डॉ. सुशीला नायर या लेडी हॉर्डिंज हॉस्पिटलमध्ये भूलतज्ज्ञ म्हणून काम करत होत्या. तिने एक दिवस कमलाला विचारलं, 'तू मला संशोधनात मदत करशील का?' संशोधन हा शब्द ऐकताच कमलाला आनंद झाला; कारण ते आवडीचं काम होतं. मग पंजाब विद्यापीठाकडून रीतसर डॉ. सुशीलाची मार्गदर्शक म्हणून कमलाबाईंची नेमणूक झाली. डॉ. सुशीला यांचा विषय होता, 'रक्तातील कोलेस्टेरॉल व निरनिराळ्या दुखण्यात त्याचा होणारा प्रभाव!'

अर्थात कमलानं तिला उत्तम मार्गदर्शन केलं. डॉ. सुशीलाला एम.डी. पदवी मिळाली. नंतर डॉ. सुशीला नायर वर्धा इथे महात्मा गांधींच्या आश्रमात जाऊन काम करू लागल्या.

दिल्लीत कमलाच्या वडिलांचे मित्र श्री. भांडारकर होते. त्यांनी कमलाचं टेनिसमधलं प्रावीण्य लक्षात घेऊन तिला तालकटोरा क्लबचं सभासद केलं. कॉलेजमध्ये ती स्टाफ व विद्यार्थिनींबरोबर टेनिस खेळत होतीच. श्री. भांडारकर हे स्वत: उत्तम टेनिसपटू होतेच. तालकटोरा क्लबला खूप मोठे उच्चपदस्थ अधिकारी टेनिस खेळायला येत. कमलाचा उत्तम खेळ पाहून वेगवेगळ्या क्लबमध्ये तिला आमंत्रित केलं जाई. कितीतरी उत्तम खेळाडूंना तिनं हरवलं.

पण, इतकं सगळं सुरळीत आयुष्य एकट्या राहणाऱ्या तरुण स्त्रीच्या वाट्याला कसं येणार? त्यात ती बुद्धिमान, रूपवती, परदेशात डिग्री घेऊन आलेली, मोकळ्या स्वभावाची. काही अधिकाऱ्यांनी तिला त्रास द्यायला सुरुवात केली. टेनिस कोर्टवरच्या ओळखीचा फायदा घेऊन काही अधिकारी तिच्या घरी येऊ लागले. त्यांचं वागणं, तिच्याकडे पाहणं चमत्कारिक असे. शेवटी भांडारकरांची मदत घेऊन तिनं त्या अधिकाऱ्यांना 'घरी न आलात तर बरं होईल' असं सांगितलं.

तरीही रेव्हेन्यू डिपार्टमेन्टमधले एक बंगाली उच्चपदस्थ अधिकारी, जे विवाहित होते, रोज गाडी घेऊन तिच्या घरी यायचे.

आणि मग संवाद झडायचे.

"मिस भागवत, खूप छान सिनेमा आहे. त्या जवळच्या थिएटरला लागलाय, चला जाऊ या."

कमला – "सॉरी, मला सिनेमात रस नाही आणि माझ्याजवळ एवढा वेळही नाही."

"ठीक आहे. मग माझ्याबरोबर जेवायला चला. नाही म्हणू नका. Be a sport, as it is, तुम्ही चांगल्या खेळाडू आहातच.''

''मी फक्त टेनिस कोर्टवर खेळाडू आहे. आणि मी कुणाबरोबरही कुठे जात नाही. तेव्हा तुम्ही आता निघा.''

असं फटकारल्यावरसुद्धा त्या माणसानं कमलाचा पिच्छा सोडला नाही. 'बरं हॉटेल, सिनेमा नको तर माझ्या गाडीतून साइटसीनला जाऊ.' तरीही कमला टाळत होती. एक दिवस परत ते गृहस्थ घरी आले आणि 'चल' म्हणू लागले. तेव्हा कमलानं त्यांची खोड मोडायची ठरवली. आणि म्हणाली, ''हो, येते मी.'' ते गृहस्थ खूश झाले. आणि तिनं आतल्या खोलीत असलेल्या, कालच मुंबईहून आलेल्या भावाला- राजाला हाक मारली. म्हणाली, ''चल तयार हो. हे गृहस्थ आपल्याला फिरायला नेताहेत.'' त्यांचा चेहरा उतरला. स्वत:शी चरफडत त्यांनी त्या बहीण-भावाला कुतुबमिनार दाखवला; पण तरीही राजा गेल्यावर त्यानं पुन्हा तोच प्रकार सुरू केला. तेव्हा कमलानं भांडारकरांना बोलवून त्याचा बंदोबस्त केला.

दुसरे एक मराठी वरिष्ठ अधिकारी- आय.सी.एस.अधिकारी- तेही तिच्या घरी येऊ लागले. तिनं 'येऊ नका' म्हणून सांगितल्यावर थांबले; पण ती घराबाहेर पडली की आपल्या मोटारीनं तिचा पाठलाग त्यांनी सुरू केला. ती एका दुकानात शिरली तरी ते बाहेर थांबलेले, ती रस्त्याने चालू लागली की गाडी हळूहळू चालवत ते पाठलाग सुरू करत. एक दिवस कमला घाबरलीच. जगभर तिनं एकटीनं प्रवास केला; पण असा अनुभव कुठेच आला नाही. शेवटी त्या रस्त्यावर राहणाऱ्या एका ओळखीच्या बाईंच्या घरी त्या गेल्या आणि तिला म्हणाल्या, 'मला बरं वाटत नाही, तुमचा नोकर सोबत दिलात तर बरं होईल.' त्या नोकरानं तिला घरी पोचवलं.

आणखी एक गृहस्थ रेल्वेत मोठ्या हुद्द्यावर (मराठीच) टेनिसमुळे ओळखीचे झाले होते. त्यांनी तिच्याशी जवळीक साधण्याचा प्रयत्न केला; पण कमलानं दाद दिली नाही. मग त्यांनी पत्नी माहेरी गेली असताना घरी गाण्याची मैफल ठेवली. ती पण रात्रीची आणि मिस कमला भागवतला आमंत्रण दिलं. तिनं आपली अडचण शेजारच्या सुखात्मे पती-पत्नीला सांगितली. ते म्हणाले, ''आम्हाला पण निमंत्रण आहे, चला.'' मग कमला त्यांच्याबरोबरच गेली आणि परत आली; पण कमलाची मानखंडना व्हायची अजून बाकी होती. तीन-चार दिवसांनी त्या माणसाची बायको परतली. आणि कमलाच्या घरी भांडायला आली. आणि ''तुम्ही माझ्या नवऱ्याला भेटायला घरी आलात. शरम नाही वाटत,'' असं अद्वातद्वा बोलली. कमला प्रथम हे ऐकून अवाक् झाली. नंतर तिनं शेजारच्या सुखात्मे पति-पत्नीला बोलावलं. आणि म्हणाली, ''तुमचा नवरा किती लोचट आहे ते यांना विचारा. आणि यांच्याबरोबर तुमच्या घरी गेले होते. पुन्हा इथे पाऊल टाकू नका.'' सुखात्मेंनीही त्या बाईंना सुनावलं.

ती बाई गेल्यावर कमला सुन्न होऊन बसली. गेली सहा वर्षं जुलै ३३ ते ३९ बंगळुरू, केंब्रिज, युरोप या ठिकाणी पुष्कळशा पुरुष संशोधकांबरोबर ती एकटीच स्त्री होती; पण कधीही कुठेही स्त्री म्हणून कुणी लोचटपणा केला नाही. तिथल्या लोकांना तिच्याबद्दल कुतूहल वाटे; पण त्यांनी तिला सन्मानानं वागवलं.

आणि आपल्या देशात तीन वर्षांत दिल्लीत असा किळसवाणा अनुभव यावा? ते कोणी रस्त्यावरचे मवाली, गुंड नव्हते, चांगले सुशिक्षित व प्रौढ होते. तरीही एकटी स्त्री दिसली की तिच्याकडे पाहण्याची ही हीन वृत्ती. कमलाला नाहीतरी दिल्लीत कंटाळाच आला होता. संशोधनासाठी तिचं मन तळमळत होतं. तेवढ्यात भारतीय वैद्यकीय संशोधन संस्थेनं (Indian Council Medical Research) त्यांच्या कुन्नूर येथील आहारशास्त्रातील संशोधन करणाऱ्या प्रयोगशाळेसाठी 'सहायक प्रमुख' या पदासाठी अर्ज मागवले. कमलानं लगेच अर्ज पाठवला आणि तिची नेमणूक झाल्याचंही पत्र तिला आलं. दिल्लीत ती कंटाळलीच होती; पण भांडारकर, भिडे, सुखात्मे या स्नेही मंडळींना सोडून जाताना तिला वाईट वाटलं; पण संशोधनाची ओढ असल्यानं तिला कुन्नूर खुणावत होतं.

कुन्नूर हे उत्तम हवा असलेलं तामिळनाडू राज्यातील एक रम्य गाव. म्हणूनच तिथे आय.सी.एम.आर.नं पाश्चर इन्स्टिट्यूट व न्यूट्रिशन रिसर्च लॅब या दोन प्रयोगशाळा स्थापण्यासाठी या गावाची निवड केली. पाश्चर लॅबचे डायरेक्टर होते, कर्नल अय्यंगार व न्यूट्रिशन लॅबचे डायरेक्टर होते, डॉ. ॲक्रॉइड हे ब्रिटिश गृहस्थ. मार्च १९४२मध्ये न्यूट्रिशन रिसर्च लॅबची असिस्टंट डायरेक्टर या पदावर कमलाची नेमणूक झाली व ती कुन्नूरला आली. प्रथम ती वाय.डब्लू.सी.ए.च्या हॉस्टेलमध्ये राहत होती; परंतु थोड्याच दिवसांत डायरेक्टर अय्यंगारांनी तिला लॅबच्या आवारातच मोठा बंगला भाड्यानं मिळवून दिला.

तिथे प्रयोगासाठी लागणाऱ्या प्राण्यांची व्यवस्था पाहणारे डॉ. कृष्णन, केमिकल टेस्ट पाहणारे रंगनाथन व डॉ. स्वामिनाथन, शिवाय तीन-चार पार्लाकिमिडी स्कॉलर्स होते. म्हणजे सर्व पुरुष आणि कमला एकटीच; पण या गोष्टीची कमलाला आता सवय झाली होती. आणि प्रत्येक गोष्टीत पहिली स्त्री असण्याची किंमत तिला चुकवावी लागत होती. त्यामुळे इथेही पुरुषांच्या अहंकाराला तिला तोंड द्यावं लागलं; पण ती पुढची गोष्ट. ती हजर झाल्यावर तिच्यावर पुढील कामं सोपवण्यात आली.

- न्यूट्रिशन (पोषणशास्त्र) मधील कोणत्याही विषयावर स्वतंत्र संशोधन करणं.
- पार्लाकिमिडी स्कॉलर्सच्या कामावर सुपरव्हिजन. (पार्लाकिमिडी हे आंध्र-प्रदेशातील ओडीशा हद्दीजवळील एक ठिकाण आहे)
- लॅबमध्ये इतर संशोधन सुरू होतं त्यावरती देखरेख.

- कुन्नूर हिल स्टेशन, म्हणून उन्हाळ्यात केंद्र सरकारचे अधिकारी प्रशिक्षणासाठी येत, त्यांना विविध प्रात्यक्षिकं करून दाखवणं.
- जे कोणी महत्त्वाचे (व्हीआयपी) पाहुणे येतील त्यांना लॅब दाखवणं आणि निरनिराळ्या संशोधन कार्याची माहिती देणं.

प्रथम तिनं पोषणशास्त्रावर सपाटून वाचन केलं आणि मग संशोधनासाठी तिला विषय मिळत गेले. त्यात जीवनसत्त्व ब, क वरचे प्रयोग. त्यासाठी प्राणी घेऊन त्यांच्यावर प्रयोग करताना खूप वेळ लागतो. तिला बंगळुरूचे गुरू श्रीनिवासय्या यांची आठवण झाली. प्रयोगासाठी तांदळातले किडे वापरायचे, हे त्यांनी सांगितलं होतं. त्यांचं आयुर्मान कमी असल्यानं प्रयोग चार-पाच दिवसांतच संपतो. तिनं कमी कालमानाची, कमी खर्चाची पद्धत अमलात आणली.

ती एकदा वडिलांबरोबर कोल्हापूरला गेली असता तिथले कुस्तिगीर मूठभर हरभरे भिजवून गुळाबरोबर खातात हे पाहिलं होतं. त्यामुळे शक्ती येतेच; शिवाय खेळताना लागलं तर रक्तस्राव होत नाही.

मग तिनं हरभऱ्यावर प्रयोग करायचं ठरवलं. निरनिराळी द्रावणं वापरून, हरभऱ्यापासून द्राव तयार केले, त्यांचा गिनिपिगवर वापर केला. त्यांना जीवनसत्त्वविरहित आहार दिला. तेव्हा असं आढळून आलं की त्यांना रक्तस्राव होत होता; पण हरभऱ्याच्या द्रावानं तो कमी झाला. दुसऱ्या प्रयोगात गिनिपिग्जना समतोल आहार दिला व पाठीवर पंपानं जास्त प्रेशर लावलं तेव्हा रक्तस्राव झाला; पण त्यांना जेव्हा पाणी वापरून केलेला हरभऱ्याचा द्राव दिला, तेव्हा रक्तस्राव झालाच नाही. तेव्हा दिसून आलं की या द्रावात शक्ती आहे. ती रक्तवाहिन्या मजबूत करते.

दुसरं महायुद्ध सुरू होतं तेव्हा जवानांना जीवनसत्त्व 'ब' देता यावं म्हणून लॅबमध्ये तोरूला यीस्ट तयार करण्याचं काम सुरू करून त्याच्या गोळ्या बनवून आहाराबरोबर देण्यासाठी पाठवण्यात आल्या. मग शाळकरी मुलांसाठी खाऊ म्हणून तो कसा तयार केला, तर त्या वेळी मलबारमध्ये टाटांची शेंगदाण्याचं तेल काढण्याची फॅक्टरी होती. तेल काढल्यावर जो चोथा शिल्लक राहतो, त्यात 'ब' जीवनसत्त्व मोठ्या प्रमाणावर असतं. त्यावर संस्करण करून कमलानं शाळकरी मुलांना दिल्या जाणाऱ्या आहारात त्याचा वापर केला.

डॉ. बीर राघवन त्याच सुमारास 'रेबीज'ची लस तयार करत होते. त्यांना त्यासाठी 'बायोटीन' या 'ब' समूहातील जीवनसत्त्वाची गरज होती; पण ते बाजारात मिळत नव्हतं. कमलानं बदकांच्या अंड्यापासून तयार करून त्यांना दिलं.

लॅबसमोरच्या सीम्स पार्कमध्ये टेनिस कोर्ट होतं. त्यामुळे कमलाला मनसोक्त टेनिस खेळता आलं. तिथे येणाऱ्या सर्व महत्त्वाच्या मोठ्या अधिकाऱ्यांच्या कुटुंबाशी तिला खेळायला मिळे व त्यांच्याशी मैत्रीही झाली.

पुन्हा एकदा कमलाला पुरुषी वर्चस्वाला तोंड द्यावं लागलं; कारण तिला पित्यासमान असलेले लॅबचे डायरेक्टर कर्नल अय्यंगार यांचं निधन झालं. त्यांच्या जागेवर आय.सी.एम.आर.नं लष्करातील एका अधिकाऱ्याची नेमणूक केली; पण दुर्दैवानं त्यांचं वर्तन अय्यंगार यांच्या अगदी विरुद्ध होतं. कमलाला काही कारण नसताना वेळोवेळी खाली बोलावून उगाच काहीतरी हुकूम सोडत व उद्दामपणे बोलत. तिनं त्यांना स्पष्ट बजावलं- ''मला अशा तऱ्हेनं वागवलं जाण्याची सवय नाही. सुसंस्कृत माणसं परस्परांचा मान राखून बोलतात आणि तसंच सबळ कारण असल्याशिवाय मला खाली बोलावत जाऊ नका. लॅबच्या कामात व्यत्यय येतो.'' कमलाचं कार्यालय वरच्या मजल्यावर होतं.

ते तात्पुरते गप्प बसले; पण लॅबच्या स्टाफला बोलावून त्यांना धारेवर धरणं सुरू केलं. शेवटी सर्व जण कंटाळले. आय.सी.एम.आर.च्या सेक्रेटरींना पत्र लिहून कर्नलबद्दल तक्रार केली गेली.

आय.सी.एम.आर.नं चौकशी समिती नेमली. आणि कर्नल कॉटर आले. ते युरोपियन जिमखान्यात राहत. त्या जिमखान्यावर कमला टेनिस खेळायला जाई. ती खेळाच्या पोशाखात असे. कर्नल कॉटर यांनी तिला लॅबमध्ये साडीत पाहिलं होतं म्हणून त्यांनी तिला ओळखलं नाही.

जेव्हा त्यांनी ओळखलं तेव्हा ते टेनिस कोर्टवर आले व म्हणाले, ''मिस भागवत, तुम्ही टेनिस उत्तम खेळता. माझ्याबरोबर खेळता का?''

कमला म्हणाली, ''थँक्यू, कर्नल कॉटर, मला आवडलं असतं खेळायला; पण मला ही ऑफर स्वीकारता येत नाही.''

''का? असं का म्हणता?''

''कारण, तुम्ही इथे चौकशीसाठी आला आहात. मी तुमच्याबरोबर खेळू लागले तर तुम्हाला इन्फ्लुएन्स करण्याचा प्रयत्न करतेय, असं लोक म्हणतील.''

''असं?''

''हो, दुसरं म्हणजे मी तुमचा खेळ पाहिलेला नाही. मी तुम्हाला हरवलं तर तुम्ही माझ्यावर कळत-नकळत राग धराल आणि शेवटी त्याचा त्रास मला होईल.''

ते खो खो हसले आणि म्हणाले, ''असं काही होणार नाही.''

मग मात्र कॉटर तिथे असेपर्यंत कमला त्यांच्याबरोबर खेळत असे.

अर्थातच, कर्नल कॉटरला कमलाच्या न्यूट्रिशन लॅबच्या स्टाफविरुद्ध काहीच सापडलं नाही. कर्नल कॉटर यांनी पाश्चरच्या डायरेक्टरना त्यांनी न्यूट्रिशन लॅबच्या कामात अडथळे आणल्याबद्दल तंबी दिली. अर्थातच डायरेक्टर भडकले. त्यांनी कमलाला '२४ तासाच्या आत पाश्चर इन्स्टिट्यूटचा बंगला सोडून जा' अशी ऑर्डर दिली.

कमलाला लगेच दुसरा बंगला मिळालाही.

कुन्नूर सोडून जाण्यापूर्वी कर्नल कॉटर कमलाला म्हणाले, ''तुम्ही टेनिस टूर्नामेन्ट्समध्ये भाग का घेत नाही?''

कमला म्हणाली, ''साउथ इंडियन टेनिस टुर्नमिंटमध्ये लेडिज डबल्सची चॅम्पियनशिप मिळाली आहे.'' मग कर्नल कॉटर यांनी एक आश्चर्यकारक ऑर्डर काढली. ती अशी—

'जेव्हा मिस भागवत यांना कुन्नूरबाहेर टेनिस टूर्नामेन्ट्ससाठी जायचं असेल तेव्हा त्या ड्यूटीवर आहेत असं समजावं; रजेवर आहेत असं समजू नये.' कॉटर निघून गेले आणि पुन्हा एकवार कमलाला लागोपाठ बदलून आलेल्या नव्या डायरेक्टरना सहन करावं लागलं. ते होते श्री. पासमूर. या पासमूरनी तर लॅबच्या ॲनिमल हाउसच्या प्राण्यांवर खर्च होतो म्हणून उंदीर जाळून टाकले; कारण काय तर प्राण्यांच्या नावाखाली हे लोक पैसे खातात म्हणे. नंतरचे डायरेक्टर डॉ. पटवर्धन. दोघेही तिच्यापेक्षा कमी शिकलेले होते आणि उद्दामपणे वागत होते; पण तिच्या संस्थेने तिची अर्हता मोठी असून, तिला पदोन्नती दिली नाही.

तरी कमलाचं काम तन्मयतेनं सुरू होतं, ते प्राण्यांवर; पण तिला माणसावर संशोधन करण्याची संधी मिळाली ती सरकारी हॉस्पिटलमध्ये. एक सात-आठ वर्षांचा मुलगा स्कर्व्ही रोगानं आजारी होता. डॉ. अनंतन यांनी (कमलाचे शेजारीच होते) न्यूट्रिशन लॅबला सल्ला विचारला. 'क' जीवनसत्त्व देऊनही त्याचा त्वचेखालचा रक्तस्राव थांबत नव्हता. कमलानं मग आपला हरभऱ्यावरचा प्रयोग उपयोगात आणला. हरभऱ्यांना मोड आणून ते प्रेशर कुकरमध्ये शिजवले व त्यात मीठ व लिंबाचा रस घालून, दिवसातून दोनदा अर्धी अर्धी वाटी मुलाला खायला दिले. आणि चारच दिवसांत त्या मुलाचा रक्तस्राव आटोक्यात आला.

हरभऱ्यातील अल्प प्रमाणातील जीवनसत्त्व 'प' व 'क' आणि लिंबू रसातील जीवनसत्त्व 'क' यांच्यामुळे ही किमया घडून आली. मुलगा बरा झाला.

दुसरा प्रयोग कमलानं आपल्या डॉक्टर आत्यावर केला. लष्करातील जवानांसाठी 'ब' जीवनसत्त्व कमी पडू नये म्हणून 'तोरूला यीस्ट' तिनं लॅबमध्ये तयार केलंच होतं. आत्या कृष्णाबाई फडके तिच्याकडे राहायला आल्या तेव्हा त्या डोळ्यांच्या आजारानं त्रस्त होत्या. त्यांचे डोळे दुखत. कमलानं आत्याला तोरूला युटिलिस यीस्टची माहिती सांगितली- ''या यीस्टमध्ये 'ब' समूहातील रायबोफ्लेव्हिनसह सर्व जीवनसत्त्वे आहेत. हे जीवनसत्त्व वनस्पतीपासून तयार केलेलं असल्यानं नैसर्गिक आहे; हे तू घे.''

दिवसातून दोनदा चहाचा अर्धा चमचा यीस्ट पावडर तिने आत्याला द्यायला सुरुवात केली. आणि मुंबईला परतेपर्यंत आत्याचे डोळे पूर्ण बरे झाले.

लॅब असिस्टंट सुकुमारन हा पाश्चरच्या लॅबमध्ये कामाला होता; परंतु कमला ज्या वेळी बीर राघवन यांच्या प्रयोगासाठी लॅबमध्ये बायोटीन ('ब' समूहातील एक जीवनसत्त्व) तयार करत होती, तेव्हा तो तिच्यासाठी काम करत होता. त्याची बुद्धिमत्ता अफाट होती; पण पदवी शिक्षणाअभावी तो तिथे काम करत होता. घराची जबाबदारी त्याच्यावर होती. 'सिकल सेल ॲनिमिया' या विषयात त्यानं आश्चर्यकारक ज्ञान मिळवलं होतं. कमलाला वाटत होतं, या मुलाला संधी मिळाली पाहिजे.

आणि एक दिवस इंग्लंडहून पत्र आलं ते पत्र हरमन लेहमनच होतं. ते कुन्नूरला तिला भेटून आसामला 'सिकल सेल ॲनिमिया' या रोगावर अधिक संशोधन करण्यासाठी जाणार होते. ही संधी कमलानं घेतली. सुकुमारनला त्यांच्याबरोबर आसामला पाठवलं. पुढे सुकुमारनला दोन वर्षांची शिष्यवृत्ती हरमननं दिली व त्याला केंब्रिजला बोलावलं. कमलाही पूर्वी डॉ. हरमनबरोबर केंब्रिजला संशोधन करत होती. त्यामुळे कमलानं सांगितल्यावर आणि सुकुमारनची बुद्धिमत्ता पाहून डॉ. हरमन यांनी त्याला केंब्रिजला बोलावलं. तिथे त्यानं बी.एस्सी. डिग्री घेतली. भारतात परतला तो सिकल सेल ॲनिमियाचा तज्ज्ञ म्हणून.

कमलाला तिच्या सद्‌गुणांना प्रोत्साहन देणारे गुरू भेटले ते लक्षात ठेवून कमलानं पुढे अनेकांना मदत केली. त्यांतलाच हा सुकुमारन.

स्वत:कडे गुणवत्ता आणि शिक्षण असून, आपल्याला डावललं जातंय ते केवळ 'स्त्री' म्हणून, हे कमलाच्या आता गंभीरपणे लक्षात येऊ लागलं, म्हणून तिच्या मनात राजीनाम्याचे विचार घोळू लागले.

आणि तिच्या आयुष्याला वेगळंच वळण देणारी अनपेक्षित घटना घडली.

एक दिवस ती लॅबमध्ये कामात असताना ऑफिसबॉयनं येऊन सांगितलं, की एक व्हिजिटर तुम्हाला भेटायला आलेत. तिनं त्यांना भेटायला बोलावलं. त्यांनी आपली ओळख दिली. ते होते माधवराव सोहोनी. त्यांचं 'मी येत आहे' असं दोन ओळींचं पत्रही आलं होतं; पण कमला कामामध्ये ते विसरून गेली होती.

सोहोनींनी आपला व्यवसाय, शैक्षणिक, कौटुंबिक पार्श्वभूमी सांगितली. त्यांचा भाऊ, कमला होती तेव्हा केंब्रिजमध्ये होता वगैरे. "मी विल्सनचा आहे तेव्हापासून तुम्हाला ओळखतो. तुमच्या बुद्धिमत्तेचा, निश्चयी वृत्तीचा मी आदर करतो. माझ्याशी लग्न कराल?"

कमलामधली विदुषी, शास्त्रज्ञ, संशोधक क्षणभर गप्प झाली; पण दुसऱ्या क्षणी ती म्हणाली,

"मी तुमची मागणी स्वीकारीन; पण माझीही एक मागणी आहे." (तिने अट हा शब्द वापरला नाही)

"ती कोणती?"

"निव्वळ गृहिणी बनून राहणं जमणार नाही मला. संशोधनाचं काम सुरू ठेवायचं आहे." अर्थात सोहोनींनी मागणी मान्य केली.

४ सप्टेंबर, १९४७ रोजी कमला भागवत यांचा माधव सोहोनी यांच्याशी मुंबईत विवाह झाला. त्यांचं वास्तव्य शेवटपर्यंत मुंबईतच होतं.

या लग्नाला अनेक बडी मंडळी आली होतीच, शिवाय मुंबईचे आयुक्त श्री. बलसारा आले होते. त्यांनी तिथल्या तिथे कमलाला 'पब्लिक ॲनालिस्ट' या पदाचा भार सोपवला.

कमलाची शास्त्रज्ञ म्हणून शैक्षणिक कारकीर्द इतकी देदीप्यमान की तिच्याकडे अर्थातच पदं चालून येत; परंतु प्रत्येक ठिकाणी तोच अनुभव येई, 'स्त्री' असण्याचा.

मुंबई महापालिकेची प्रयोगशाळा मुख्य इमारतीच्या तळमजल्यावर होती आणि मुंबईत विकत मिळणारे खाद्यपदार्थ, निकषानुसार आहेत का की त्यात भेसळ आहे, इत्यादी काम पब्लिक ॲनालिस्ट म्हणून तिला करायचं होतं.

एका मोठ्या डेअरीच्या दुधाचा नमुना तपासणीसाठी आला. त्यात भेसळ आढळली. तसं पत्र त्या मालकाला पाठवलं गेलं. ते संतापून कमलाबाईंकडे आले.

"मॅडम, हे पत्र?"

"होय, आम्हीच पाठवलंय."

"सही तुमची."

"हो. माझीच आहे."

"माझा इतक्या वर्षांचा डेअरी बिझनेस. तुम्ही मला ओळखत नाही?"

"तुम्हाला काँग्रेसचे पुढारी म्हणून ओळखते; पण तुमच्या दुधातली भेसळ पाहून धक्का बसला."

"अस्सं, बऱ्या बोलानं पत्र मागे घ्या. नाहीतर परिणाम बरे होणार नाहीत. खूप सोसावं लागेल."

"त्याला माझी तयारी आहे. कर्तव्य बजावणं याला मी महत्त्व देते."

मग ते नरमले आणि कमलाबाईंना पैशाचं आमिष दाखवू लागले.

आता मात्र बाई संतापल्या. म्हणाल्या, "तुम्ही आता जाल तर बरं. तुमच्या ऑफर्सचा माझ्यावर काही परिणाम होणार नाही. मी जे केलंय त्यात बदल होणार नाही."

पुढे त्या केसचं काय झालं ते तिला कधी कळलंच नाही.

महाराष्ट्र सरकारनं मुंबईतील विज्ञान संस्थेत जीव-रसायन शास्त्राचा विभाग (Bio-Chemistry Dept.) नव्यानं उघडला. तिथे कमलाबाई १९ जून, १९४९ ला विज्ञान संस्थेत रुजू झाल्या. म्युझियमसमोर या विभागाला स्वतंत्र जागा मिळाली आणि डॉ. कमलाबाईंनी सुसज्ज प्रयोगशाळा उभारली. आपल्या विद्यार्थ्यांना (एम.एस्सी.)

त्या सहा-आठ महिने शिक्षण देऊन नंतर संशोधन करायला सांगत. दुसरे प्रो.डॉ. एन. पी. मगर होते. दोघांकडे दहा-दहा असे वीस विद्यार्थी होते. संशोधनाचे विषय होते. १) नीरा पेयाची पौष्टिक उपयुक्तता २) कडधान्ये आणि त्यातील ट्रिप्सीन इन्हिबिटर्स

हाफकिन्स इन्स्टिटयूटच्या पुनर्रचना समितीतही डॉ. कमलाबाईंना घेतलं गेलं. बडोद्याच्या महाराजा सयाजीराव विद्यापीठाने बायो केमिस्ट्रीचं नवं स्वतंत्र डिपार्टमेन्ट उभारलं. त्यासाठी कमलाबाईंना बोलावण्यात आलं. त्यामुळे त्यांना मुंबई-बडोदा अशा वारंवार फेऱ्या माराव्या लागत. घरातली दोन लहान मुलं सांभाळून त्या आपली कामं करत.

त्या विज्ञान संस्थेत असतानाच राष्ट्रपती राजेंद्र प्रसाद आणि होमी भाभा यांनी संस्थेला भेट दिली. तेव्हा त्यांना नीरा या पेयावर संशोधन करायला सुचवलं गेलं. आणि काम सुरू झालं. खादी ग्रामोद्योग मंडळ पहाटे तीन वाजता नीरा पाठवत. ती घ्यायला प्रयोगशाळेत स्वत: बाई जात. विद्यार्थ्यांना ड्यूटी लावत नसत.

हे संशोधन दहा-बारा वर्षं चाललं. त्याचे चांगले फायदे हाती लागले. त्याबद्दल डॉ. कमलाबाईंना सर्वोत्कृष्ट संशोधनाचं पदक राष्ट्रपती राजेंद्र प्रसाद यांच्या हस्ते २९ एप्रिल, १९६०रोजी मिळालं.

नीरेबरोबर ताडगोळ्यावर अधिक संशोधन व्हावं म्हणून सरकारी अनुदान मिळत होतं; पण कमलाबाईंचा मुख्य मदतनीस संशोधक विद्यार्थी डॉक्टर हा कमालीचा अपप्रवृत्तीचा होता. संशोधनाच्या नावाखाली पुण्याला वारंवार फेऱ्या मारून त्या पैशातून आपलं घर सजवलं. हे जेव्हा कमलाबाईंच्या लक्षात आलं तेव्हा त्या वेळच्या वित्तमंत्र्यांना भेटून त्यांनी अनुदान बंद करायला सांगितलं आणि त्यांना विनंती केली की, 'माझा विद्यार्थी वाईट मनोवृत्तीचा निघाला. तेव्हा खर्च झालेले पैसे माझ्या पगारातून कापून घ्या.' परंतु, वित्तमंत्री कमलाबाईंचं कर्तृत्व जाणत होते. त्यामुळे ते संशोधन तेवढ्यावरचं थांबलं.

त्या वेळचे शिक्षणमंत्री विकास देसाई यांच्यापुढे पेच होता की, आरे दुधाच्या बाटलीत किडे सापडले. ते का? कारण, देसाई हे आरे दुधाचे जनक. त्यांना कुणी कमलाबाईंचं नाव सुचवलं. कमलाबाई म्हणाल्या, "मला संशोधन करावं लागेल, त्यात जर रिझल्ट तुमच्याविरुद्ध गेला तर? कारण, काढलेल्या निष्कर्षात मी तडजोड करत नाही. तुम्ही शिक्षणमंत्री, मी शास्त्रज्ञ, माझी नोकरी तुमच्या खात्याशी संबंधित आहे. ती जाऊ शकते."

पण देसाई म्हणाले, "असं काही होणार नाही." पुढे कमलाबाईंकडून देसाईंनी आरे दुधासाठी वेगवेगळी उपयुक्त कामं करून घेतली. बाईंनी उत्तम सहकार्य दिलं. तेव्हा त्यांनी विचारलं, "मानधन किती द्यायचं?"

तेव्हा कमलाबाई म्हणाल्या, ''मला पगार मिळतो त्यात मी समाधानी आहे. शिवाय हे काम मी माझं राष्ट्रीय कर्तव्य समजते.''

असं जरी असलं, म्हणजे कमलाबाईंचं काम आणि त्यांची सचोटी, बुद्धिमत्ता सर्वांना ठाऊक होती, मान्य होती तरी विज्ञान संस्थेतल्या एक-दोन डायरेक्टर्सनी त्यांना त्रास दिलाच. कमलाबाईंचा डायरेक्टर होण्याचा ज्येष्ठताक्रम असताना, अनेक खटपटी लटपटी करून आधीच्या संचालकांनी स्वत:ला चार वर्षं वाढवून पदरात पाडून घेतली. कमलाबाईंना चार वर्षं संचालकपदापासून वंचित राहून आर्थिक नुकसान (पगार, पेन्शन) सोसावं लागलं; इतकंच नाही, तर वरिष्ठांकडे कमलाबाईंच्या टेनिस खेळण्याची तक्रार केली गेली की, 'मिसेस सोहोनी कामाच्या वेळात टेनिस खेळायला जातात. इन्स्टिट्यूटच्या शिस्तीवर वाईट परिणाम होतो. त्यांना वॉर्निंग द्यावी.'

या पत्राची प्रत कमलाबाईंना जेव्हा मिळाली तेव्हा त्या संतापल्याच. ते पत्र घेऊन त्या सचिवांकडे गेल्या आणि म्हणाल्या, ''कार्यालयीन वेळ सकाळी अकरा ते पाच आहे. मी संध्याकाळी पंधरा मिनिटं लवकर जाते; पण सकाळी आठ वाजता म्हणजे रोज तीन तास लवकर येते. इतक्या वर्षांत एकही रजा घेतली नाही. सर्वांत जास्त पेपर्स मी प्रसिद्ध केले. सगळ्यात जास्त विद्यार्थ्यांना माझ्या हाताखाली एम.एस्सी., पीएच.डी. पदव्या मिळाल्या. फक्त माझी पंधरा मिनिटं दिसली? आता यापुढे निषेध म्हणून साडेचार वाजताच जाईन. हा माझ्यावर अन्याय आहे. तुम्हाला जे पाहिजे ते करा.''

नंतर ते खोडसाळपणानं दिलेलं पत्र मागे घेण्यात आलं.

पुढे कमलाबाई इन्स्टिट्यूटच्या संचालक झाल्या. या पदाची धुरा नि:पक्षपाती बुद्धीनं सांभाळून १८ जून, १९६९ रोजी निवृत्त झाल्या. प्रख्यात शास्त्रीय संशोधन संस्थेच्या त्या पहिल्या स्त्री संचालक ठरल्या. त्यांनी इतिहास घडवला.

त्या ज्या वेळी संचालक होत्या, तेव्हा गव्हर्नमेन्ट लॉ कॉलेज, सिडनेहॅम कॉलेज आणि इन्स्टिट्यूट ऑफ सायन्स या सर्वांसाठी मिळून एकच वसतिगृह होतं. हे वसतिगृह चर्चगेटजवळ आणि दोन्ही महाविद्यालयंही तिथेच; परंतु कमलाबाईंची संस्था तिथून त्यामानाने लांब म्हणजे फोर्टमध्ये. वसतिगृहाची देखभाल तिन्ही संस्थांचे संचालक एकत्रितपणे करत.

एक दिवस काही कारणाने वसतिगृहात विद्यार्थ्यांनी दंगा केला, म्हणून वॉचमननं बाहेरचा दरवाजा बंद केला. त्यांना आत येऊ दिलं नाही. विद्यार्थी खवळले. त्यांचा घोळका लॉ कॉलेजच्या प्रिन्सिपॉलकडे गेला. त्यांनी घाबरून मुलं वरती येऊ नयेत म्हणून लिफ्ट बंद केली. पोलिसांना बोलावलं. नेमके हेच सिडनेहॅम कॉलेजच्या संचालकांनी केलं.

विद्यार्थी चिडले. रात्रीचे साडे बारा वाजले होते. मग कुणीतरी म्हणालं, 'चला,

सोहोनी मॅडमकडे जाऊ.'

विद्यार्थी कमलाबाईंकडे पोचले, तेव्हा श्री. सोहोनी घरी नव्हते. दोन लहान मुलं आणि कमलाबाई होत्या.

मुलांनी त्यांना गाऱ्हाणे सांगताच त्या आपल्या लहान मुलांना घरी ठेवून रात्री बाहेर पडल्या. त्या वेळी दोघे पुरुष संचालक पोलिसांच्या संरक्षणात घरात झोपले होते. कमलाबाई विद्यार्थ्यांबरोबर वसतिगृहापाशी आल्या. आणि मुलांना म्हणाल्या, ''तुम्ही जबाबदार विद्यार्थी आहात; रस्त्यावरचे गुंड नव्हे. रस्त्यावर उभं राहून आरडाओरडा करणं तुम्हाला शोभत नाही. तुम्ही ताबडतोब तो थांबवा; तरच मी पुढे काही करीन.''

आरडाओरडा थांबला. कमलाबाईंनी वॉचमनला दार उघडायला सांगितलं. आणि म्हणाल्या, ''आता इथे चर्चा होणार नाही. उद्या मीटिंग आहे, तेव्हा तुमचं म्हणणं अन्य दोन्ही संचालकांसमोर ऐकून घेऊ.'' मुलं वसतिगृहात परतली.

मीटिंग झाली. सरकार मध्ये पडलं. वृत्तपत्रांनी या गोष्टीला भरपूर प्रसिद्धी दिली.

परंतु, मध्यरात्री कमलाबाईंनी फोर्टपासून चर्चगेटपर्यंत येऊन मुलांना शांत केलं व अनर्थ टाळला, याची दखल ना शिक्षण सचिवांनी घेतली ना वर्तमानपत्रांनी.

काही धनाढ्य विद्यार्थ्यांनी पैशाच्या जोरावर कमलाबाईंना त्रास देण्याचाही प्रयत्न केला.

त्यांची दिल्लीतली पहिली पीएच.डी.ची विद्यार्थिनी डॉ. सुशीला नायर पुढे केंद्र सरकारात आरोग्यमंत्री झाल्या. आणि आपल्या गुरू कमलाबाईंना भेटायला विज्ञान संस्थेत आल्या. बरोबर लवाजमा होता. तेव्हा कमलाबाई संचालक होत्या. गप्पा झाल्यावर कमलाबाईंनी कॅन्टिनमधून चहा मागवला. तो चहा तसाच पडून राहिला.

सुशीलाबाई म्हणाल्या, ''मी असला चहा पीत नाही. मला ट्रेमधून आणलेला चहा प्यायची सवय आहे.''

बाई म्हणाल्या, ''माझ्या घरी ये, म्हणजे तसा चहा देईन; पण इथे मला पाहुण्यांचा आदरसत्कार करण्यासाठी सरकारने (संस्था सरकारी) ५० पैसे मंजूर केले आहेत. त्यात हा चहा येतो. तोच मी माझ्या पाहुण्यांना देते.''

पण, सुशीलाबाई म्हणाल्या, ''मला नाही जमणार हा चहा प्यायला.''

कमलाबाई - ''दिल्लीला असताना किती साधी होतीस. गांधीजींच्या आश्रमात राहणारी ध्येयवेडी मुलगी तू, इतकी बदललीस?''

''आपल्या पदाची प्रतिष्ठा सांभाळावी लागते.'' असं म्हणून सुशीलाबाई निघून गेल्या.

कमलाबाईंना मात्र पदाची प्रतिष्ठा सांभाळण्याची ही सोपी रीत पाहून गंमत वाटली.

कमलाबाईंचे काही विद्यार्थी आपल्या कर्तृत्वाने प्रसिद्धीस आले आणि देशापरदेशात मोठ्या हुद्द्यावर काम करू लागले.

एम. के. गायतोंडे – यांनी वाल या कडधान्यामधील ट्रिप्सीन इन्हिबिटर्सवर काम केलं.

बी. व्ही. हातवळणे – यांनी नीरा व ताडगोळ्यावर संशोधन केलं.

ए. व्ही. इनामदार – कडधान्यांतील प्रथिनांवर काम केलं.

के. एस. आंबे - आहारविषयक प्रयोग केले.

लता मानगे – कमलाबाईंची लाडकी विद्यार्थिनी. तिनं त्यांच्या हाताखाली एम.एस्सी., पीएच.डी. केलं. पुढे कॅन्सरवर संशोधन केलं.

श्रीनिवास नेरूरकर – यांनी एन्झाइम कायनेटिक्सवर संशोधन करून पीएच.डी. मिळवली.

कमलाबाईंनी संशोधनासाठी मार्गदर्शन केलं ते एम.एस्सी. पदवीसाठी २५ विद्यार्थी आणि पीएच.डी.करता १७ विद्यार्थी.

कमलाबाईंच्या संशोधनात्मक प्रसिद्ध लेखांची संख्या १५५ इतकी आहे.

त्यांचे अनेक विद्यार्थी परदेशात गुरूचं नाव उज्ज्वल करत आहेत. विद्यार्थ्यांना त्यांनी भरभरून आणि आपुलकीनं, प्रेमानं ज्ञान दिलं.

निवृत्त झाल्यावरही त्या स्वस्थ बसल्या नाहीत. ग्राहक मार्गदर्शन सोसायटी ऑफ इंडियासाठी काम करत तिथेही अन्नातली भेसळ कशी ओळखायची यावरती शिबिरं घेतली. यावरती प्रात्यक्षिक देऊन खेड्यापाड्यात, शहरात सर्वसामान्य ग्राहकाला वापरता येईल अशी शोधपेटी तयार केली. विद्यार्थ्यांनाही प्रशिक्षण दिलं. १९७०पासून सतत त्या ग्राहक मार्गदर्शन सोसायटी ऑफ इंडियाच्या प्रथम चेअरपर्सन, मग अध्यक्ष, मग विश्वस्त अशा जोडलेल्या होत्या. त्यामुळे आंतरराष्ट्रीय परिषदांना त्या जात असत.

या संस्थेमध्ये काम करताना त्यांना पुन्हा पुरुषी अहंकाराचा विदारक अनुभव आला. त्यांना परदेशी जाणं हे काही अप्रूप नव्हतं. ग्राहक संशोधन परीक्षक विषयासंदर्भात त्यांना भाषण द्यायला बोलावलं जाई.

ऑक्टोबर १९७६मध्ये कौलालंपूर इथे परिषद होती. कमलाबाई प्रमुख वक्त्या. त्यांनी आपला वाचायचा पेपर पुढे पाठवून दिला. जाण्याची तयारी केली, जायच्या आदल्या दिवशी पोलीस मुख्यालयात त्यांना बोलावलं आणि कमलाबाईंचा व्हिसा, तिकीट वगैरे काढून घेण्यात आला. आणि त्यांच्या पासपोर्टवर 'Not allowed to leave India' असा शिक्का मारला. (जणू त्या गुन्हेगार होत्या)

कमलाबाईंनी पोलिसांना कारण विचारलं तर म्हणाले, आम्हाला वरून ऑर्डर्स आहेत. अपमानित होऊन त्या परतल्या. संस्थेची दुसरी कार्यकर्ती पुढे गेली होती.

तिने परिषदेत बाईंचं भाषण वाचलं.

नंतर बाईंना समजलं, एका केंद्रीय मंत्र्यांना परिषदेला जायचं होतं; परंतु त्यांना आमंत्रण नव्हतं. 'मी नाही, तर भारतातून कुणीच जाणार नाही,' म्हणून बाईंना अपमानित करण्याचा खटाटोप आयत्या वेळी केला गेला. तेही जगप्रसिद्ध अशा शास्त्रज्ञ 'स्त्री'ला! वा रे मर्दानगी!

नंतर १९७८, १९८१मध्ये मनिला, बँकॉक इथे ग्राहक संरक्षण परिषदांना कमलाबाई जाऊन आल्या. सरकारच्या अन्नभेसळ प्रतिबंध समितीवर त्यांना सल्लागार म्हणून नेमलं गेलं. यातूनच घरात मुलांना खाऊ करून देताना तो पोषक कसा होईल, यासाठी आहारशास्त्राचा अभ्यास करून त्यांनी 'आहारगाथा' हे पुस्तक लिहिलं. दुर्गाबाई भागवतांप्रमाणे त्यांच्या या शास्त्रज्ञ बहिणीला स्वयंपाकघरात पाकशास्त्रावर प्रयोग करायला आवडत.

माधवराव व कमलाबाईंना वाचनाचा छंद होता; पण बाईंना विणकामाचीही आवड. घरातल्या सर्वांसाठी त्यांनी लोकरीचे कपडे घरीच विणले.

त्यांना माधवरावांची उत्तम साथ लाभली. एम.एस्सी. झालेले माधवराव ॲक्चुअरी म्हणजे विमातज्ज्ञ म्हणून काम करत. पुढे ते खूप मोठ्या पदावर राहिले. विमा कंपनीनं अधिक उच्च शिक्षणासाठी (व्यवसायविषयक) त्यांना लंडनला पाठवलं. आयुर्विम्याचे मॅनेजिंग डायरेक्टर झाले. १९७२मध्ये ते निवृत्त झाले. कमलाबाईंबरोबर घरातली कामं ते करत. शिस्त, टापटीप, प्रामाणिकपणा हे त्यांचे गुण आणि प्रखर बुद्धिमत्ता; त्यामुळे दोघांनीही आपापले व्यवसाय उत्तम सांभाळले.

कमलाबाईंचे दोन्ही मुलगे उत्तम शिकले आणि आपापल्या व्यवसायात उच्च पदावर पोचले. सुना-नातवंडं यांनी त्यांचं घर भरून गेलं.

२२ सप्टेंबर, १९९५ला माधवराव नागिणीच्या आजारानं वारले.

कमलाबाई निवृत्त झाल्यावर ग्राहक हिताचं काम करतच होत्या. माधवरावांसारख्या गुणी, बुद्धिमान, प्रेमळ, जाणकार जोडीदाराबरोबर ४८ वर्षं म्हणजे चार तपं अत्यंत सुखासमाधानात गेली. याबद्दल त्या स्वत:ला भाग्यवान समजत.

१९९७मध्ये आयुष्याच्या अखेरीस कमला सोहोनी यांना विज्ञान क्षेत्रामध्ये उत्कृष्टता आणि त्यांच्या योगदानासाठी राष्ट्रीय पुरस्कार देण्यात आला. भारतीय वैद्यकीय संशोधन खात्यानं (ज्यांच्या मासिकामध्ये त्यांनी आपले लेख प्रकाशित केले होते.) त्यांना सन्मानित करण्यासाठी एक खास कार्यक्रम दिल्ली इथे आयोजित केला.

कमला सोहोनी यांच्या सन्मानार्थ खूप प्रेक्षक सभागृहात जमले होते. सर्वांनी उभं राहून टाळ्यांचा कडकडाटात त्यांच्या कार्याला मानवंदना दिली. आणि डोळ्याचं पातं लवतं न लवतं तोच हातात पुरस्कार घेऊन उभ्या असलेल्या कमलाबाई

व्यासपीठावर कोसळल्या. त्यांना त्वरित इस्पितळात दाखल केलं गेलं; पण अगदी थोड्या दिवसांत त्या गेल्याच. तारीख होती २६ सप्टेंबर, १९९७. वयाच्या ८५व्या वर्षी त्या अनंतात विलीन झाल्या. त्यांनी केलेल्या संशोधनानं त्या आजही आपल्यात आहेत, ही भावना सुखदायी वाटते.

कमला भागवत-सोहोनी यांचं भागवत घराणं साधी राहणी, उच्च विचारसरणी असं होतं. सर्वच माणसं बुद्धिमान. घेतलेलं काम उत्तमरीत्या तडीस नेणारी. कमलाबाईंचा जन्म १९११चा म्हणजे त्यापूर्वी मागच्या पिढीतली त्यांची आजी मॅट्रिक झालेली, इंग्रजीवर प्रभुत्व असलेली होती. मुलींनी शिक्षण घेतलंच पाहिजे; त्यापूर्वी लग्न नाही, या ठाम विचारांची. त्यांच्या नाती त्यांना इंग्रजीबद्दलच्या शंका विचारत. आत्या, काका, सर्वच घरातले लोक उच्च शिक्षण घेतलेले.

दुर्गाबाई, कमलाबाई आणि विमलाबाई तिघीही बहिणी शिकल्या. विमला (जे. जे. स्कूल ऑफ आर्टच्या विद्यार्थिनी) त्याही कमलाबाईंसारख्या बॅडमिंटन उत्तम खेळत असत. या पार्श्वभूमीवर कमलाबाईंनी केंब्रिजपर्यंत धडक मारली. आणि प्रत्येक ठिकाणी आपला प्रथम क्रमांक कायम राखला. कसलीही प्रसिद्धीची हाव नाही. आयुष्यभर ज्ञानार्जन आणि विद्यार्थ्यांना प्रेमानं ज्ञान देणं, यात त्या रमल्या. सरकारी नोकरीतही त्यांनी देशहित पाहिलं. कुणाचाही दबाव सहन न करता उत्तम काम केलं.

या प्रखर बुद्धिमत्ता लाभलेल्या प्रेमळ, कर्तव्यतत्पर शास्त्रज्ञ 'स्त्री'ला माझे लाख लाख प्रणाम! त्यांना सरकारनं पद्म पुरस्कारानं सन्मानित करायला हवं होतं, असं वाटत राहतं.

◆

८/ मालतीबाई बेडेकर

विभावरी

बाळूताई खरे ऊर्फ मालतीबाई बेडेकर यांचा-माझा परिचय विश्राम बेडेकर या त्यांच्या लेखक पतीमुळे झाला. त्याचं रूपांतर, दोघांनीही माझ्याशी स्नेह जोडला त्यात झालं आणि त्यांच्या वरळीच्या घरी, पुण्याच्या घरी माझं जाणं-येणं वाढलं. दै. लोकसत्तामध्ये डिसेंबर १९८८ ते मे १९८९ या कालावधीत मी 'समाजऋणाच्या उतराई' ही लेखमालिका लिहिली. यात गाजलेल्या लेखिकांची सामाजिक कामगिरी आणि त्यांच्या लेखनप्रेरणेमागील त्यांची भूमिका त्या संबंधात मालतीबाईंशी बोलून लिहिलेला हा लेख आहे.

त्यानंतरही त्यांची एक मुलाखत मी लोकसत्तासाठी घेतली. त्या मुलाखतीचं मालतीबाईंनी दिलेलं शीर्षक होतं 'स्त्रिया या चूलखंडाच्या नागरिक.' ती मुलाखत खूप गाजली. झालं होतं काय की वृत्तपत्रांतून, टीव्ही, रेडिओवरून येणाऱ्या स्त्रियांवर होणाऱ्या अत्याचाराच्या बातम्या वाचून ८५ वर्षांच्या मालतीबाई अस्वस्थ होत. मी भेटले की म्हणत, 'तुम्ही स्त्रिया हे अत्याचाराचे प्रसंग सहन कसे करता? त्याविरुद्ध रान का उठवत नाही' म्हणून मग त्या संबंधात त्यांची मुलाखत घेतली होती.

नंतर त्या पुण्यात स्थायिक झाल्या. (तिथे त्यांनी त्यांचं शेवटचं 'खरे मास्तर' पुस्तक लिहिलं.) मग पत्रोत्तरं होत असत, मी जाऊन भेटत असे. ९६ वर्षांचं आयुष्य मालतीबाई जगल्या; पण शेवटी शेवटी त्यांना माणसं ओळखू येत नसत. त्यांचा वाढदिवस १ ऑक्टोबर. मी त्यांना भेटायला गेले होते २०००मध्ये. तेव्हा त्यांच्याभोवती काही परिचित मंडळी बसली होती; पण त्या मला किंवा त्या लोकांना ओळखतच नव्हत्या. सतत काही बोलत होत्या, कविता म्हणत होत्या. पुन्हा झोपायच्या, परत उठून बसायच्या.

मला त्यांनी विचारलं, 'काय गं, मी गेल्यावर माझी पुस्तकं वाचकांच्या मनात राहतील का? कारण, या पुण्यात माझी मी जिवंत असताना अंत्ययात्रा काढली गेली

म्हणून विचारते,' असं म्हणून त्या गप्प बसल्या. परत कविता म्हणू लागल्या. माझे डोळे भरून आले. प्रकांड पंडिता आणि तीव्र बुद्धिमत्ता असलेल्या या लेखिकेभोवती वार्धक्याने फास आवळत आणला होता. त्यांची ती स्थिती पाहवत नव्हती. विश्राम बेडेकर आधीच गेले होते. मुलगा श्रीकांत दूरदेशी आणि घरात काम करणारी बाई त्यांची शुश्रूषा करत होती. हृदयाला पीळ पाडणारं ते दृश्य होतं. सहा महिन्यांतच मालतीबाई गेल्या. ७ मे, २००१मध्ये; पण त्यांच्या अक्षरसाहित्यामुळे आजही त्यांची भेट होत असते, हेच समाधान त्यातल्या त्यात वाटतं.

विभावरी शिरूरकर, श्रद्धा, बीके, कटुसत्यवादिनी, एक भगिनी अशी टोपणनावं घेऊन लेखन करणाऱ्या आणि विभावरी शिरूरकर या नावाने महाराष्ट्रात, साहित्य जगतात वादळ निर्माण करणाऱ्या मालतीबाई, वृद्धत्वाच्या अवस्थेतही तेवढ्याच तडफदार होत्या. साहित्याशी अतूट असं नातं आता वाचनाच्या निमित्ताने आहे. अजूनही लेखन करण्याची इच्छा आहे; पण आता चौऱ्याऐंशीव्या वर्षी हातून होत नाही. तरी कुठेतरी थोडंफार लिहीत होत्या. सहा कादंबऱ्या, दोन लघुकथासंग्रह, पाच नाटकं, दोन नाटिका, एक चित्रपटकथा, पाच प्रबंध, पाच प्रौढ साक्षरांसाठी पुस्तकं, पाच भाषांवरील ग्रंथ हे सर्व त्यांचं लेखन आजही वाचनीय आहे.

याचं कारण समाजमनाचा वेध, त्यांची दुःखं याचा सखोल अभ्यास करून त्यांनी त्याचा लेखनात वापर केला आहे. आज परिस्थिती बदलली असली तरी प्रश्न कायम आहेतच.

आजच्या काळातही, या विज्ञानयुगातही मुलगी जन्माला आली की तिच्या शिक्षणापेक्षा तिच्या लग्नाची काळजी सुरू होते. इतका शिक्षणाचा प्रसार झाला तरी 'कन्या हे परक्याचं धन' हा संस्कार पुसला जात नाही. ज्या काळात मुलींची लग्नं सातव्या-आठव्या वर्षी होत होती (अजूनही खेड्यातून होत आहेत), समाज एका कर्मठ वातावरणातून जात होता, त्या पार्श्वभूमीवर मालतीबाईंचं किंवा बाळूताई खरे यांचं बालपण, तारुण्य हे सर्व विस्मय वाटावा असं व्यतीत झालं. याला कारण त्यांचे ठाम अशी वैचारिक भूमिका घेऊन जगणारे वडील अनंतराव खरे ऊर्फ अण्णा हे होत.

१ ऑक्टोबर, १९०५मध्ये बाळूताई आपल्या आजोळी म्हणजे आईच्या माहेरी अलिबाग तालुक्यातल्या 'आवास' या गावात जन्माला आल्या. वडिलांची ही दुसरी मुलगी. पहिली कृष्णा (कृष्णाबाई मोटे). बाळूताईच्या जन्मानंतर त्यांच्या आजोबांनी लगेचच जावयाला पत्र लिहिले, 'माझ्या मुलीला दुसरी मुलगीच झाल्याबद्दल वाईट वाटते.' बाळूताईच्या वडिलांचं उत्तर उलट टपाली आलं, 'मला मुलगी झाल्याबद्दल आनंद झाला आहे; कारण मी मुलींना उच्चशिक्षण देणार आहे.'

अशी १९०५मध्ये त्या काळाच्या मानाने क्रांतिकारी वाटणारी घटना पाळण्यातल्या

बाळूताईंच्या बाबतीत घडली. विलक्षण बुद्धिमत्ता आणि वडिलांचा पुरेपूर पाठिंबा असल्यामुळे परिस्थिती बेताची असली तरी शिक्षण घ्यायला कोणतीच अडचण बाळूताईंना पडली नाही.

पुण्याजवळच्या 'घोडनदी' इथं अमेरिकन मिशन स्कूलमध्ये बाळूताईचे वडील चित्रकला शिक्षक होते. तिथल्या मुलांच्या शाळेत बाळूताई जायला लागल्या. त्यांची बहीण व त्या अशा दोनच मुली त्या शाळेत होत्या. दहाव्या वर्षी पाचवी पास झाल्यावर मिशनऱ्याची बायको तिथल्या ख्रिश्चन मुलींना इंग्रजी शिकवी तेव्हा या दोघी बहिणी तिथे इंग्रजी शिकायला जात.

इंग्रजी पाचवीपासून वडिलांनी हिंगण्याला अण्णा कर्वे यांच्या वसतिगृहात शिकायला ठेवलं. तिथे पदवीधर होईपर्यंत म्हणजे १९२३पर्यंत त्या होत्या.

यातली एक आठवण बाळूताई सांगत, 'मी एकदा रेल्वेने चालले होते. १९२० साल असेल ते. तर आगगाडीच्या डब्यात बसून मी पुस्तक वाचत होते. आजूबाजूला बरीच पुरुष मंडळी होती. मी बाई असून पुस्तक वाचते आहे, म्हणून ते लोक आपसात कुजबुजायला लागले.' अर्थातच मालतीबाई आज हे सांगतात तेव्हा त्या काळी समाजाचा स्त्रीबद्दलचा दृष्टिकोन किती प्रतिगामी होता हे लक्षात येतं.

बाळूताईंच्या वडिलांचा प्रपंच मोठा. बाळूताईंसह पाच बहिणी व तीन भाऊ. घरात गरिबी होती, तरी सर्वांची शिक्षणं चालू होती. ज्या शाळेत अण्णा खरे नोकरी करत, तिथल्या मिशनऱ्यांनी अण्णांना बाटवायचा प्रयत्न केला; पण ते बधले नाहीत.

तेव्हा त्यांना रात्रीच्या वेळी काटेरी झाडात टाकून देण्यात आलं. सकाळी ते घरी आले तर रक्तबंबाळ अवस्थेत होते. बाळूताईंचे वडील धर्म बदलायला तयार नाहीत म्हणून शाळेने त्यांचा पगार कमी करून 'दहा' रुपये केला. आता ही मुलं, त्यांचं शिक्षण, घरखर्च कसा चालवायचा?

बाळूताईंची आई अशिक्षित होती. तिला अण्णांनी शिकवलं. प्रथम लिहायला-वाचायला शिकणं हे तिला पाप वाटे; पण नंतर ती शिकली आणि ती मुलांचा अभ्यास घेऊ लागली. मालतीबाई म्हणाल्या, 'वडिलांचा पगार कमी झाल्यावर आईनं एक म्हैस विकत घेतली आणि तिनं दुधाचा व्यवसाय सुरू केला.' त्या वेळी एखाद्या ब्राह्मण वर्गातल्या स्त्रीने असा व्यवसाय करणं हे निंद्य समजलं जाई. त्यामुळे 'खरे' घरावर टीका झाली.

पदवीधर झाल्यावर, मालतीबाई पुण्याच्या कन्याशाळेत संस्कृत, इंग्रजी, मराठी शिकवत. मग तिथं त्या लेडी सुपरिंटेन्डन्ट झाल्या. नोकरीबरोबर शिकवण्या करायला लागल्या; कारण सगळं बिऱ्हाड पुण्यात आलं होतं. नोकरी-शिकवण्या

करून 'अलंकार मंजूषा' हा प्रबंध लिहिण्यासाठी रात्री अकरा वाजेपर्यंत बसून त्या अभ्यास करत होत्या.

१९२८मध्ये त्या एम. ए. झाल्या. १९२३ ते १९३३ बाळूताई पुण्याच्या कन्याशाळेत असताना शाळा तपासायला येणाऱ्या दस्तुरबाईंनी त्यांना बी.टी.साठी मुंबईच्या कॉलेजमध्ये जायला खास परवानगी दिली. त्यामुळे बाळूताई १९३३ ते ३४ मुंबईत होत्या, तर १९३४ ते ३५ हिंगणे येथे हायस्कूल व वसतिगृहाच्या प्रमुख म्हणून काम पाहत होत्या.

पुण्यात असताना श्री. म. माटे यांनी अस्पृश्यताविरोधी व्याख्यानं दिली. ती ऐकायला बाळूताई जात. अण्णा कर्वे, वामनराव जोशी, वडील अण्णा खरे यांनी समाजासाठी काम करायला सांगितलं. मग बाळूताई नोकरी सांभाळून संध्याकाळी पुण्याच्या गुलटेकडी विभागात जात व तिथल्या लोकांना स्वच्छतेचे धडे देत आणि पुण्यापासून पाच मैलांवर सायकलने जाऊन वारजे या गावात त्या प्रौढ साक्षरतेचे वर्ग घेत.

एकदा बाळूताईंकडे एक अस्पृश्य मुलगा पाणी मागत होता, तेव्हा त्याही लहान होत्या. तरी त्यांनी पाणी दिलं; पण वडील म्हणाले, "घरातला पेला दे आणि तो तूच विसळून ठेव. अस्पृश्यता कसली मानता?" असं म्हणून वडिलांनी बाळूताईंच्या थोबाडीत मारली.

या संदर्भात आणखी आठवण बाळूताईंनी सांगितली. त्या हिंगण्याला असताना अण्णा कर्वे यांचं काम पाहायला महात्मा गांधी आले. त्यांना संस्थेची प्रमुख अधिकारी या नात्याने बाळूताईंनी माहिती दिली.

म. गांधी म्हणाले, "अस्पृश्यता पाळता की नाही?"

बाळूताई, "नाही."

"पंगतीला बसता?"

"हो."

मग पुढे गांधी म्हणाले, "वाढायची पाळी ठेवता?"

"नाही."

मालतीबाई म्हणाल्या, 'माझ्या घरी मी अनेकांना सांभाळलं, शिकवलं. कधी जात मानली नाही. विचारली नाही; पण त्या काळात संस्थेच्या नियमाप्रमाणे मी काम केलं.' हिंगण्याच्या संस्थेच्या त्या लाइफ मेंबर झाल्या. तिथे त्या एक वर्ष होत्या. काही गोष्टीत तडजोड शक्य नव्हती.

मग ती संस्था त्यांनी सोडली; मात्र तिथे असताना 'कळ्यांचे निःश्वास' आणि 'हिंदोळ्यावर' ही दोन पुस्तकं विभावरी शिरूरकर या नावाने लिहिली. 'सामाजिक दडपण आणणाऱ्या अनेक शक्ती समाजात आहेत. त्यामुळे मी टोपणनावानं

लिहिलं,’ असं मालतीबाईंनी १९८१च्या समांतर साहित्य संमेलनाच्या अध्यक्षीय भाषणात नमूद केलं आहे.

हिंगणे सोडल्यावर पैशाचा प्रश्न उभा राहिला. तेव्हा मुंबईला छबिलदास हायस्कूलमध्ये मुलींच्या शाळेत लेडी सुपरिंटेंन्डन्ट म्हणून त्या सहा महिने होत्या. १९३५मध्ये प्लुरसी झाली आणि नंतर सहा महिने आजारपणात गेले. पुन्हा काम नाही. वडिलांनी सांगितलं होतं, ‘अस्पृश्यांना बाटवलं जातं. त्यांच्यात जाऊन काम करा. तुम्हाला लग्न करावंसं वाटेल तेव्हा मी तुमचं लग्न करून देईन.’

मालतीबाई म्हणाल्या, ‘वयाच्या तिसाव्या वर्षापर्यंत मला कधी वाटलं नाही की लग्नबंधनात गुंतावं. आम्ही सर्व जण शिकत होतो. दोन बहिणी डॉक्टर झाल्या. एक आकडेशास्त्रज्ञ झाली. मी व कृष्णाबाई पदवीधर होऊन समाजकार्यात पडलो. भाऊ इंजिनिअर, पदवीधर झाले.’

पुण्यात एका बाटलेल्या व ख्रिश्चन झालेल्या एका हिंदू स्त्रीला परत धर्मात यायची इच्छा होती. तिला भेटण्यासाठी बाळूताईंना पाठवण्यात आलं. श्री. म. माटे व श्री. सहस्रबुद्धे खाली उभे राहिले. बाळूताई घरात गेल्या. वातावरण तणावपूर्ण होतं. घरातली सर्व माणसं धर्म स्वीकारून बसली होती. त्या बाईशी मालतीबाई बोलल्या.

पुण्याच्या शिवाजी मंदिरमध्ये मोठ्या समारंभपूर्वक तिला परत धर्मात घेण्यात आलं. तिच्या हातचं पाणी प्यायला पुरुषांना बोलावलं गेलं. मी प्यायला गेले तर माटे म्हणाले, ‘‘तू पिऊ नको. उद्या नवरा तुला घरात घेणार नाही.’’ सर्व पुरुष पाणी प्यायले. बायका प्यायल्या नाहीत. ही त्या वेळची परिस्थिती!

लग्नापूर्वी चार वर्षं म्हणजे बाळूताई ३४ साली बी. टी. करण्यासाठी मुंबईला होत्या तेव्हाच विश्राम बेडेकरांशी त्यांची ओळख झाली होती; पण ते चित्रपट व्यवसायात गुंतलेले. मुंबईची छबिलदासची नोकरी संपल्यावर १९३७ मध्ये सोलापूर येथे ‘क्रिमिनल ट्राइब्ज सेटलमेन्ट्स’ यांच्या वेलफेअर आणि शिक्षण विभागासाठी सुपरिंटेंन्डन्टची जागा भरायची होती. गोदावरी परुळेकर यांनी त्यांना हे सुचवलं. तिथे बाळूताई कामावर हजर झाल्या.

भटक्या जमातीच्या लोकांना तिथे घरं दिली होती. त्यांना रोज हजेरी द्यावी लागे. त्यांचं, मुलांचं, स्त्रियांचं पुनर्वसन याकडे लक्ष पुरवणं हे एक काम होतं. या लोकांना गुन्हेगार म्हणून ओळखलं जाई. तिथे असताना महाराष्ट्रातील सर्व रिमांडहोमच्या बाळूताई प्रमुख होत्या.

सोलापूरला त्या नोकरी करत होत्या; पण लक्ष मुंबईत होतं. त्या बेडेकरांच्या प्रेमात पडल्या होत्या. हे लग्न १९३८मध्ये झालं. त्या वेळी ३३व्या वर्षी मुलीनं लग्न करणं म्हणजे रूढी-परंपरेच्या विरुद्ध होतं. मुलींना अधिक शिकवलं म्हणून

टीका झाली. बाळूताईंच्या आईने दुधाचा व्यवसाय केला म्हणून लोकांनी नाकं मुरडली.

त्यात मुली वयाने वाढल्या तरी लग्न करत नाहीत, म्हणून नावं ठेवली गेली. त्यात बाळूताईंनी लग्न केलं ते चित्रपट व्यवसायातल्या माणसाशी. मग बायका बाळूताईंना विचारीत, "मग तू आता नटी म्हणून काम करणार का?"

बाळूताईनं उत्तर दिलं, "रूप नाही; नाहीतर केलं असतं."

लग्न झाल्यावर बाळूताई सोलापूरला आल्या आणि बेडेकर इंग्लंडला गेले. परत आल्यावर बेडेकर सोलापूरला बाळूताईंकडे आले. तेव्हाचं वर्णन त्यांनी केलं आहे. 'प्रशस्त घर, नोकरांची वर्दळ, सगळे भटक्या आणि गुन्हेगार वस्तीतले. घरातली मोलकरीण पूर्वी अट्टल दरोडेखोर होती. थोराड पण हसतमुख, बंगल्याचा बाळूताईंचा रखवालदार असलेला म्हातारा तुकारामाचे अभंग मधून मधून म्हणे; पण त्याने दोन-तीन खून केले होते. बाळूताई या चोरांच्या टोळ्यांची सुपरिंटेंन्डन्ट.'

१९४०मध्ये बेडेकर दांपत्याला मुलगा झाला आणि बाळूताईंनी नोकरी सोडून दिली व त्या पुण्याला आल्या. १९४० ते १९५६ मुलाचं संगोपन आणि लेखन केलं. सोलापूरच्या गुन्हेगार वस्तीतल्या अनुभवांवर 'बळी' ही कादंबरी १९५०मध्ये लिहिली व ती प्रसिद्ध झाली.

१९५१मध्ये पुण्यात असताना एक गंभीर आणि गमतीदार घटना घडली. काँग्रेसनं मालतीबाईंना उमेदवार म्हणून बोलावलं; पण मालतीबाईंना काँग्रेसची धोरणं पसंत नव्हती. एस.एम. जोशी, नानासाहेब गोरे यांनी त्यांना प्रजासमाजवादी पक्षाचं सभासदत्व दिलं आणि मालतीबाई विधानसभेच्या निवडणुकीला उभ्या राहिल्या. मालतीबाई म्हणतात, "ज्या मतदारसंघातून मी उभी होते ते सर्व लोक मला ओळखत होते. मला मतं मिळणार हेही नक्की होतं. मी माझ्या प्रचारसभा घेत होते. एका सभेत एक वक्ता शिष्टाचार सोडून हीन पातळीवर येऊन बोलला. हे मला आवडलं नाही. मग प्रचारासाठी माझी मीच हिंडायची आणि मतदान झालं. निकाल जाहीर झाला. मला एकही मत मिळालं नव्हतं. इतकंच काय, माझं मी दिलेलं मतही त्या मतपेटीत नव्हतं हे पाहून माझा या यंत्रणेवरचा विश्वास उडाला. पुन्हा यात पडायचं नाही, असं ठरवलं."

१९५२मध्ये मालतीबाईंना पीस मिशनतर्फे रशियाचं बोलावणं आलं. तिकडे जाताना नैतिक जबाबदारी म्हणून प्रजासमाजवादी पक्षाचा राजीनामा देऊन त्या गेल्या. तीन महिने त्या रशियात होत्या. तिकडून आल्यावर १९५६मध्ये मालतीबाई महिला सेवाग्राम या अनाथ स्त्रियांच्या आश्रमात विनावेतन काम करायला लागल्या. इथलं त्यांचं काम हे त्यांच्या मनातल्या 'स्त्री'विषयक जाणिवांना आव्हान होतं. मालतीबाईंनी 'वेद, पुराण, श्रुती, मिताक्षरा' हा हिंदू कायद्याचा ग्रंथ, ऋग्वेद अशा

ग्रंथांचा अभ्यास केला असल्यानं पूर्वी स्त्रियांना कसं वागवलं जाई आणि आज कसं वागवलं जातं आहे, याची खंत त्यांना होती.

त्यामुळे इथे सेवाग्रामात काम करताना स्त्रियांच्या दुःस्थितीचे जे अनुभव येत, त्याने त्या अस्वस्थ होत आणि या अनाथाला समाजानं, घरानं बहिष्कृत केलेल्यांचं पुनर्वसन कसं करता येईल इकडे आत्मीयतेनं लक्ष देत. आतापर्यंत मालतीबाईंनी नोकरी सांभाळून साक्षरता, स्वच्छता, शिकवणं असं काम केलं होतं. गुन्हेगार जमातीसाठी शिक्षण, वेल्फेअर हे काम वेतन घेऊन केलं होतं.

पण, वयाच्या विसाव्या वर्षापासून त्यांनी नोकरी केली ती घरासाठी; धावपळ, दगदग करत. मुलाच्या निमित्तानं नोकरी सोडून जेव्हा त्यांनी सेवाग्रामचं काम हाती घेतलं, ते निव्वळ दुसऱ्यासाठी आपण काही केलं पाहिजे या हेतूने प्रेरित होऊन. याआधी लेखनातून त्यांनी स्त्रियांची, तरुणींची, दलितांची दुःखं मांडली आणि अखेर सेवाग्रामात अशा स्त्रियांना परत माणसासारखं जगू देण्याचं सामर्थ्य द्यायला त्या गेल्या; पण कितीही काम केलं तरी मालतीबाईंना समाधान मिळत नव्हतं.

एकदा विश्राम बेडेकर विनोबा भाव्यांवर छोटा चित्रपट तयार करण्यासाठी त्यांच्याकडे गेले. तेव्हा मालतीबाईही बरोबर गेल्या होत्या. मालतीबाईंनी विनोबांना विचारलं- "मी या स्त्रियांसाठी काम करते आहे; पण त्यांचा आर्थिक प्रश्न सुटत नाही. त्यांचं पुनर्वसन होऊ शकत नाही. त्या परत येतात. तर काय करावं?" विनोबा म्हणाले, "आपण बोलू नंतर." पण परत कधी जमलं नाही. महागाईविरुद्ध निघालेल्या मोर्चात मालतीबाईंनी भाग घेतला, म्हणून त्यांना एक महिना येरवडा तुरुंगात काढावा लागला.

हे सगळे बाळूताई/मालतीबाई या स्त्री-लेखिकेच्या आयुष्याचे टप्पे झाले. या जीवनप्रवाहाचा प्रत्येक दिवस हा मालतीबाईंच्या मनातल्या सर्जनशील कलावंताला अस्वस्थ करत होता. नोकरी, समाजजाणिवेचं काम, याबरोबरच त्यांचं लेखन हा थक्क करणारा भाग आहे. चाळीस-पन्नास स्तंभलेखनाच्या स्वरूपात त्यांनी लेखन केलं. मौज, तरुण भारत, स्त्री, मनोहर, गृहलक्ष्मी, केसरी, झंकार, अरुण, दीपावली इत्यादी ठिकाणी त्यांचं जे लेखन चालू होतं, तेही सामाजिक जाणिवेचं. स्त्रियांचे शिक्षण, त्यांचा हक्क, त्यांचं समाजातलं स्थान हे त्यांचे विषय होते. स्त्रियांना कायद्याचा आधार किती आहे हे तपासण्यासाठी त्यांनी कायद्याचा अभ्यास केला.

महाराष्ट्रभर आणि महाराष्ट्राबाहेर जिथे मराठी माणसांची वस्ती आहे तिथे जाऊन त्यांनी व्याख्यानं दिली. जवळजवळ दोन हजार व्याख्यानं मालतीबाईंनी दिली. तीही याच विषयांवर. स्त्रियांची दुःस्थिती पाहून त्या व्यथित होत. घरातही त्यांनी निरनिराळ्या जातीची मुलं-मुली बाळगली. त्यांची शिक्षणं, लग्नं करून दिली. आजही वृत्तपत्रांत

अन्यायाच्या बातम्या वाचल्या की त्या हळहळ व्यक्त करतात व म्हणतात, 'तुम्ही बायकांनी या अन्यायाविरुद्ध रान उठवायला हवं.'

मालतीबाई म्हणतात, ''तेव्हा 'स्त्री'ला कायद्यानं कोणतेच अधिकार नव्हते. पुनर्विवाहाला संमती नव्हती. तिची स्थिती अगदी वाईट होती. आम्हाला शिक्षण मिळालं तसं सर्वांना मिळावं असं वाटे, म्हणून मी लिहिलं व व्याख्यानं दिली.''

मी म्हटलं, ''मालतीबाई, आता कायदे झाले आहेत, शिक्षणाचा प्रसार झाला आहे तरीही अत्याचार थांबलेले नाहीत.''

मालतीबाई म्हणतात, ''पुरुष सत्तेला मर्यादा नाहीत. पुरुषाचा 'काम'-स्त्रीला ग्रासून राहतो.''

पुस्तकांच्या संदर्भात 'घराला मुकलेल्या स्त्रिया' हे पुस्तक पाच हजार स्त्रियांचा अभ्यास करून लिहिलं. महिला सेवाग्राम, पंढरपूर अनाथाश्रम, श्रद्धानंद महिलाश्रम इथे येणाऱ्या स्त्रियांचा अभ्यास करून त्यावरून काढलेले निष्कर्ष या पुस्तकात मांडले आहेत. यासाठी मालतीबाईंनी कौटिल्याच्या अर्थशास्त्रावरून इ.स. पूर्वी तीनशे वर्षं स्त्रियांची किती प्रगत अवस्था होती हे मांडलं आहे, वात्सायनानं 'स्त्रीनं उपजीविकेसाठी ६४ कला शिकाव्यात', असं म्हटलं. यावरून नुसता स्त्री-शिक्षणाचा विचार नाही तर शाखोपशाखांनी स्त्री-शिक्षणाचा विचार केला, असं दिसतं.

भारतीय संस्कृती ही फार जुनी संस्कृती आहे. वेदापासून स्मृतीपर्यंत कोणीही उन्मार्गी 'स्त्री'ला निराधार करावी, असं म्हटलेलं नाही. स्त्री व पुरुष दोघंही स्खलनशील आहेत. फक्त 'स्त्री'लाच शिक्षा व्हावी व पुरुषाला शिक्षा नको, असं अन्याय्य वर्तन शास्त्रकारांचं नव्हतं; पण पुढे एक काळ असा आला, की 'स्त्री'ला नकळत झालेल्या पापापासून किंवा बळजबरीने ती भ्रष्ट झाली तर शुद्धीचा मार्गच ठेवला नाही. एवढंच काय; पण स्त्रीला एक न्याय व पुरुषाला एक न्याय येथपर्यंत मजल गेली.

भारतीय 'स्त्री' अधिकाधिक बंधनात कशी पडत गेली, हे मालतीबाईंनी अनेकं पुराण ग्रंथांच्या आधारे स्पष्ट केलं आहे. महिला सेवाग्राम या संस्थेत येणाऱ्या प्रत्येक 'स्त्री'ची कहाणी ऐकून तिचं पुनर्वसन करताना मालतीबाईंना आलेले अनुभव विदारक आहेत. फक्त 'महिला सेवाग्राम' मधल्याच स्त्रियांची पाहणी त्यांनी केली असं नाही, तर पंढरपूर, मुंबई इथल्या स्त्रियांची पाहणी केली.

या स्त्रियांच्या पतनाला जबाबदार, माहेर-सासरचे नातेवाईक, घरातल्यांची स्नेही मंडळी आणि परके लोक आहेत, याची आकडेवारी त्यांनी दिली आहे.

नवऱ्यानं टाकलेल्या, विधवा, बलात्कारित, संकटात सापडलेल्या अशा मुली व स्त्रिया संस्थेत येतात. ज्यांना संस्थेत आश्रय घ्यायची माहिती नसते, त्या वेश्या व्यवसायाला लागतात किंवा पुन्हा त्याच छळणाऱ्या नातलगांबरोबर राहतात.

आश्रमांचे संचालक चांगले असतील, ते जाणिवेचे असतील, तर स्त्रियांच्या पुनर्वसनाचं काम अधिक चांगलं होतं.

मी मालतीबाईंना विचारलं, "तुम्ही किती स्त्रियांचं पुनर्वसन केलंत?" तेव्हा त्या म्हणाल्या, "मला तर प्रत्येक केसमध्ये आव्हान वाटे. कुमारी मुलींना पालकांकडे पाठवणं, लग्न करून देणं, नातेवाईक, नवरा यांच्या ताब्यात देणं हे ठीक असलं तरी अनुभव असा येतो की, 'दारिद्र्य' हा भयंकर शाप असल्यानं काही वेळा स्त्रिया परत संस्थेकडे येतात. मला कामात समाधान मिळालं नाही, म्हणून तर मी विनोबांना काय करावं असा सल्ला विचारला; पण त्यांनी 'बोलू 'म्हटलं; परत बोलण्याची वेळ आली नाही."

एकशेतीस जातींतल्या पाच हजार स्त्रिया मालतीबाईंनी अभ्यासल्या. त्यातल्या काहींच्या सत्यकथा त्यांनी दिल्या आहेत. परदेशातही प्रश्न आहेत. कुमारी माता... त्यांची बेवारशी मुलं. या मुलांचं आयुष्य दिशाहीन असतं. हा समाजाला शाप आहे. त्यातून मुक्त व्हायचं असेल तर समाजानं आणि मुलाच्या खऱ्या पित्याने त्याची जबाबदारी उचलायला हवी.

मालतीबाई म्हणाल्या, "समाजाची घडी कशी व्हावी याचा शासनानं विचार करून तशी समाजनिर्मिती करण्यासाठी अविरोधानं झटलं पाहिजे, तरच हवा तसा समाज होणं शक्य आहे. कुटुंबशासन, शिक्षण संस्थांचं शासन, ग्रामशासन, नगरशासन, उपयुक्त संस्थांचं शासन, देशशासन या सर्वांत व्यक्ती व समाज कसा बनवायचा, याची पूर्ण जाणीव झाल्याखेरीज आणि सर्वत्र व्यवहारधर्माचे एकच शास्त्र असल्याखेरीज कुटुंबाची नवी घडण समाजाला बलिष्ठ करणार नाही."

आजही स्त्रियांवर होणारे अत्याचार, गर्भजल परीक्षा, मुलीचा गर्भ पाडून टाकणं, जयपूरच्या खासदाराच्या घरात मुलगी जन्मताच तिला ठार मारण्याचं प्रकरण, तीन लाख कोवळ्या मुलींची विक्री, या बातम्यांनी मालतीबाई संतप्त होतात. त्यांचा चेहरा लाल होतो. त्या उपरोधानं म्हणतात, "खरंच, या पृथ्वीवरून 'स्त्री' नष्ट व्हायला हवी. म्हणजे मग तरी पुरुषांना तिचं महत्त्व पटेल. तिचं अस्तित्व मान्य होईल."

लहानपणापासून समाजकार्याची आवड मालतीबाईंच्या मनात रुजवण्याचं काम त्यांचे वडील अण्णा खरे व श्री. म. माटे यांनी केलं. पैशाची गरज होती म्हणून त्यांना नोकरी करावी लागली; पण तीही स्त्रिया, मुलं, गुन्हेगार यांच्यासाठीच त्यांनी केली. उच्च शैक्षणिक पात्रता असून त्या उच्च स्थानावरती खुर्ची भूषवित बसल्या नाहीत, तर मनाच्या आतल्या स्तरातला उमाळा, कामाची तळमळ या प्रेरणांमुळे प्रत्येक माणसांमध्ये काम करत असताना त्यांच्या साहित्यात हा जाणिवेचा मूलस्रोत झुळझुळत राहिला. म्हणून किती केलं तरी आपण कल्याण करू शकत नाही, ही

खंत त्यांनी लेखणीत बुडवली आणि पददलितांची दु:खं वेशीवर टांगली. त्यामुळे विभावरी शिरूरकर हे नाव गाजलं.

अद्‌भुततेचं वलय विभावरी शिरूरकर या नावाभोवती निर्माण झालं. त्याने अनेक झंझावत निर्माण केले. 'कळ्यांचे नि:श्वास' हे पुस्तक मे १९३३ मध्ये प्रथम आलं. त्याची दुसरी आवृत्ती १९३४ मध्ये. लगेच १९३४ लाच 'हिंदोळ्यावर' आलं. 'विरलेलं स्वप्न' १९३६ मध्ये आणि अनेक ठिकाणी टोपणनावानं केलेलं स्तंभलेखन. यात मांडलेले स्त्रियांचे प्रश्न. यामुळे वादळाची अनेक आवर्तनं निर्माण झाली.

त्याही वेळी अनेक स्त्रिया कथा-कादंबऱ्या लिहीत होत्याच; पण मालतीबाईंसारखं स्त्रियांच्या प्रश्नांना वाचा फोडणारं ते लेखन नव्हतं. 'बाबांचा संसार माझा कसा होणार?' असं प्रौढ कुमारिकेने प्रथमच जाहीरपणे विचारलं असेल किंवा वाकडं पाऊल पडलेली 'स्त्री' ही वाईटच, तिची तशी परिस्थिती निर्माण करणारा पुरुष मात्र संभावित म्हणून मिरवतो. मुलगी परक्याचं धन म्हणून तिला कशाला शिकवायचं? तिनं उंबऱ्याच्या आत राहावं. तिला बुद्धी, भावना, विचार असतात हे सोईस्करपणे दुर्लक्षिलं गेलं, हे ढळढळीत सत्य प्रभावीपणे आपल्या लेखनात मांडून मालतीबाईंनी कर्मठ समाजाला गदागदा हलवून जागं केलं आणि महाराष्ट्रात एकच खळबळ उडाली.

पुन्हा विभावरी शिरूरकर हे टोपण नाव म्हणून विरोधक चरफडत बसले.

प्रथम सर्वांना वाटलं, स्त्रीचं नाव घेऊन लिहिणारा हा पुरुष असणार. मग तर्क सुरू झाले.

'कळ्यांचे नि:श्वास' या पुस्तकाला श्रीधर व्यंकटेश केतकर यांनी प्रस्तावना लिहिली; पण त्यांनाही हे पुस्तक कुणी लिहिलं हे माहिती नव्हतं. त्यांनी लिहिलं, 'सारस्वत समाजातली ही पदवीधर तरुणी आहे असं समजतं.' त्यानंतर इतकी टीका झाली की, त्याची छापील पृष्ठसंख्या दोन हजार पाने एवढी व्हावी. 'विश्ववाणी'मध्ये ना. र. अळेकर यांनी दहा लेखांक लिहिले.

विभावरी शिरूरकर, बी.ए. व त्यांचे वाङ्‌मय अशा एकूण चौदा कथा प्रसिद्ध झाल्या. 'विविध वृत्त' या वृत्तपत्रातून श्री. तटणीस यांनी टीका सुरू केली. के. नारायण काळे यांनी 'प्रतिभा' जुलै १९३४ च्या अंकात 'हिंदोळ्यावर' हा प्रदीर्घ लेख लिहिला. 'कळ्यांचे नि:श्वास' अश्लील आहे म्हणून टीका झाली. विभावरी शिरूरकरची प्रेतयात्रा काढली गेली. आचार्य अत्रे यांनी दोन व्याख्याने देऊन बाजू घेतली.

विभावरी शिरूरकर हे नाव कुणाचं यासाठी अकरा नावं पुढे आली. त्यात भा. वि. वरेरकर, वि. स. खांडेकर, कुसुमावती देशपांडे इत्यादींचा समावेश होता.

शेवटी नाव जाहीर करा म्हणून हाकाटी झाली.

'विभावरीचे टीकाकार' हे पुस्तक १९३९मध्ये श्री. द्वा.भ.कर्णिक व ब्रह्मानंद नाडकर्णी यांनी संपादित करून प्रसिद्ध केलं. त्यांनी लिहिलं आहे, 'दोन हजार पृष्ठे भरतील इतका मजकूर होता; पण आम्ही दोनशे पृष्ठे भरतील एवढा घेतला. शिवाय 'प्रभात', 'त्रिकाळ' इत्यादी नऊ दैनिकांतला मजकूर उपलब्ध होऊ शकला नाही.'

या संदर्भात मालतीबाई म्हणतात, 'मी नाव जाहीर केलं असतं तर मला लोकांनी गाडून टाकलं असतं, नोकरी गेली असती.' इतकं अफाट गाजण्याचं भाग्य कुणा 'स्त्री' लेखिकेला लाभलं आहे? मालतीबाईंचं नाव गुप्त राहिलं याला कारण त्यांचे प्रकाशक मेहुणे हरिभाऊ मोटे.

या संदर्भात विश्राम बेडेकरांनी 'एक झाड दोन पक्षी'मध्ये लिहिलं. 'नाटक' लिहिण्याचा विषय बाळूताईंनी पुन्हा काढला नव्हता, काही दिवसांतच त्यांनी हरी मोटेंबरोबर सांगलीला येऊन 'हिंदोळ्यावर' कादंबरीचं हस्तलिखित मला वाचायला दिलं आणि 'विभावरी शिरूरकर' हे नाव गुप्त ठेवायला कटात सामील करून घेतलं.

महाराष्ट्रात मुंबई, पुणे, औरंगाबाद, सोलापूर, कोल्हापूर, नागपूर, अमरावती इथे या नावाबद्दल, लेखनाबद्दल सभा झाल्या. त्यात मुंबई रॉयल ऑपेरा हाउसमधली सभा गाजली. महाराष्ट्राबाहेर पणजी, इंदूर, खांडवा इथे सभा झाल्या. शिवाय कॉलेजमधून, भगिनी मंडळं, अभ्यास मंडळं, ग्रंथसंग्रहालयं यातही सभा झाल्या. 'नाव जाहीर करा' हा धोशा सर्वांनी लावला; पण त्या वेळी विभावरी शिरूरकर पडद्याबाहेर आल्या नाहीत.

नंतर दहा-बारा वर्षांनी 'साखरपुडा' या चित्रपटाची कथा मालतीबाईंनी लिहिली, तेव्हा शेवटी सही केली मालतीबाई बेडेकर ऊर्फ विभावरी शिरूरकर आणि वरून शांत झालेल्या दबलेल्या वादाचं रहस्य असं अचानकपणे खुलं झालं.

वृद्धत्वामुळे आता बाहेर फिरण्यावर मर्यादा पडल्या आहेत. तरी पंचेंद्रियासह बुद्धी आहे तशी विलक्षण तरतरीत आहे. जाणिवा बोथट झाल्या नाहीत तर समृद्ध अनुभवाबरोबर अतिउत्कट झाल्या आहेत. भारतातच नव्हे, तर जगात घडणाऱ्या 'स्त्री'वरच्या अत्याचारी घटनांनी त्या व्याकूळ होतात. हा माणुसकीचा कळवळा असतो. त्यात पांडित्याचा थाट नसतो. त्यांच्याशी बोलताना त्यांच्यातल्या 'स्त्री'त्वातला चिरंतन असा वात्सल्याचा प्रत्यय जाणवत राहतो.

आज त्यांचा एकुलता एक मुलगा अमेरिकेत आहे. त्याचा फोन येणं, नातवाशी बोलता येणं हा त्यांच्या आनंदाचा क्षण असतो. मालतीबाईंजवळची आणखी एक विलक्षण गोष्ट म्हणजे त्यांचा होमिओपॅथीचा अभ्यास. त्यातली कोणतीही पदविका त्यांच्याकडे नाही; पण स्वत:च्या प्रकृतीसाठी त्या स्वत:च औषधं पारख करून

घेतात. काकांनाही (विश्राम बेडेकर) देतात आणि कुणी ओळखीच्या माणसानं विचारलं तर त्यालाही देतात. वरळीच्या प्रशस्त घरात दोघं एकमेकांना सांभाळत आहेत. कधी नव्हे एवढा शांत एकांत या साहित्यिक जोडप्याला आता वृद्धत्वामुळे मिळाला आहे.

मला तर मालतीबाई ज्ञानेश्वरांनी वर्णिलेल्या 'साहित्य सोनियाचिया खाणी'तल्या अनमोल रत्नासारख्या तेजस्वी वाटतात.

कारण अस्सलतेचं तेज कधीच कमी होत नसतं!

त्यांनी साक्षरतेचे वर्ग चालवले. अखिल भारतीय स्त्री परिषदेचं कार्य केलं. १९५६ ते १९६२ महिला सेवाग्राम या अनाथ स्त्रियांच्या आश्रमात विनावेतन काम केलं. कन्याशाळेची गर्ल गाइडची कॅप्टन, प्रौढ शिक्षण समिती, बालसाहित्य समिती या सरकारनं नेमलेल्या समितीवर काम केलं. असं हे मालतीबाईंचं विलक्षण व्यक्तिमत्त्व आहे आणि होतं.

समांतर साहित्य संमेलाच्या मालतीबाईंच्या अध्यक्षीय भाषणातला अंश (१९८१, मुंबई)

'आपण कुठेही, कितीही लपून बसलो तरी लोभाच्या, लाचारीच्या, लांगूलचालनाच्या या सध्याच्या साथीपासून आपला बचाव होणं कठीण आहे. ही लागण आणखी पसरली. कमी-जास्त लाभासाठी सत्तेपुढे शेपट्या हलविणारे प्राणी बघण्याची लोकांना सवय झाली, तर न जाणो उद्या एखादा प्रतिभावंत नाटककार पुढे येईल आणि तो घरातील पाळीव प्राण्यांवर नाटक लिहील! ते फार यशस्वी होईल अशी मला भीती वाटते; कारण माणसांचं रूपांतर भरभर पाळीव प्राण्यात होत आहे. साहित्य म्हणजे जीवनाचा पडसाद हे खरेच आहे; पण तो माणसांच्या जीवनाचा पडसाद असतो– साखळीला बांधलेल्या पाळीव प्राण्यांच्या जीवनाचा नव्हे.'

◆

९ / कुसुमावती देशपांडे

कुसुमानिल

थोर लेखिका कुसुमावतीबाई अखिल भारतीय मराठी साहित्य संमेलनाच्या पहिल्या स्त्री अध्यक्ष म्हणून निवडून आल्या. हे संमेलन ऑक्टोबर १९६१मध्ये ग्वाल्हेर इथे भरलं होतं. हे त्रेचाळिसावं संमेलन होतं.

१० ऑक्टोबर, १९०४ मध्ये जन्मलेल्या कुसुमावतीबाई प्रकांड पंडिता होत्या. अ. भा. साहित्य संमेलन ऑक्टोबर ६१मध्ये झालं आणि पुढच्याच महिन्यात १७ नोव्हेंबर, १९६१ला हृदयविकाराच्या झटक्याने अवघ्या ५७व्या वर्षी त्यांचं निधन झालं. एक थोर लेखिका काळाच्या पडद्याआड गेली; परंतु अभ्यासकांना, वाचकांना विचार करायला लावणारं अक्षरधन मागे ठेवून गेली. मुख्यत:, कुसुमावतींबद्दल जरी जाणून घ्यायचं असलं तरी कवी अनिलांचा संदर्भ अपरिहार्य आहे.

कुसुमावतीबाईंचे कथासंग्रह 'दीपकळी' (१९३५), 'दीपदान' (१९४१), 'मोळी' (१९४६) आणि 'दीपमाळ' हा त्यांचा ३९ निवडक कथांचा संग्रह वि. स. खांडेकरांनी संपादित केला. समीक्षात्मक तीन ग्रंथ - 'पासंग' आणि 'मराठी कादंबरीचे पहिले शतक : भाग १ व २.' इंग्रजी - 'रमाबाई रानडे यांच्या आठवणी' या पुस्तकाचा अनुवाद, 'द स्ट्रगल ऑफ मॉडर्न मॅन' या एफ. जी. पियर्स यांच्या पुस्तकाचा अनुवाद.

बाल साहित्य, स्फुट साहित्यलेखन, आधुनिक वाङ्मयातील विचारप्रवाह, आजकालचे लेखन- ह. ना. आपटे, 'रूपसी' या कवयित्री शांता शेळके यांच्या कवितासंग्रहाला प्रस्तावना, असं अन्य महत्त्वाचं लेखन त्यांनी केलं.

मराठी भाषेचा अभ्यास, अध्यापन याबद्दलची अध्यक्षीय भाषणात केलेली मीमांसा, असं सगळं वैचारिक आणि वाचनीय लेखन त्यांनी केलं. या सगळ्या लेखनापूर्वीचं पत्रलेखन 'कुसुमानिल' या अडीचशे पानांच्या पुस्तकात ग्रथित झालं आहे.

कुसुमावतीबाईंच्या मृत्यूनंतर प्रकाशक हरिभाऊ मोटे यांनी कुसुमावतींचे पती

कवी अनिल ऊर्फ आत्माराम रावजी देशपांडे- जे हरिभाऊंचे गाववाले म्हणजे उमरावतीचे असल्याने मित्रही होते त्यांनी- कुसुम आणि कवी अनिल यांचा त्यांच्या लग्नापूर्वीचा म्हणजे १९२२ ते १९२७ या पाच वर्षांच्या काळातला पत्रव्यवहार अनिलांकडे पुस्तकासाठी मागितला. लग्नापूर्वी असलेल्या प्रेमाच्या कालखंडातली ही पत्रं दोघांनी एकमेकांना इतकी लिहिलेली होती की ते पुस्तक आठशे छापील पानांचं झालं असतं; पण प्रकाशक हरिभाऊ मोटे यांनी छापील अडीचशे पानं होतील इतकीच पत्रं घेऊन 'कुसुमानिल' या नावानं पुस्तक छापलं.

आपण नाटक, चित्रपट, कादंबरी यामध्ये नायक-नायिकांचं प्रेमी जीवन पाहतो, वाचतो, अनुभवतो. प्रेमिकांच्या दोन्ही घरांतून जर त्यांच्या विवाहाला नकार असेल तर मग भेटी बंद. पत्र दुसऱ्या पत्त्यावर चोरून पाठवायची, घरातल्या मंडळींनी पाळत ठेवणे वगैरे सर्व गोष्टी कुसुमावती व अनिल यांनी अनुभवल्या. तरीही या पत्रांतून इंग्रजी, मराठी साहित्याचे संदर्भ दिले गेले. तेव्हापासून अनिलांमध्ये तर कवितेचे कोंब फुटले, असं म्हणता येतं; कारण या काळातली कविता या लेखात दिली आहे.

या पत्रव्यवहाराचा काळ म्हणजे पहिल्या महायुद्ध समाप्तीनंतरचा, १९२१ पासूनचा. (प्रत्यक्ष पत्रव्यवहार २२ सालापासून सुरू झाला.) हा काळ भारतात एक प्रकारे नवजागृतीचा काळ होता. युद्धाला मदत केली तर युद्धसमाप्तीनंतर निर्भेळ स्वातंत्र्य जरी नाही तरी डोमिनियन स्टेट्सस्वरूप स्वराज्याचे हक्क मिळतील, ही आशा मॉंटेग्यू- चेम्सफर्ड सुधारणांनी पुरी मालवली होती. उलट जालियनवाला बागेतील हत्याकांडासारख्या प्रकरणामुळे सारा देश संतप्त झाला होता. त्यामुळे सामाजिक सुधारणा वगैरे प्रश्नांना बरेच गौणत्व प्राप्त होऊन राजकीय चळवळीला नवा जोम चढला. टिळक युग संपून महात्मा गांधी युग उदयास येत होते. त्यात राजकीय चळवळ ही मूठभर सुशिक्षितांचीच न राहता तिला बहुजनसमाजव्यापी रूप येऊ पाहत होते. सर्वांचीच त्यातल्या त्यात विद्यार्थ्यांची मने नेत्यांच्या भाषणांनी सरकारविरुद्ध सारखी सळसळत होती. शाळा-कॉलेजांतून पूर्वी कधी न आढळलेली बंडखोर वृत्ती उफाळून येत होती. असहकाराची हाक केव्हाच कानी आली होती.

समाजाला आलेल्या या लाटाकल्लोळांच्या भरतीने सामाजिक सुधारणांना होणारा उघड व कडवा विरोध जरी बराचसा विझून गेल्यासारखा दिसला, तरी अंतरीची धुगधुगी पार विझलेली नव्हती. प्रागतिक आघाडीच्या अग्रभागी वावरणाऱ्या प्रतिष्ठित लोकांच्या मनावरचीसुद्धा रूढीची, परंपरेची पकड ढिली झाली आहे, असे आढळून येत नव्हते. त्यामुळे व्यासपीठावर बोलताना प्रकट होणारे विचार व प्रत्यक्ष व्यवहारातील आचरण यात एक मोठीच तफावत पडे. या पत्रव्यवहारात आढळणारा कुसुमावतींच्या जयवंत कुटुंबातील वडील मंडळींचा विरोध काहीसा याच स्वरूपाचा

होता, असे म्हणावे लागेल.

त्या वेळीही एकीकडे उच्च वा मध्यमवर्गीयांत मुलींना शिक्षण दिले पाहिजे, हे समाजातील समंजस व्यक्तींना बहुतांशी मान्य झाले होते. तरी महाविद्यालयीन शिक्षण व त्याचबरोबर येणारी स्वतंत्र विचारांची वृत्ती याला वडील मंडळी बिचकत असत. त्यामुळे इंग्रजी चौथी-पाचवी झाली, तार वाचण्यापुरते इंग्रजी येऊ लागले, की पुरे असे वाटू लागे. फार फार तर मॅट्रिक करून मुलींची लग्ने, त्या कह्याबाहेर जाण्याआधी उरकून टाकण्यात येत. त्यामुळे शालेय शिक्षण घेतलेल्यांपैकी फारच थोड्या विद्यार्थिनी महाविद्यालयात प्रवेश घेत. तेथील सुसंस्कृत, स्वतंत्र वृत्तीला पोषक अशा वातावरणाचा अनुभव घेत. तो घेतल्यावरही स्वत:चे उमललेले भावविश्व, स्वतंत्र वृत्तीने आचरणात आणण्याचे धैर्य फारच क्वचित विद्यार्थिनींत आढळे. खुद्द अनिल कवींनीच विमला देशपांडे यांच्या 'भरारी' या काव्यसंग्रहाला 'पुन:प्रत्यया'त्मक प्रस्तावना लिहिताना त्या वेळच्या कॉलेजजीवनाचे वर्णन केले आहे. त्यात चांगलेच अनुभवाचे बोल असल्याने ते येथे उद्धृत करते.

> खरे म्हणजे महाविद्यालयीन विद्यार्थ्यांत विद्यार्थिनींचे प्रमाणच फार अल्प असे. हजार-पंधराशे विद्यार्थी असलेल्या त्या वेळच्या फर्ग्युसन कॉलेजात फक्त पंचवीस विद्यार्थिनी होत्या व शंभर-सव्वाशे मुले असलेल्या एआरच्या वर्गात सहा-सात विद्यार्थिनी होत्या. त्यामुळे सर्वच विद्यार्थिनी मुलांच्या कुतूहलाचा विषय होऊन बसत. शिवाय आजच्यासारखे मुला-मुलींचे मोकळे वागणे त्या वेळी घरातसुद्धा चालत नसे; मग बाहेर कुठून असणार! त्यामुळे महाविद्यालयीन वातावरणात मुली नेहमीच दबल्यासारख्या वागत.

या प्रेमकहाणीतील मुख्य पात्रे म्हणजे अर्थात हा ए.आर. म्हणजे अनिल व कुसुम; पण त्याचबरोबर पत्रव्यवहारात वारंवार उल्लेखिल्या जाणाऱ्या दोन सुहृद व्यक्ती म्हणजे बाबा व विमल. यांनाही या प्रणयसंबंधात बरेच महत्त्व आहे. एआर हा पीवायचा निकट मित्र आणि कुसुम ही विमलची जिवलग मैत्रीण होती. एआर व कुसुमचे एकमेकांवर प्रेम जडण्यास जरी ती मैत्री कारणीभूत नव्हती, तरी ते परस्पर प्रकट झाल्यावर मात्र बाबा व विमल यांची मैत्री खूप साहाय्यभूत झाली.

१९१९मध्ये ए. आर. देशपांडे व त्याच वर्षी हुजूरपागेतून पास होऊन स्कॉलर विद्यार्थिनी म्हणून विमल कोल्हटकर ही फर्ग्युसनमध्ये आली. कुसुम मात्र नंतर म्हणजे दोन वर्षांनी १९२१मध्ये फर्ग्युसनमध्ये आली. त्या वेळी एआर ज्युनिअर बीएच्या वर्गात होता. ही सारी वऱ्हाडी मंडळी वसतिगृहातच राहणारी होती. त्या काळी एआर डिबेटिंग सोसायटीत बराच भाग घेत असल्याने व त्याच्या काहीशा स्वप्नाळू कवी वृत्तीने सहाध्यायी विद्यार्थ्यांत चांगलाच प्रिय झाला होता. कुसुम ही

नवीन आलेली विद्यार्थिनी बुद्धिमान म्हणून माहिती होतीच; पण त्याहीपेक्षा तिच्या रूपसौंदर्यानेच ती कॉलेजच्या त्या विश्वात सगळ्यांच्याच नजरेत भरत असे. अनिल आणि कुसुम यांची पहिली भेट झाली, ती अशीच डिबेटिंगचा कार्यक्रम ठरविण्याच्या निमित्ताने; पण ती पाचच मिनिटांची भेट दिठीला दिठी मिळवणारी होती. कुसुमचे ते डिबेटिंगमधील बोलणे बरेच गाजले.

याच वर्षात एआरने दोन-चार कविता लिहिल्या व त्या त्याच्या निकटवर्ती मित्रमंडळींना माहीत झाल्या. त्या बाबाकडून विमलला व विमलकडून त्या कुसुमपर्यंतही पोहोचल्या. त्या कविता खूपच सूचक होत्या. त्यात परस्परांना प्रेमाची ओळख पटत होती, प्रतिसाद जाणवत होता. अखेर कुणीतरी या निःशब्द भावगर्भ प्रेमभावनेला वाचा फोडलीच पाहिजे, म्हणून २ जुलै, १९२२ला एआरने कुसुमला श्लेषावगुंठित शब्दांत एक पत्र पोहोचते केले. कुसुमने त्याचे लगेच उत्तर दिले व इथूनच ही 'कुसुमानिल' पत्रे सुरू झाली.

कुसुमला येणारी एआरची पत्रे त्या काळी वसतिगृहातील तिच्या काही मैत्रिणी मोठ्या कुतूहलाने वाचायच्या. अर्थात एआरची पत्रे व कविता वाचून एआरचे कुसुमवर प्रेम जडले आहे, असे त्यांना वाटू लागले व कुसुमचाही त्याला प्रतिसाद आहे, हे तिच्या वागणुकीवरून त्यांना दिसतच होतं; पण हे प्रेम कशा प्रकारचे हा प्रश्न त्या वेळी चांगलाच चर्चिला गेला. इथे त्या वेळच्या मुलींची मनःस्थिती व त्यांना घडवणारी पार्श्वभूमी समजावून घेणे बरेच अगत्याचे आहे. त्याखेरीज मुलींच्यात अशी चर्चा का व्हावी, हे कळणार नाही.

अशा रीतीने जरी बुद्धिमान, महत्त्वाकांक्षी मुली ध्येयवादाने प्रेरित होऊन समाजकार्याची, शिक्षणाची स्वप्ने पाहत असल्या तरी त्यांचे तरुण मन व शरीर ध्येयस्वप्नांबरोबरच तारुण्यसहज स्वप्ने रंगविण्यातही तितकेच रंगून जाई. स्वाभाविकच होते ते. स्त्री-पुरुषांचे तारुण्यसुलभ आकर्षण, प्रेमभावना त्या दाबून टाकू शकत नव्हत्या; पण मनातील आदर्शवादानं असं आकर्षण त्या काळी तरी फारच निराळ्या रीतीने धरून चालण्याची प्रथा आली होती. 'आमची मैत्री आहे, पण ती विशुद्ध आहे' (म्हणजे त्यात विषयेच्छेचा भाग नाही.) असे कितीतरी तरुण मुली अट्टहासाने सांगत व स्वतःच्या मनाशीही ही कल्पना अगदी घट्ट धरून ठेवत. त्यामुळेच त्या काळच्या महाविद्यालयीन जगात व सुशिक्षित स्त्री-पुरुषांत 'प्लॅटॉनिक लव्ह' हा शब्द खूप रूढ झाला होता. प्लॅटॉनिक लव्हचा भारतीय संस्कृतीच्या सापेक्षतेत समजणारा सरळ शब्द म्हणजे 'बंधु-भगिनीप्रेम' हा होय. त्या काळी तरुण स्त्री-पुरुषांच्या प्रथम आकर्षण कालात एकमेकाला 'दादा' व 'ताई' म्हणून संबोधण्यातून, 'आमचे प्रेम आहे, पण ते बहीण-भावासारखे आहे, उगीच तुमच्या पापी नजरेने त्याचा निराळा अर्थ लावू नका किंवा नसते संशय घेऊ नका,' असे तरुणी इतरांना

पुष्कळदा बजावत व स्वत:चीही दृढ समजूत करून घेत. वैषयिक आकर्षण म्हणजे एक प्रकारचे पाप, अशी त्यांची समजूत असे.

पुढे एकदा एआरचे प्रेम कशा प्रकारचे आहे, ते विशुद्ध आहे का, अशी शंका मैत्रिणीने घेताच रागाच्या भरात कुसुमने एआरच्या तीन-चार स्वत:च उतरून घेतलेल्या कविता फाडून फेकून दिल्या, पहिली पत्रेही फाडली, हे सर्व वरील कल्पनांचे संस्कार झालेले असल्यामुळेच. विमल व बाबा यांनी लग्न करावयाचे ठरविल्यावर कुसुमची जी प्रतिक्रिया झाली- विशुद्ध प्रेमभावनेला त्यांनी निष्कारण कलंकित केले, असे वाटले- तो या कल्पनासंस्काराचाच परिणाम.

आजच्या काळात जातिनिर्बंध तोडून विवाह होणे हे लोकांच्या बरेचसे अंगवळणी पडू लागले आहे; पण त्या काळी, कधी न झालेली, कधी न ऐकलेली अशी ती गोष्ट होती. त्यामुळे समाजात वादळ उठे. ब्राह्मणातील भिन्न शाखांमध्येसुद्धा तेव्हा विवाह होत नसत; मग आंतरजातीय कुठून होणार? ब्राह्मण व प्रभू असा आंतरजातीय संबंधाचा हा बहुधा पहिलाच प्रणयपूर्वक झालेला प्रेमविवाह असावा. शिवाय जातिविषमतेइतकीच या विवाहात दुसऱ्याही एका विषमतेची धोंड होती, ती म्हणजे आर्थिक विषमतेची. कुसुमचे वडील रावबहादूर जयवंत त्या काळी उमरावती, नागपूर या ठिकाणी एक नामवंत, प्रतिष्ठित, श्रीमंत वकील. त्यांना जनमानसात व सरकार-दरबारी मान होता. एआर हा देशपांडे घराण्यातील असला तरी ते देशपांडे घराणे इतके श्रीमंत नव्हते. ही आर्थिक विषमता कुसुमच्या वडिलांना बेचैन करून सोडत असावी. आपल्या सुंदर, बुद्धिमान मुलीला कसे छान, प्रतिष्ठित, सुंदर स्थळ मिळाले असते, ते सोडून तिने हा कोण साधा, एक वकील होणारा पोरगा शोधावा, हे सारखे त्यांना डाचत होते. म्हणूनच त्यांनी टोकाचा विरोध केला. नाना क्लृप्त्या योजल्या; पण अखेर शंकराला वरणाऱ्या पार्वतीप्रमाणे कुसुमने आपल्या आत्मारामालाच माळ घातली.

'कुसुमानिल' पत्रव्यवहारात ग्रथित झालेली प्रेमकहाणी अशा प्रकारची आहे. त्यात काव्य आहे, नाट्य आहे, आशा-निराशेची ऊन-सावली आहे, विरहाचे करपून टाकणारे ऊन आहे, शेवटी सायंतारा पण उगवला आहे. प्रणयाचे सारे रंग, फिक्कट गहिऱ्या छटांनी येथे फुलून आलेले आहेत आणि सर्वांत विशेष म्हणजे ही एक सत्य कथा आहे, संबंधितांनी पन्नास वर्षांपूर्वी स्वत:करिता लिहून ठेवलेली. वास्तविक अशी पन्नास वर्षे जतन करून ठेवलेली वैयक्तिक पत्रेच मिळणे कठीण; पण ती मिळाली व या कहाणीद्वारा रसिकांना सत्य व सुंदरता यांचा अपूर्व मिलाफ असलेल्या एका मनोज्ञ प्रणयचित्राचे दर्शन झाले. (संदर्भ - 'कुसुमानिल' पुस्तकाच्या कृष्णाबाई मोटे यांच्या प्रस्तावनेतून)

१९०४मध्ये जन्मलेल्या कुसुमावतींना उमरावतीसारख्या गावात राहूनही आई-वडिलांनी उत्तम शिक्षण दिलं. अगदी तिथल्या रोमन कॅथलिक चर्चनं चालवलेल्या प्राथमिक कॉन्व्हेन्टमध्ये घातलं. मग उमरावती गर्ल्स हायस्कूल आणि नंतर १९१७पासून पुण्याच्या हुजूरपागेत आणि नंतर महाविद्यालयीन शिक्षण पुण्यातच फर्ग्युसनमध्ये झालं. मॅट्रिकला त्या पहिल्या वर्गात पारितोषिक आणि शिष्यवृत्ती मिळवून पास झाल्या.

कुसुमावतींचं पहिलं नाव कुसुम रामकृष्ण जयवंत. उमरावतीमध्ये त्या जन्मल्या. शालेय शिक्षणही तिथेच झालं. वडील वकील होते. कवी अनिल (आत्माराम रावजी देशपांडे) उमरावतीतच राहत होते; पण तिथे दोघं एकमेकांना ठाऊक नव्हते. दोघंही पुण्यात फर्ग्युसन कॉलेजात शिकायला आल्यावर पहिली भेट झाली. मुला-मुलींची वसतिगृहं वेगवेगळी होती; परंतु मित्र-मैत्रिणींच्या मार्फत प्रेमाला धुमारे फुटले. अनिलांचा जन्म सप्टेंबर १९०१चा, त्यामुळे ते कॉलेजात पुढे होते.

त्या काळात आंतरजातीय विवाहाला पालक, नातलग, समाज यांची मुळीच मान्यता नसे. आजही त्याचा प्रत्यय आपल्याला येतो. कुसुमावतीबाई प्रभू तर अनिल ब्राह्मण. दोन्ही घरांतून नकार; पण अनिलांचे आई-वडील त्या मानानं सुधारक होते. त्यांनी अनिलांचं म्हणणं मान्य केलं; पण कुसुमावतींच्या घरी नकारच होता. मग त्यांना पुण्यातून काढून नागपूरच्या कॉलेजमध्ये घातलं गेलं. दोघंही प्रथम बहीण-भाऊ या पद्धतीनं पत्र लिहीत. अनिलांना सर्व जण 'अप्पा' म्हणत. कुसुमावती शेवटपर्यंत त्यांना 'अप्पा' या नावानंच पत्र लिहीत. प्रथम अनिल 'कुसुमताई' म्हणत. मग हळूहळू पत्राची भाषा बदलत गेली. समाज इतका कर्मठ, की तरुण मुलानं तरुण मुलीशी बोलणंही त्या वेळी निषिद्ध होतं.

कवी अनिलही आपलं शिक्षण उत्तमरीत्या संपवून उमरावतीत वकिली करत होते. कुसुमावतींच्या वडिलांनी ठरवलं की मुलीला इंग्लंडला शिकायला पाठवायचं. त्याप्रमाणे कुसुमनं तिथली परीक्षा दिली आणि तिला लंडन विद्यापीठाची शिष्यवृत्ती मिळाली ती तीन वर्षांसाठी.

१० सप्टेंबर, १९२७ला कुसुमावतीबाई लंडनला जाण्यासाठी बोटीत चढल्या. कुसुमावतीबाईंच्या वडिलाचं मला खूप कौतुक वाटतं. आजही मुलींच्या शिक्षणाचा बट्ट्याबोळ होत असताना- त्या काळात म्हणजे परदेशी जाऊन आल्यावर प्रायश्चित्त घ्यावं लागायचं- त्या काळात आपल्या बुद्धिमान, देखण्या तरुण मुलीला त्यांनी लंडनला शिकायला पाठवलं. केवढी ही दूरदृष्टी! भले, अनिलांपासून तिनं दूर जावं हाही हेतू वडिलांच्या मनात असू शकतो. आजही इंटरनेट, स्मार्टफोनच्या जमान्यात कितीतरी मुलींना आणि मुलांनाही शिक्षणापासून वंचित राहावं लागतंय. एकीकडे या वास्तवाची खंत वाटते, तर दुसरीकडे कुसुमावती व त्या काळात ज्या मुलींना उच्च शिक्षण मिळालं, त्यांचा अभिमान वाटतो.

कुसुमावतीबाई सप्टेंबर १९२७ मध्ये लंडनला जाण्यासाठी बोटीने निघाल्या. लंडनला त्या तीन वर्षं राहणार होत्या आणि उच्च शिक्षण घेणार होत्या. लंडनच्या वेस्ट फिल्ड कॉलेजमध्ये त्या दाखल झाल्या. त्यांचा तिथला पत्ता होता, १६५ आश्ले गार्डन, एस डब्ल्यू १, लंडन. भारतात त्या बीए झालेल्या होत्याच. इतकंच नव्हे तर नागपूर विद्यापीठातून त्या पहिल्या क्रमांकाने पास झाल्या होत्या.

लंडनला त्या शिष्यवृत्तीवर शिकत होत्या. तिथे दोन वर्षांत त्यांनी 'बीए ऑनर्स' ही लंडन विद्यापीठाची पदवी प्राप्त केली. आणि अजून एक वर्ष बाकी असताना कुसुमावतीबाई भारतात परतल्या, त्या आ. रा. देशपांडे ऊर्फ अप्पा कवी अनिल यांच्याशी विवाहबद्ध होण्यासाठी. त्या वेळी नर्मदा तीरावरच्या हुशंगाबाद येथे कवी अनिल सबजज या जागेवर रुजू झाले होते.

तिथेच हा आंतरजातीय विवाह ६ ऑक्टोबर, १९२९मध्ये झाला. हा विवाह वैदिक पद्धतीने व नोंदणी पद्धतीनेही त्याच वेळी झाला. निमंत्रण पत्रिकेवर दोघांच्याही आई-वडिलांची नावं आहेत. म्हणजे पालकांचा विरोध या वेळी मावळलेला होता. १९२१मध्ये कवी अनिल व कुसुमावतीबाईंची प्रथम भेट फर्ग्युसन महाविद्यालयात झाली. १९२१ ते १९२९ आठ वर्षं हे प्रियाराधन सुरू होतं. भांडणं, गैरसमज, घरातले काय म्हणतील ही भीती, अबोला, मध्यंतरी वर्ष दोन वर्षं संपर्क नाही. तरीही शेवटी दोघं विवाहबंधनात अडकलेच. पत्रातून कधी कधी अनिल कविता पाठवत; परंतु कुसुमावती व अनिल या दोघांचीही साहित्यसंपदा बहरली ती विवाहानंतरच. कुसुमावतींचे कथासंग्रह आणि अनिलांचे काव्यसंग्रह १९३२पासून प्रसिद्ध होऊ लागले.

लग्नानंतर दोन वर्षांत नागपूरला येऊन हे दांपत्य स्थिरावलं. अनिल वकिली करू लागले, तर कुसुमावतींना नागपूरच्या मॉरीस कॉलेजमध्ये असिस्टंट प्रोफेसर ऑफ इंग्लिश म्हणून नेमणूक मिळाली; परंतु नेमणूक मिळेपर्यंत 'एका स्त्रीला मुलांच्या महाविद्यालयात प्रोफेसर म्हणून नेमावे की नाही?' या प्रश्नावर खूप वादंग माजलं होतं. काळाच्या पुढे आपल्या विद्वत्तेने जाणाऱ्या लोकांचे पाय ओढण्यात तेव्हा आणि आजही आपला समाज आघाडीवर होता आणि आहेच.

१९५७मध्ये कुसुमावतींना दिल्ली आकाशवाणी संचालनालयात चीफ प्रोड्यूसर म्हणून नियुक्ती मिळाली.

१९५८मध्ये मालवण इथल्या अ. भा. साहित्य संमेलनाचे अनिल अध्यक्ष झाले. १९५९च्या सुमारास कुसुमावतींची नागपूर आकाशवाणीवर नेमणूक झाली, तर अनिल यांची दिल्लीच्या केंद्रीय शासनात समाजशिक्षणतज्ज्ञ म्हणून नियुक्ती झाली.

१९६१मध्ये आधी सांगितल्याप्रमाणे कुसुमावती अ.भा.साहित्य संमेलन, ग्वाल्हेर इथे अध्यक्ष म्हणून होत्या.

या दोन प्रेमिकांचा साहित्यप्रवास असा समांतर चालू होता. वैयक्तिक जीवनात

त्यांना दु:ख सहन करावं लागलं. किशोर, शिरीष, उल्हास, अभय ही चार मुलं म्हणजे त्यांचा आनंदाचा ठेवा होता. ही चारही जण अत्यंत हुशार, बुद्धिमान, आपापल्या क्षेत्रात उच्च स्थानावर गेली; परंतु मोठा किशोर एअरफोर्समध्ये पायलट होता. त्याचं २२व्या वर्षी अपघाती निधन झालं.

उल्हास, अभय ही दोन्ही मुलं उच्चपदावर असताना हार्टअ‍ॅटॅकने गेली.

शिरीष देशपांडे हे दोन क्रमांकाचे चिरंजीव नागपूरला अनिलांच्या घरात मुला-नातवंडांच्या गोकुळात आनंदात आहेत.

आज त्यांचं नागपुरातलं निवासस्थान हे देशपांडे कुटुंबाचं पाच पिढ्यांचं घर आहे आणि 'कुसुमानिल' या पुस्तकाचं नाव त्या चौकाला दिलं आहे.

कुसुमावतींनी साहित्याचे सर्व प्रकार लिहिले. अनिल कवी म्हणून गाजले; परंतु दोघांपैकी कोणीही आत्मचरित्र लिहिलं नाही. प्रत्येक लेखक-कवी हा आपल्या आत्मानुभूतीचं चित्रण लेखनात करत असतोच. त्या दृष्टीनं या साहित्यिक कलावंत दांपत्याचं लेखन, हे त्यांची वाङ्मयाची तरल जाणीव दृग्गोचर करणारं आहे. कुसुमावतींबद्दल नेहमी मला वाचक, अभ्यासक म्हणून कुतूहल वाटत आलं आहे. लग्नानंतर उच्च अधिकाराची नोकरी, चार मुलांचं संगोपन, नातलग, आला-गेला, पै पाहुणा या रोजच्या धबडग्यात त्यांनी आपलं वैचारिकत्व जपलं. सामाजिक भान असलेलं कथालेखन केलं, या कथा तळागाळातल्या स्त्रीचं विश्व सांगणाऱ्या आहेत. तशातच नवरा गेल्यानंतर जगणारी 'स्त्री', तिचं आयुष्य किती प्रकारानं बदलतं, तिची त्यात घुसमट झाली तरी ती सहन करीत असते याची चिकित्सकपणे समीक्षा लिहिली. सौंदर्यशास्त्राबद्दलचे आपले विचार परखडपणे मांडले. पती, पत्नी, आई ही कर्तव्यं उत्तम प्रकारे बजावून आपल्या बुद्धीची झळाळी तर्कशुद्धतेनं जपली. आज कुसुमावतीबाई नसल्या तरी त्यांच्या लेखनातून, त्यांना समजून घेता येतं. त्या कालखंडातल्या या थोर लेखिकांना अक्षर माध्यमातून भेटण्याचा अपूर्व आनंद मिळतो. गतानुगतिक, पोथीनिष्ठ विचारांचा समाज असताना त्यांच्यात वावरून आपल्या लेखनानं आपला वैचारिक वारसा या लेखिकांनी पुढच्या पिढीतल्या स्त्रियांना दिला, ही त्यांची अलौकिक कामगिरी आहे. त्या काळात कवी माधव जूलियन यांना 'प्रणयपंढरीचे वारकरी' म्हटलं जायचं.

कुसुमावती आणि अनिल असेच वारकरी; पण त्यांनी इतिहास घडवला. 'कुसुमानिल' हे नाव अमर केलं. त्यांना प्रणाम !

◆

गगनी उगवला सायंतारा

गगनी उगवला सायंतारा
मंद सुशीत वाहत वारा

हाक कुणाची दुरून ऐकू ये
येई सखे, ये, बैस जवळी ये

घाल गळा मम तव कर कोमल
पसरू दे श्वासांचा परिमळ

बैस जवळी ये बघ ही पश्चिम
कोमल रंगी खुलली अनुपम

घेई रंग ते नेत्री साठवुनी
गालावरती गाल ठेवुनी

उदासीनता विसर जगाची
तुझाच मी तू माझी सदाची

विरले हृदयांतरी बघ अंतर
तू आणिक मी जवळ निरंतर

घेई मम हृदयात निवारा
गगनी उगवला सायंतारा

हाक तुझी मग स्पष्ट ऐकू ये
कुसुम कुसुम ये जवळी बैस ये ॥

– कवी अनिल

१०/ मृणाल गोरे

जनसेवेचे बांधून कंकण

आज मेडिकल कॉलेजला प्रवेश घ्यायचा म्हणजे केवढी तयारी विद्यार्थ्यांना अकरावी-बारावीपासून करावी लागते. इकडे की तिकडे बघता येत नाही. प्रवेश परीक्षा, सरकारी यादी अगदीच नाही, तर खासगी मेडिकल कॉलेजला भरमसाट फी भरून शिक्षण वगैरे. आजच्या समाजाला हे सर्व सोपस्कार पाठच आहेत; पण १९४५मध्ये मुंबईतल्या मध्यमवर्गीय घरातली तरुण मुलगी वय वर्ष १७, शिष्यवृत्ती मिळवून मेडिकलला जाते. मेडिकलच का, तर समाजकार्य करता यावं, गरिबांची सेवा करता यावी, यासाठी वैद्यकीय शिक्षण घ्यायचं म्हणून. प्रवेश घेतला तो जे.जे. हॉस्पिटलच्या मेडिकल कॉलेजला. वडिलांची बदली गुजरातमध्ये झाली म्हणून बहिणीबरोबर परिचारिकांच्या वसतिगृहात ती राहायला गेली; कारण तेव्हा मुलींचं वसतिगृह नव्हतं. अभ्यास जोरात, पण बाहेर स्वातंत्र्य चळवळही जोरात. तुरुंगातून सुटून आलेल्या कार्यकर्त्यांची बौद्धिकं, विचार ऐकण्यात मन रमायचं. शाळेत असताना सेवादलाच्या शाखेत ती जात होतीच. आता विचार अधिक प्रगल्भ होत होते. म. गांधींना अगदी जवळून पाहून त्यांना सैनिकी शिस्तीत सॅल्युट करता आला, याचं तिला मोठं अप्रूप होतं.

अभ्यासात चित्त एकाग्र होत नव्हतं, बहीण पद्मा तिच्याबद्दल घरी सांगत असे; पण ती तरुणी? तिचे विचार पक्के होते. निर्णय ठाम. एमबीबीएसच्या दुसऱ्या वर्षाची टर्म सुरू झाली, ती संपली आणि तिचं मन तिला विचारू लागलं 'इथं काय करतेस तू? डॉक्टर होऊन समाजसेवा करणार त्याला अजून चार वर्षं लागतील. (शिवाय वडील तिला पुढील शिक्षणासाठी परदेशी पाठवणार होते.) त्यापेक्षा देशाला, समाजाला आज कार्यकर्त्यांची गरज आहे. सोड ते मेडिकलचं शिक्षण!'

आणि तिनं घरात सांगितलं, 'मी मेडिकलचं शिक्षण सोडतेय. पूर्ण वेळ सेवादलाचं, लोकांच्या हिताचं काम करणार आहे.' अर्थातच घरात नाराजी पसरली. तिच्या शिकणाऱ्या भावंडांना, आत्या, काका, बाबा कुणालाच हे आवडलं नाही.

आईलाही वाईट वाटलं; पण तिचा या मुलीवर अपरंपार विश्वास होता. आणखी एक महत्त्वाचा पैलू या शिक्षण सोडण्यामागे होता. सेवादलात, तुरुंगातून सुटून आल्यावर बौद्धिकं घेणारा एक तरुण तिला आवडला होता. त्याच्याबरोबरीने काम करायचं होतं. त्यालाही तिनं शिक्षण सोडल्यावरच सांगितलं. तोही रागावलाच. म्हणाला, 'इतका मोठा निर्णय घेताना माझ्याशी बोलावंसं वाटलं नाही? मी तुला जवळचा वाटत नाही?' ती म्हणाली, 'तू मला जवळचा वाटतोस म्हणूनच सांगितलं नाही. तुला माझा निर्णय पटण्याची शक्यता कमी वाटत होती. माझ्या निर्णयावर मी ठाम होते व आहे. कुणाचा दबाव येऊ नये म्हणून माझ्या मनाची घालमेल मी कुणाला कळू दिली नाही. तुम्ही सगळेच मला जवळचेच आहात. तुम्ही सर्व जण माझं भलं व्हावं म्हणून माझ्या निर्णयावर नाराज आहात हे मी जाणते. माझ्या निर्णयाआड कुणी येऊ नये म्हणून सांगितलं नाही.' ही दोघं म्हणजे ती तरुणी मृणालताई मोहिले आणि तरुण म्हणजे बंडू गोरे.

घरच्यांना वाटणं स्वाभाविक होतं की, मृणाल, बंडू गोरे यांच्या प्रेमात पडली म्हणून तिने मेडिकलचं शिक्षण सोडून दिलं; परंतु शाळेत असतानाच मृणालताईंनी सेवादलाच्या आठ दिवसांच्या शिबिरात उपस्थित राहून राजकारण, समाजकारण, आर्थिक गुलामगिरी, गरिबी, सर्वसामान्य जनता या प्रश्नांवर जी चर्चा ऐकली होती, ते सगळे विचार त्यांच्या मनात रुतून बसले. त्यातून उठणारी विचाराची आवर्तनं वाढत गेली. स्वातंत्र्य चळवळीच्या बातम्यांनी त्यांचे विचार अजून पक्के व्हायला मदत झाली. आणि सेवादलात भेटणारे बा. न. राजहंस, सदाशिव बागाईतकर, दादा नाईक, वसंत खानोलकर, आवाबेन हवावाला, प्रवीण मश्रुवाला, बंडू गोरे, मधू लिमये यांच्या बौद्धिकांचा, विचारांचा परिणाम होत होता. त्यातून समाजाबद्दलची आत्मीयता, कळकळ मृणालताईंच्या मूलभूत प्रवृत्तीला बळ देत गेली.

त्या राहायच्या खारला. खारपासून चेंबूरपर्यंत मृणालताई सेवादलाच्या प्रौढ शाखा घ्यायल्या जाऊ लागल्या. त्यात प्रौढ स्त्रियांची संख्या मोठी असे. एका बाजूला सेवादलाची संघटना आपल्या विचाराप्रमाणे बांधायची व दुसऱ्या बाजूला राजकीय घडामोडींचा मागोवा घेण्यासाठी बौद्धिक सत्रं घडवायची, असा कामाचा सपाटा चालू होता.

आपल्याला हवं असलेलं समाजकारणाचं क्षेत्र निवडलं तरी मृणालताई वडिलांची समजूत कशी घालावी या विवंचनेत होत्याच. त्यांच्या वडिलांना वाटत होतं, 'आपली हुशार मुलगी बंडू गोरेमुळे बिघडली.' पण, मृणालताईंचे प्रयत्न असफल ठरले. त्या जरी बंडू गोरेकडे आकर्षित झाल्या होत्या तरी त्यामागे वैचारिक बैठक होती आणि निर्णय तर मृणालताईंनी स्वत:च घेतला होता; परंतु घरातली वडीलधारी माणसं, आई-वडील यांना आपली मुलगी चाकोरीपलीकडे आपल्या ठाम विचारांती

काम करतेय, हे पटतच नव्हतं.

बंडू गोरे (केशव सदाशिव गोरे) हे कोकणातले; पण त्यांचं कुटुंब पुण्यात राहत होतं. त्यांच्यावर लहानपणापासून त्यागी जीवनाचे, प्रखर देशप्रेमाचे, सदाचाराचे संस्कार झाले होते. बंडू यांचे चुलत भाऊ म्हणजे नानासाहेब गोरे. त्यांनी पुनर्विवाह करून घरात नव्या विचारांचा पाया घातला. बंडू गोरे (जन्म २५ मार्च, १९२०) यांनी वकिलीची परीक्षा दिली. त्यांचं नानासाहेबांकडे जाणं-येणं होतंच. आई-वडिलांना वाटलं, मुलगा आता वकील होईल आणि आपले पांग फेडेल; पण १९४२मध्ये बंडूंना अटक झाली. सुटून आल्यावर तरी ते काहीतरी करतील असं परत आई-वडिलांना वाटलं; परंतु देशातलं वातावरण स्वातंत्र्य चळवळीनं भारलेलं. त्यामुळे बंडू गोरेंच्या मनात एकच विचार, देशसेवा! आणि ते मुंबईत आले. त्यांचे भाऊ-बहीणही उच्चशिक्षित; पण मृणालताईंप्रमाणेच त्यांच्या घरची स्थिती होती. मुंबईत गोरे गोरेगावला आले. गोरेगावचं करमरकरांचं घर म्हणजे कार्यकर्त्यांचं हक्काचं घर. तिथेच बंडू गोरे येऊन राहिले. डॉ. राम मनोहर लोहिया, अच्युतराव पटवर्धन, जयप्रकाश नारायण ही मृणालताईंची आदराची माणसं. त्यांच्याजवळचे बंडू गोरे, ही बाब लक्षणीय होती.

गोरे यांना नोकरी नव्हती; परंतु सोशालिस्ट पार्टीचे ते संघटक सचिव होते. सर्व वेळ सेवक म्हणून त्यांना पन्नास रुपये मिळत. आणि वास्तव्य टोपीवाला बंगला, आबा करमरकरांचं घर, गोरेगाव (प.); पण मृणालताई व बंडू गोरे दोघांनीही ठरवलं आपण दोघं कार्यकर्ते. आपलं जीवन कार्यकर्त्याचंच असलं पाहिजे. जी काही मदत मिळेल त्यात भागलं पाहिजे, गरजा कमीत कमी असाव्यात. दोघांनी मिळून लोकांची कामं करायची. वाचन, चर्चा, दोघांचे चार हात एकत्र येऊन कामं करू. आपल्याला एकमेकांची मदत होईल. मृणालताईंचा विचार नक्की झाला. बंडू गोरे यांनाही ते पटलं.

लग्न नोंदणी पद्धतीनं करायचं ठरलं. नाहीतरी मृणालताई खादीच्या पांढऱ्या साड्या वापरत. जयप्रकाश नारायण या लग्नाचे साक्षीदार. मृणालताईंच्या आई-वडिलांनी नाईलाजानं या लग्नाला संमती दिली. 'पत्रिका माझ्या नावाने छापायच्या नाहीत,' असं नानासाहेब मोहिले म्हणजे मृणालताईंच्या वडिलांनी सांगितलं. मृणालताई पक्क्या तत्त्ववादी. त्यांनी व बंडू गोरे यांनी आपल्या दोघांच्या नावानं पत्रिका छापल्या. बंडू गोरे यांच्या आई-वडिलांनी तर या (गोरे कोकणस्थ – मृणाल कायस्थ) आंतरजातीय विवाहाला कडाडून विरोध केला. आईनं तर ठरवलं, मुलाचं तोंड पाहणार नाही आणि खरंच, तसं ती माउली वागली; पण बंडू गोरे यांची भावंडं मात्र लग्नाला आलीच. पुढे आयुष्यभर त्यांनी या भावावर व मृणालताईंवर प्रेम केलं.

मृणालचे वडील नानासाहेब मोहिलेंनीही निश्चय केला, मृणालच्या लग्नाला जायचं नाही; परंतु मृणालच्या आजोबांनी मुलाला सांगितलं, 'अरे, मृणाल तुझी

मुलगी ना? तिच्या आनंदाचा, सुखाचा मार्ग तिनं शोधला तर तुला रागवायचं कारण काय? ती जे करते ते जबाबदारीनं करते. सज्ञान मुलीच्या सुखाच्या आड येण्याचा तुला काही अधिकार नाही. तू तिचं मन दुखवू नको. तिच्या लग्नाला जा. तिला व जावयाला तोंडभरून तुझा आशीर्वाद दे. त्यांचं लग्न लागलं की त्यांना घरी आण आणि आनंदानं मृणालची पाठवणी कर.' मागच्या पिढीतल्या आजोबांनीही आपल्या नातीला जाणलं होतं, ही त्या काळातली केवढी मोठी गोष्ट असं म्हणावं लागेल.

दादरच्या वनमाळी सभागृहात मृणालताई व बंडू गोरे यांचं लग्न लागलं ते जयप्रकाश नारायणांचा आशीर्वाद घेऊन. जोडपं नंतर खारला मृणालताईंच्या घरी आलं. मृणालताईंनी कधी दागिने वापरले नव्हतेच; पण आईचं मन कळवळत होतं. कमलाबाईंनी मुलीच्या हातात चार सोन्याच्या बांगड्या घातल्या, मंगळसूत्र दिलं, रेशमी हिरव्याकाठाची म्हैसुरी साडी दिली. पाठवणीच्या वेळी आईनं जेवणं झाल्यावर उंची साडी दिली. मृणालताई म्हणाल्या, 'आई, कशाला तू मी नेसू न शकणारी, मला न आवडणारी अशी साडी देतेस. त्यापेक्षा मला बऱ्यापैकी एक व तीन-चार साध्या साड्या दे.' सोन्याच्या बांगड्या हातात घातल्या तेव्हा मृणालताईंचा हात सोन्याच्या स्पर्शाने भगभगत होता. त्यांनी त्या बांगड्या काढल्या आणि बहिणीच्या पर्समध्ये टाकल्या.

पाठवणीनंतर हे नवदांपत्य खार स्टेशनकडे चालतच गेलं आणि लोकलने गोरेगावला उतरलं व टोपीवाला बंगल्याकडे निघालं. इथलं हे भाड्याचं घरही आबा करमरकर नावाच्या मित्रानं बंडू गोरे यांना देऊन टाकलं आणि ते दिंडोशीला राहायला गेले.

नववधूचं स्वागत करायला घरात कुणी नव्हतं. रात्रही झाली होती. बंडू गोरे यांनी कुलूप काढलं आणि नवऱ्याबरोबर मृणालताईंनी नव्या घरात, संसारात पाऊल ठेवलं. तो दिवस होता १५ ऑक्टोबर, १९४८ आणि मृणालताईंनी घरात शिरताच आईनं दिलेलं मंगळसूत्र एका डबीत काढून ठेवलं. पुढचा सगळा मृणालताईंचा राजकीय, सामाजिक प्रवास याच टोपीवाला बंगल्यातल्या भाड्याच्या जागेतून एका उंचीपर्यंत पोचला आणि तिथेच शिखरावर स्थिर झाला.

बंडू गोरेंना पार्टीतर्फे मिळणारं मानधन आणि त्यांचे भाऊ पैसे देत. मृणालताईंची बहीण पैसे देई, यात साधासुधा संसार सुरू झाला; पण बंडू गोरे यांचे धाकटे भाऊ वामनभाई यांच्या मनात आलं, हे दोघं आयुष्यभर समाजकार्याला वाहून घेतील. आताच त्यांना शांततेने थोडे दिवस राहण्यासाठी काहीतरी केलं पाहिजे, म्हणून त्यांनी दहा दिवसांची बंगलोर ट्रीप परतीच्या तिकिटासह त्यांच्या हातात ठेवली. याचा मात्र गोरे पती-पत्नीने स्वीकार केला.

बंडू गोरे यांचे मित्र आबा करमरकर हे सक्रिय राजकारणात नव्हते; पण ते सेवादल, समाजवादी पक्ष यांना मदत करत. टोपीवालामधली आपली जागा दोन

कपाटांसह त्यांनी गोरेंना दिलीच. आणि रोज ते त्यांना दूधही पाठवीत. भाजी, तांदूळही देत. गोरेगावमधले बाबूराव सामंत हेही या कुटुंबाचे मित्र अगदी सख्ख्या नातलगाप्रमाणे होते.

लग्नानंतर मृणालताईंच्या लक्षात आलं बंडू (केशव) गोरे अतिशय उदारमतवादी आहेत. स्त्रियांच्या परिस्थितीबद्दल त्यांच्या मनात अपार सहानुभूती आहे आणि स्त्रियांचे प्रश्न अग्रक्रमाने सोडवले पाहिजेत, असं त्यांना वाटतं. म्हणून लग्नानंतर मृणालताईंच्या मनात नोकरी करण्याचा विचार आला, तेव्हा गोरे म्हणाले, 'मी लग्न केलं ते बायको मिळावी म्हणून नाही. तर अशी बायको मिळावी की तिने माझ्याशी तडजोड म्हणून नव्हे तर स्वतंत्र विचारानं वागावं. माझ्या कार्यात तिची नुसती मदत नको, तर आत्मा असला पाहिजे.'

मृणालने फक्त सेवादलाच्या बैठका, संसार एवढंच न करता स्त्रियांमध्ये काम करून त्यांचे प्रश्न सोडवावेत, असं गोरे यांनी सांगताच मृणालताईंनी महिला मंडळापासून काम सुरू केलं आणि मृणालताई कामासाठी घराबाहेर पडू लागल्या. त्या यायच्यावेळी बंडू गोरे चहा करत, कधी भजीही करत असत.

मात्र, महिला मंडळाचं काम मृणालताईंनी सुरू करण्यापूर्वी त्यांना कामाची शिस्त कशी असावी याचे धडे गोरेंनी दिले. 'सार्वजनिक काम करणाऱ्यांनी, सार्वजनिक पैशाला कधीही कितीही अडचण आली तरी हात लावू नये. प्रत्येक कामाचे पैसे एकेका लिफाफ्यात ठेवून त्यावर कामाचं नाव लिहून ठेवावं. ज्या दिवशी पैसे येतील त्याच दिवशी ते त्या त्या लिफाफ्यात गेले पाहिजेत.' ही शिस्त बंडू गेल्यावरही मृणालताईंनी आयुष्यभर पाळली.

मृणालताई राहत त्या टोपीवाला बंगल्यातच निर्मला पेंडसे यांनी महिला मंडळ सुरू केलं. तिथे हळदी-कुंकू, लग्नकार्य, देवदेवळं याला फाटा देऊन १९४८/४९ मध्ये संततिनियमनाचे धडे स्त्रियांना द्यायला मृणालताईंनी सुरुवात केली. त्यात त्यांच्या डॉक्टर झालेल्या बहिणी मदत करत. संततिनियमनाचं केंद्र सुरू केलं म्हणून लोकांनी टीका केली; परंतु मृणालताईंनी स्वत:ला लवकर मूल होऊ न देण्याचं बंधन स्वीकारलं होतंच. निर्मला पेंडसे पालघरला राहायला गेल्या आणि महिला मंडळ मृणालताईंकडे आलं. संततिनियमन केंद्रासाठी जागा हवी होती. ग्रामपंचायतीचा सार्वजनिक दवाखाना होता. बाबूराव सामंत ग्रामपंचायत सदस्य होते. त्यांनी आठवड्यातून एक दिवस गावात ग्रामपंचायतीच्या दवाखान्याची जागा दिली. वैद्यकीय साधनांसाठी डॉ. मंडलिक मदतीला आले. बहीण डॉ. कुमुद गुप्ते आणि ओळखीच्यांनी वस्तू ठेवायला कपाट दिलं आणि हे केंद्र १९५०मध्ये गोरेगावात सुरू झालं.

मृणालताई म्हणत, 'लोकसंख्या मर्यादित राहावी म्हणून हे केंद्र आहेच; पण

त्यात स्त्री-स्वास्थ्याचा विचार केला जातो.’ तिकडे टोपीवालामध्ये भरणाऱ्या महिला मंडळातही मृणालताई वेगळ्या पद्धती राबवत. स्त्रिया आल्या पाहिजेत म्हणून सकस आहार थाळी स्पर्धा घेतली आणि नंतर १९५६मध्ये आलेलं हिंदूकोड बिल काय आहे हे समजावून, चर्चा करून त्यासाठी ३०/३५ सभा गोरेगावात आयोजित केल्या. महिलांमध्ये जागृती महत्त्वाची. चिन्यांनी आक्रमण केलं तेव्हा भारत-चीन सीमावाद, युद्धाचं कारण समजावून देणं, चातुर्मासात व्रत म्हणून एका स्त्रीला लिहायला-वाचायला शिकवायचं. मग ग्रंथालय सुरू केलं. मृणालताईंच्या घराच्या व्हरांड्यात ग्रंथालयाची पुस्तकं ठेवली. नंतर ग्रामपंचायतीच्या हॉलमध्ये ग्रंथालय सुरू झालं.

आजूबाजूच्या उपनगरांतल्या स्त्रियाही या मंडळाकडे आकर्षित झाल्या. म्हणून मृणालताईंनी गृहिणी परिषद घेतली. त्यात महिन्याचं अंदाजपत्रक, आहार, उत्तम संसाराला आवश्यक ती माहिती दिली. स्त्रियांचा उत्साह अमाप होता. यातून पुढे ग्रामपंचायत गावातली गटारं साफ करत नाही म्हणून मृणालताईंनी स्त्रियांचा मोर्चा ग्रामपंचायतीवर नेला. त्याचा परिणाम होऊन थोडं काम साध्य झालं; परंतु ग्रामपंचायतीनं कुटुंबकेंद्राची दवाखान्याची जागा काढून घेतली. दवाखान्यात चालणारं काम लोकांच्या स्वास्थ्यासाठी, भल्यासाठी असल्यानं मृणालताई थेट ठाण्याला (पूर्वी गोरेगाव ठाणे जिल्ह्यात होतं) मोर्चा घेऊन कलेक्टरकडे गेल्या. कलेक्टरांना काम समजावून सांगितल्यावर ग्रामपंचायतीला कलेक्टरांनी ‘जागा काढून घेता येणार नाही,’ असा आदेश दिला.

मग श्री. उसगावकर यांच्या सहकार्यानं नोकरी करणाऱ्या स्त्रियांसाठी पाळणाघर सुरू झालं. (उन्नत नगरमध्ये) स्त्रियांना उद्योग करून चार पैसे मिळवता यावेत म्हणून घरगुती छोटे उद्योग महिला मंडळातर्फे शिकवले गेले. त्याचं प्रदर्शन भरवलं; कारण स्त्रियांमध्ये आत्मविश्वास निर्माण झाला पाहिजे. स्त्रियांसाठी सांस्कृतिक कार्यक्रम, त्यांना व्यक्त होता यावं म्हणून हस्तलिखित ‘संजीवनी’ सुरू केलं. या मासिकात स्त्रियांचं लेखन सुरू झालं.

अनेक प्रकारांनी मृणालताई स्त्रियांमध्ये स्वत्वाची जागृती, वैचारिक परिवर्तन करू इच्छित होत्या. स्वत: वैद्यकीय क्षेत्रातल्या मांडवाखालून गेल्यानं त्या स्त्रियांचे कळीचे प्रश्न जाणत होत्या. डॉ. शहा यांनी मिनी एक्स-रे काढणारी व्हॅन भारतीय आरोग्यनिधी या संस्थेनं घेतल्याचं मृणालताईंना सांगितलं. लगेच त्या म्हणाल्या, ‘गोरेगावला मुस्लीम स्त्रियांचे मिनी एक्स-रे काढण्यासाठी तुमची ही व्हॅन द्याल का?’ डॉक्टर शहा म्हणाले, ‘एका दिवसासाठी विनामोबदला पाठवू शकतो.’

मृणालताईंनी गोरेगावात मुस्लीम महिलांची सभा घेतली आणि त्यांच्या वस्तीत क्षयरोग तपासणीसाठी एक्स-रे मोहीम राबवण्याचं ठरलं. व्हॅन आली तेव्हा मुस्लीम स्त्रिया रांगा लावून उभ्या होत्या. एक्स-रे काढणारे लोक चकित झाले इतके पेशंट

पाहून. यात तीस टक्के स्त्रियांना क्षयरोग असल्याचं निष्पन्न झालं. तेव्हा मृणालताईंनी दुसऱ्या संस्थेतर्फे त्यांच्यावर उपचार करण्याची व्यवस्था केली.

अशी अनेक कामं मृणालताईंनी त्या स्त्रियांसाठी केली; मात्र तलाकपीडित स्त्रियांना 'तोंडी तलाक' इत्यादीसाठी विरोध करायला या स्त्रियांना मुस्लीम पुरुषांनी येऊ दिलं नाही.

महिला मंडळाला स्वतःची जागा हवी म्हणून जयप्रकाश नगरमधली जागा बाबूराव सामंतांनी लीजवर दिली; मात्र इमारत बांधण्यासाठी पैशाची गरज म्हणून नाटक करायचं ठरलं. आशा गवाणकरांनी 'जगाचा संसार' नाटक लिहिलं. मृणालताईंनी त्यात पुरुषाची भूमिका केली. तिकीट लावल्यानं थोडा निधी गोळा झाला. मग मृणालताईंच्या सहकारी नलिनी करमरकर, शरयू कोनकर इत्यादी अनेक जणी घरोघरी जाऊन निधी गोळा करत. कठोर परिश्रमांतून इमारत उभी राहिली. तेव्हा गोरे मात्र नव्हते; पण बंडू गोरे यांनी सुचवलेलं 'मातृमंदिर' हे नाव दिलं.

१९५३मध्ये गोरेगाव ग्रामपंचायतीच्या निवडणुकीसाठी बंडू गोरे यांना विचारण्यात आलं; पण ते म्हणाले, 'मृणाल, तू उभी राहा.' बंडू गोरे यांची प्रकृती त्या काळात ठीक नव्हती. लग्न झाल्या झाल्या बंडू गोरे यांनी 'आंतरराष्ट्रीय समाजवाद' हे पुस्तक लिहायला घेतलं. त्याला मृणालताईंची साथ असे. विषय गंभीर, त्यामुळे भाषाही गंभीर आणि जड वाटणारी. मृणालताई चर्चा करून लेखन सामान्य वाचकांना समजायला सोपं कसं होईल याबद्दल सांगत.

प. बा. सामंत या मृणालताई व बंडू गोरे यांच्याबरोबर काम करणाऱ्या निकटवर्तीयाने असं लिहिलं आहे, की 'वीस वर्षांच्या मुलीनं बंडू गोरेबरोबर लग्न करण्याचा, मेडिकल कॉलेज सोडून समाजकार्य करण्याचा, असुरक्षित जीवन जगण्याचा निर्णय कसा घेतला असेल? बंडू गोरे यांना पक्षाकडून फक्त पन्नास रुपये मिळत. या तरुणीच्या भावविश्वात तेव्हा काय भरून राहिलं होतं, हे समजणं कल्पनेपलीकडचं आहे.'

३० ऑक्टोबर, १९५२ला मृणालताईंच्या अंजलीचा जन्म झाला. आणि सहा वर्षांनी २ फेब्रुवारी, १९५८ रोजी दीर्घ आजारानं बंडू गोरे यांचं निधन झालं.

तीस वर्षांच्या मृणालताई आणि पाच-साडेपाच वर्षांची अंजली हिला घेऊन त्यांना पुढची वाटचाल करायची होती. १९५५मध्ये बंडू गोरे असतानाच प्रजासमाजवादी पक्षात उभी फूट पडली. डॉ. लोहिया, मधू लिमये, बंडू गोरे यांच्या नेतृत्वाखाली काही मंडळी या पक्षातून बाहेर पडली. आणि समाजवादी पक्ष पुनरुज्जीवित केला गेला. अर्थात मृणालताई, बाबूराव सामंत आदी लोक समाजवादी पक्षाची धुरा सांभाळू लागले.

मृणालताई तेव्हा सामंतांबरोबर गोरेगाव ग्रामपंचायतीत काम करत होत्या.

पुढे त्यांनी इतिहास घडवला. पाणीवाली बाई, लाटणंवाली बाई, गद्दार, लंकेची पार्वती, पुतना मावशी अशी बिरुदं मृणालताईंना बहाल केली गेली.

गोरेगावात पूर्वी रात्री पाणी भरण्यासाठी स्त्रिया हंडे-कळश्या घेऊन रांगा लावत. गोरेगावात तेव्हा सार्वजनिक नळ नव्हते; मात्र तिथल्या सरकारी वसाहतींना नळानं पाणी मिळत होतं. मुंबई पाणीपुरवठा विभागाच्या अधिकाऱ्यांना बाबूराव सामंत आणि मृणालताई ग्रामपंचायतीच्या वतीनं जाऊन भेटल्या आणि पाठपुरावा करून गावात दहा-बारा सार्वजनिक नळ सुरू झाले. गोरेगाव पूर्व भागातही पाणीटंचाई होती. बोरिवलीपर्यंत हा प्रश्न खदखदत होता.

मृणालताईंनी १९६२मध्ये समाजवादी पक्षातर्फे पाणी परिषद भरवली. निरलॉन कंपनीला गोरेगावात पाण्याची खास जोडणी दिली होती सरकारी कामासाठी, त्यामुळे गोरेगाव पूर्वेला पाणी मिळत नव्हतं. मग मृणालताईंनी स्त्रियांना घेऊन मोर्चा काढला. आयुक्त पिंपुटकर एवढा मोर्चा पाहून चकित झाले. तेव्हा मृणालताई नगरसेविका होत्या. चर्चेनंतर पाण्याची नवी पाइपलाइन मिळवण्यात मृणालताई यशस्वी झाल्या. पुढे तर झोपडपट्टीत राहणारी माणसं ही माणसं आहेत, या तत्त्वावर त्यांना पाणी मिळालं पाहिजे म्हणून त्यांनी संघर्ष करून पाणी मिळवून दिलं. कुठे पाणी येत नसेल तर अधिकाऱ्याला पाच-पाच तास घेराव घालून त्या काम करून घेत. झोपडपट्टीवासीयांनी मृणालताईंना 'पाणीवाली बाई' हे बिरुद आपणहून दिलं आणि मग जिथे पाणीप्रश्न तिथे मृणालताई, हे समीकरण झालं.

१९५७ मध्ये गोरेगाव ग्रामपंचायत मुंबई महापालिकेत विलीन झाली. महापालिका झोपडपट्टीवासीयांना केव्हाही उठवते, त्यांची घरं पाडते याबाबत त्या लोकांनी तक्रार केल्यावर डॉ. लोहियांच्या अध्यक्षतेखाली झोपडपट्टी परिषद मृणालताईंनी घेतली. 'तुम्ही झोपडपट्टीत राहता यासाठी समाज व शासन तुम्हाला जगण्याचा अधिकार नाकारू शकत नाही. तुम्ही माणसं आहात, तुम्हाला माणसासारखं जगता आलं पाहिजे, असा आग्रह तुम्ही करायला हवा. हे पटवण्यासाठी चळवळीशिवाय गार्ग नाही. मी व आम्ही (पक्ष) तुमच्याबरोबर आहोत,' असं मृणालताईंनी त्यांना सांगितलं.

गोरेगावला त्याच सुमारास मुख्यमंत्री यशवंतराव चव्हाण येणार होते. मोतीलाल नगरची पायाभरणी करण्यासाठी. मृणालताईंनी झोपटपट्टीवासीयांचा मोर्चा घेऊन त्यांची गाडी अडवली. यशवंतराव गाडीबाहेर येऊन म्हणाले, 'हे काय मृणालताई, तुम्ही मोर्चा कसला आणला आहात?' मृणालताई म्हणाल्या, 'इथे गलिच्छ वस्ती निर्मूलनासाठी तुम्ही मोतीलाल नगर बांधणार आहात. आणि महामार्गावर राहणाऱ्या या लोकांच्या घराचा पाया तुम्ही उखडता आहात. त्यांना पर्यायी जागा मिळाली पाहिजे.'

दुसऱ्या दिवशी मृणालताईंबरोबर बैठक घेऊन मुख्यमंत्र्यांनी पर्यायी जागा द्यायचं मान्य केलं. आजही तेव्हाचा हा निर्णय झोपडपट्टीवासीयांना फायद्याचा ठरत आहे.

१९६१ला मृणालताई महानगरपालिकेवर निवडून आल्या. त्यांच्या पक्षाचे फक्त तीन नगरसेवक महापालिकेत होते. त्या स्वत:, जॉर्ज फर्नांडिस आणि शोभनाथ सिंग. महापालिका सभागृहात पहिल्याच दिवशी बृहन्मुंबई महापालिकेचा कारभार हा मराठी भाषेतून चालला पाहिजे, असा ठराव मांडून तो त्यांनी पास करून घेतला. बारा वर्षं मृणालताई नगरसेविका होत्या. १९७२ मध्ये विधानसभेसाठी त्या उभ्या राहिल्या. त्या वेळी देशात इंदिरा गांधींची लाट होती. मृणालताईंच्या विरोधात माधवराव परांजपे या निष्णात वकिलांना काँग्रेसनं उभं केलं. स्वत: इंदिरा गांधी माधव परांजपेंची गोरेगावला प्रचार सभा घ्यायला आल्या, तेव्हा सर्वत्र भित्तिपत्रकं लागली. 'इंदिरा गांधी गोरेगावात; मृणाल गोरेंचा विजय निश्चित.' काँग्रेसकडे खर्चायला पैसा होता. मृणालताईंचा भर आपल्या कामावर, लोकांना प्रत्यक्ष भेटण्यावर होता. पाणी आणि अन्य नागरी सुविधांसाठी झगडणारी, चळवळ करणारी उमेदवार ही प्रतिमा जनमानसात होती. त्याचप्रमाणे पैसा खर्च करायला नव्हता. शंभर रुपयांपेक्षा जास्त निवडणूक निधी त्या स्वीकारत नसत. गोरेगावमधले एक गृहस्थ पाच हजार रुपये घेऊन त्यांना निवडणुकीसाठी द्यायला आले. मृणालताई म्हणाल्या, 'शंभर रुपये ठेवा आणि बाकीचे पैसे झोपडपट्टी सुधारण्यासाठी वापरा.' आग्रह करकरून ते गृहस्थ निघून गेले. आज मात्र माझं ते माझंच, पण तुझं तेही माझंच अशी साठमारी चालू आहे. म्हणूनच तर नगरसेवकापासून ते खासदार होण्यापर्यंत स्पर्धा चालू असते.

अर्थात, मृणालताई प्रचंड बहुमताने निवडून आल्या. आणि अभ्यास करून विधानसभेत सरकारला प्रश्न विचारू लागल्या. जनतेच्या समस्या तिथे मांडल्या, धान्यातील भेसळ, दुष्काळ, रोजगार हमी योजना, वडखळ नाका स्मगलिंग, अंतुलेंवरचे आरोप, जवाहरलाल दर्डा हाउसिंग भ्रष्टाचार प्रकरण, पोलिसांनी शेतमजुरांवर केलेले गोळीबार अशा अनेक समस्यांना विधानसभेत त्यांनी वाचा फोडली.

इतकंच नव्हे तर १९७३ ते १९७५ काळात महागाई आणि वस्तूंची टंचाई या प्रश्नावर उग्र आंदोलनंही मृणालताईंनी केली. त्यांच्याबरोबर अहिल्या रांगणेकर, प्रमिला दंडवते, सुशीला पटेल, प्रेमा पुरव, कमल देसाई, मंजू गांधी इत्यादी स्त्रिया होत्या. मंत्रालयात संबंधित मंत्र्यांना तास न् तास घेराव घालून प्रश्नाची तड लावली जाई.

रोहिणी गवाणकर मृणालताईंच्या विधानसभेतल्या कामाबद्दल लिहितात, '१९७२च्या दुष्काळात मृणालताई शनिवार, रविवार दुष्काळग्रस्त भागाला भेट देत आणि सत्य परिस्थिती किती विपरीत आहे याबद्दल घणाघाती भाषणं विधानसभेत करत.' १९७२ ते जून १९७५ या तीन-साडेतीन वर्षांत कामकाजाचे विधानसभेचे दिवस २०७ होते. त्यांपैकी मृणालताई १९६ दिवस सभागृहात हजर होत्या. फक्त

११ दिवस गैरहजर. (त्या काळात त्यांच्या मुलीचं अंजलीचं लग्न झालं.) पाचव्या विधानसभेत एकूण ९६० प्रश्न मांडले गेले, त्यात मृणालताईंनी ४२५ प्रश्न मांडले. ४९ लक्षवेधी सूचना, त्यांपैकी ३६ मृणालताईंच्या होत्या. १९७२ ते १९७५ या काळात २६८ विधानसभा सदस्य, त्यांत २७ महिला सदस्य आमदार, पैकी एकट्या मृणालताई विरोधी पक्षात, बाकी २६ महिला सरकारी पक्षाच्या; परंतु स्थगन प्रस्ताव आणि लक्षवेधी सूचना मांडणाऱ्या त्या एकमेव स्त्री आमदार होत्या.'

चारित्र्यसंपन्न पुतना मावशी (कृष्णकृत्यांचा गळा घोटणारी) :

२५ जून, १९७५ला इंदिरा गांधींनी आणीबाणी जाहीर केली. अलाहाबाद न्यायालयानं इंदिरा गांधींची निवडणूक रद्द ठरवण्याचा निकाल दिला. आणि पंतप्रधानांना न्यायालयानं अवघी वीस दिवसांची मुदत दिली. आणि बाईंनी लोकशाहीच्या चौकटीत हुकूमशाही आणून आणीबाणी लादली. मध्यरात्री जयप्रकाश नारायण यांना अटक झाली. अटकसत्र चालू झालं. याच वातावरणात इंदिरा गांधींनी लोकसभेची मुदत एक वर्षानं वाढवून घेतली. आणीबाणी म्हणजे लोकांचे मूलभूत अधिकार आणीबाणी उठेपर्यंत रद्द होतात. आणीबाणी जाहीर झाली म्हणून मृणालताईंना २६ जूनला पहाटेच दिल्लीवरून फोन आला. ताईंनी बॅगेत चार कपडे भरले आणि सर्वांना भेटून त्या घराबाहेर पडल्या व चर्चगेटला गेल्या. तिथे बँका व विविध कंपन्यांच्या कार्यालयात जाऊन संध्याकाळी सभेला या, अशी विनंती केली.

हुतात्मा चौकात आणीबाणी विरोधात मृणालताईंनी सभा घेतली. पोलीस हजर होतेच; पण त्यांच्याकडे पकड वॉरंट नव्हतं. सभा संपली. ताई चर्चगेट स्टेशनमध्ये शिरल्या. पोलिसांनी गोरेगाव स्टेशनवर जय्यत तयारी ठेवली. ताई उतरल्या की अटक करायची; पण मृणालताई तर चर्चगेटला दुसऱ्या दाराने बाहेर पडून कधीच नाहीशा झाल्या होत्या. विदर्भ, गुजरात, पुणे, अकोला, औरंगाबाद, भुसावळ, नाशिक, मुंबई अशा फिरत राहिल्या. मुंबईत असताना त्यांनी पु. ल. देशपांडेंना बोलावून घेऊन सांगितलं, 'तुम्ही पद्मश्री परत करा. त्यामुळे लोकजागृती होईल.' पण, पु.ल. काहीच बोलले नाहीत. ताईंनी दुर्गाबाई भागवतांच्या अध्यक्षतेखाली कराड साहित्य संमेलन झालं, तिथे साहित्यिकांसाठी आणीबाणी विरोधातील पत्रक पाठवलं. भूमिगत असताना मृणालताईंचं काम सुरू होतंच. कार्यकर्त्यांना भेटत, विचारविनिमय करत. त्याचबरोबर गोरेगावच्या गृहिणींना त्यांनी निरोप पाठवला, ठिकठिकाणी सत्याग्रह करा. स्त्रिया सत्याग्रह करत राहिल्या. त्यांना पोलीस अटक करत. घरात लहान मुलंबाळं असताना या स्त्रिया मृणालताईंना साथ द्यायला घराबाहेर पडल्या होत्या.

सहा महिने, जून ७५ ते डिसेंबर ७५, एकूण ७२ घरांत मृणालताई राहिल्या

;पण पोलिसांना मृणालताई सापडत नव्हत्या. वेगवेगळ्या घरात राहत असताना आपली चित्रकलेची आवड त्या जोपासत. चित्र काढत असत. शेवटी वांद्रे इथे श्री. खांडेकरांच्या घरात राहत असताना त्या समुद्रावर फिरायला गेल्या आणि पोलिसांना बातमी कळली. मग एक दिवस आर्थर रोड तुरुंग, नंतर अकोला इथे मुद्दाम नेऊन ठेवलं. एक महारोगी स्त्री आणि एक वेडी मुलगी यांच्यामध्ये ठेवलं. तिथे स्वत:चा स्वयंपाक मृणालताईंनाच करावा लागे. इथून हलवण्यासाठी त्यांनी गुपचूप प्रभुभाई संघवींना पत्र पाठवलं. कोर्टात संघवी यांनी अर्ज केला. दरम्यान, त्या वेड्या मुलीला मृणालताई प्रेमानं पोळी-भाजी देत. ती मृणालताईंना 'आई' म्हणे.

कोर्टाने ऑर्डर दिली, 'मृणालताईंना हजर करा.' जेलरनं रातोरात अकोल्याहून त्यांना धुळ्याला नेऊन ठेवलं. दुसऱ्या दिवशी मुंबईला जाण्यासाठी पोलीस ताईंना घेऊन निघाले. ताईंना चहा-जेवण काहीच दिलं नाही. त्या आमदार असल्यानं मुख्य पोलीस ऑफिसरशी बोलू शकत होत्या; पण पोलिसांनी फोन दिला नाही. गाडी परत फिरवली आणि सांगितलं, मुंबईला आर्थर रोडला जायचंय; कारण तशी मृणालताईंची मागणी होती. ताईंच्या अंगात ताप होता; पण पोलिसांनी गाडी धुळ्याकडे वळवली. आणि थोड्याच वेळात ताईंच्या लक्षात आलं आपल्याला फसवलंय; परत धुळ्याला चाललोय. रात्रीचे बारा वाजले होते. गाडी तुरुंगापाशी आली. ताई तापानं फणफणलेल्या; पोटात अन्न-पाणी नाही. त्या खाली उतरायला तयार नव्हत्या. त्या म्हणाल्या, 'मी उतरणार नाही. तुम्ही मला फसवून इथं आणलंत. इतकं खोटं बोलण्याची काय गरज होती?'

शेवटी रस्त्यापासून जेलपर्यंत पोलिसांनी तापानं फणफणलेल्या ताईंना फरपटत, ओढत नेलं. डॉक्टर आले. ताईंना १०३ ताप होता. त्यांनी औषध दिलं; पण ताईंनी घ्यायला नकार दिला. डॉक्टरांनी बराच युक्तिवाद केल्यावर त्या दूध प्यायला तयार झाल्या. दहा मिनिटांत गरमगरम दूध- चक्क मसाल्याचं दूध- आणलं गेलं. ताईंनी ते घेतलं. चौकशीनंतर कळलं डॉक्टर पत्नीनं मृणालताईंना परत आणलं, हे कळलं म्हणून बदाम-पिस्ते घालून दूध तयार केलं होतं. कटू आठवणींबरोबर लोकांचं प्रेमही ताईंना असं मिळत होतं.

ताई मुंबईत एका घरात राहत असताना दारावर पोलीस आले तर घरातल्या चिमुरडीनं सांगितलं, 'घरात आई नाही. आणि अनोळखी माणसांना मी दार उघडणार नाही.' असे काही मार्दवाचे क्षण त्यांच्या वाट्याला येत होते. आणीबाणी संपल्यावर बॅ.अंतुले म्हणाले, ''मृणालताईंचे तुरुंगात गाल लाल झाले.'' याची जनमानसात तीव्र प्रतिक्रिया उमटली.

२६ जानेवारी, १९७७ ला 'तुरुंगातले राजबंदी सुटले' ही बातमी कळताच मृणालताईंची मुलगी अंजली वर्तक अन्य कार्यकर्त्यांसह धुळ्याला पोचली. धुळ्याच्या

जेलबाहेर लोकांनी जल्लोश करून मृणालताईं व त्यांच्या सहकाऱ्यांचं स्वागत केलं.

आता १९७७ला जनता पक्षाची निर्मिती झाली. मृणालताई खासदार म्हणून निवडून आल्या. पंतप्रधान मोरारजी देसाईंनी त्यांना केंद्रीय मंत्रिपद देऊ केलं; पण मृणालताईंनी नाकारलं. पुन्हा लोकदलाच्या चरणसिंगांचं सरकार आलं, तेव्हाही त्यांनी मृणालताईंना मंत्रिपद देऊ केलं, तर व्ही. पी. सिंगांनी त्यांना केंद्रीय महिला आयोगाचं अध्यक्षपद देऊ केलं; पण ही पदं नाकारताना मृणालताईंनी सांगितलं, "मी जर इथे मंत्री किंवा अध्यक्ष म्हणून राहिले तर जनसमुदायाशी असलेला माझा संपर्क तुटेल. मला लोकांमध्ये जाऊन त्यांच्या अडचणी सोडवायच्या आहेत, तेव्हा ही पदं नकोत."

लोकसभेतही त्यांनी आपल्या सरकारला जनतेच्या प्रश्नावर धारेवर धरलं. मुख्यत: रेल्वे भाडेवाढ यावर.

ग्रामपंचायत सदस्य, नगरसेविका, आमदार आणि ७७ मध्ये खासदार इतकी मानाची पदं हाती येऊनही त्या टोपीवाला बंगल्यात भाड्याच्याच घरात राहत होत्या. कुठे बाहेर जमीन घेणं, बंगला बांधणं, महाग गाड्या घेणं, मुलीला राजकारणात आणून तिची पुढची सोय करणं यातला कोणताच प्रकार त्यांना मान्य नव्हता. त्यांनी असं काही केलं नाही. खादीच्या साड्या नेसणं, साधेपणानं राहणं. 'कार्यकर्त्यांनी कार्यक्रमाला बोलावलं तर त्या बसनं प्रवास करत,' अशी आठवण एका कार्यकर्त्यानं सांगितली आहे.

मृणालताईंनी महापालिका आणि विधानसभेत मांडलेले प्रश्न १) गर्भजल परीक्षेला बंदी २) दुष्काळ भूकबळी (प्रत्यक्ष पाहणी), पाणी प्रश्न ३) जुन्या भाडेकरूंना पर्यायी जागा द्या. ४) महागाई कमी व्हावी म्हणून पुरवठामंत्र्यांना घेराव, रात्री थाळ्या वाजवण्याचं महिलांना आवाहन, तेव्हा खरोखर मुंबईभर रात्री गच्चीत जाऊन महागाईविरुद्ध संताप व्यक्त करण्यासाठी आम्ही स्त्रियांनी थाळ्या वाजवल्या आहेत. वस्तूंची टंचाई, वस्तू दुकानातून गायब होत असत. सण आले की तेल, तूप, रवा, साखर मिळत नसे. तेव्हा काढलेला लाटणं मोर्चा हे सर्व आम्ही अनुभवलं आहे. आज महागाईनं कहर केला आहे, महागाईबद्दल कुणाला साकडं घालायचं, असं नाव समोर येतच नाही. जनतेला कोणी वाली उरलाच नाही, सगळेच सुग्रीव.

महिलांसाठी स्पेशल लोकल, जादा डबा, लोकल स्टेशनला सरकते जिने (जे आपल्याला आज दिसताहेत) या सगळ्यांसाठी प्रथम मृणालताई झगडल्या.

मृणालताईंबद्दल वाचताना-लिहिताना एक गोष्ट शंभर टक्के जाणवते ती म्हणजे १९७७ला जनता सरकार केंद्रात आल्यावर गहू, तांदूळ, साखर यावरची बंदी उठली आणि खुल्या बाजारात जीवनावश्यक धान्य मिळू लागलं ते आजपर्यंत. माझ्यासारख्या नोकरी करणाऱ्या अनेक गृहिणींनी तेव्हा सुटकेचा नि:श्वास टाकला होता.

पुन्हा एकदा त्यांची पार्टी फुटली तेव्हा मृणालताईंवर आरोप केला गेला, म्हणजे १९७९ला जनता सरकार कोसळलं त्यात मृणालताईंचा हात आहे वगैरे. इतकंच काय, पक्षात पुरुषप्रधानताही होती ती त्यांना त्रासदायक होत होती.

१९८५मध्ये मृणालताई परत विधानसभेत निवडून आल्या. आणि सभागृहात अभ्यास करून अनेक प्रश्न त्यांनी उपस्थित केले. त्यांचं भाषण ऐकून मंत्रीही चकित होत. त्यांनाही त्यांच्या मतदार संघातल्या गोष्टी ठाऊक नसत, त्या ताईंना ठाऊक असत. रेल्वे, वीज मंडळ, जमिनीचे भ्रष्टाचारी व्यवहार, ग्रामीण भागातील समस्या इत्यादी. दुसऱ्यांदा त्या विधानसभेत आल्या तेव्हा त्या कॅन्सरसारख्या भयानक आजारातून व शस्त्रक्रियेतून बाहेर पडल्या होत्या. गोरेगाव ते मंत्रालय त्या नेहमी लोकलनं जात; पण त्यांचे सुहृद बाबूराव सामंत यांनी ड्रायव्हरसह गाडीची व्यवस्था केली. आजारपणामुळे प्रथमच त्यांची लोकल चुकली आणि त्यांना मंत्रालयात जाणं सुखावह झालं.

याच वेळी विधानसभेत विरोधी पक्षनेत्या म्हणून मृणालताईंना निवडलं गेलं; पण त्यांच्याच पक्षाचे पी. के. अण्णा पाटील यांना ते पद हवं होतं म्हणून त्यांनी विरोध केला. मृणालताईंना अधिक मतं मिळाली आणि त्या विरोधी पक्षनेत्या झाल्या. त्या वेळी शरद पवार मुख्यमंत्री होते. १० ऑगस्ट, १९८९ विरोधी पक्षनेत्या म्हणून सरकारवर अविश्वासाचा ठराव त्यांनी प्रस्तुत केला. मुद्दा होता 'भूखंडाचं आरक्षण' याबाबत मोठ्या प्रमाणावर गैरव्यवहार व भ्रष्टाचार झाला होता. शरद पवारांनी ठरावाला उत्तर देताना अप्रस्तुत भाषा वापरली. मृणालताईंवर कडक टीका केली. मृणालताई व्ही. पी. सिंगांबरोबर गडचिरोली व आदिवासी भागात दौऱ्यावर पाहणीसाठी गेल्या होत्या. तो संदर्भ देऊन पवार म्हणाले, 'आदिवासींबद्दल विरोधी पक्षनेत्यांनी पुतनामावशीचं प्रेम दाखवलं. या नाटकी प्रेमाला आदिवासी न भुलता आदिवासींनी या पक्षाला दारातही उभं न करण्याची भूमिका घेतली आहे.'

तरीही मंत्रालय, विधानसभा इथले कर्मचारी, मंत्री, आमदार या सर्वांना मृणालताईंबद्दल कमालीचा आदर होता.

मृणालताईंना 'पुतनामावशी' अशी अयोग्य उपमा दिल्याबद्दल दुसऱ्या दिवशी वर्तमानपत्रांनी पवारांना धारेवर धरलं. यानंतर सहा महिन्यांत विधानसभेच्या निवडणुका झाल्या आणि मृणालताईंनी निवडणुकीच्या राजकारणातून निवृत्ती घेतली. तरीही जनतेसाठी कामं चालूच होती.

१९८५च्या आठव्या विधानसभेत मृणालताई प्रचंड बहुमतानं निवडून आल्या. विधानसभेतील एक स्त्री आमदार म्हणून त्यांनी केलेलं महत्त्वाचं काम म्हणजे 'गर्भजल परीक्षेसंबंधीचं अशासकीय विधेयक.' हे विधेयक किती उपयुक्त आहे यावर मृणालताई अप्रतिम बोलल्या. शरयू ठाकूरसारख्या दोन-चार महिला

आमदारांव्यतिरिक्त इतर महिला आमदारांना गर्भजल परीक्षणाबद्दल तर माहितीच नव्हती. पुरुष आमदार तर हा विषय आणि मृणालताईंचं भाषण ऐकून अवाक झाले. हे विधेयक मृणालताईंनी मागे घ्यावं व शासकीय बिल म्हणून मांडून ते पास करून घेतलं जाईल, असं आश्वासन मिळाल्यामुळे ताईंनी ते मागे घेतलं आणि नंतर गर्भजल परीक्षेचा कायदा झाला. आजही त्यातल्या चांगल्या-वाईट गोष्टींच्या बातम्या येतच असतात.

या आठव्या विधानसभेत ताईंनी शंभरच्या वर प्रश्न मांडले. ते होते महिलांवरील अत्याचार, बलात्कार, भूकबळी, महानगरपालिकेचा कारभार, शिक्षण, जीवनावश्यक वस्तूंचे वाढलेले भाव, झोपडपट्ट्यांचे प्रश्न.

याच काळात जे जे हॉस्पिटलमधील औषध भेसळीमुळे झालेले मृत्यू हे प्रकरण गाजत होतं. याची चौकशीची मागणी ताईंनी नेटानं लावून धरली. न्या. लेंटिन यांच्या आयोगाने अहवाल दिला.

त्या वेळी मृणालताईंची कर्करोगाची शस्त्रक्रिया झाली होती. त्या झोपून होत्या. त्याही अवस्थेत अहवाल वाचून टिपणं तयार केली आणि विधानसभेत चर्चेच्या दिवशी जायची डॉक्टरांची परवानगी मागितली. परोपरीनं त्यांनी डॉक्टरांना विनवलं; पण ताईंची प्रकृती इतकी नाजूक होती की, डॉक्टरांनी त्यांना जाऊ दिलं नाही. चर्चेत भाग घेता आला नाही याची खंत त्यांनी आयुष्यभर बाळगली.

मृणालताईंच्या निःस्वार्थी वृत्तीमुळे त्यांना समाजात आदर व सन्मान मिळत असे. सज्जन, प्रामाणिक, स्वच्छ लोकप्रतिनिधी अशी त्यांची प्रतिमा लोकमानसात होती. पैशाशिवायही राजकारण करता येतं, हे ताईंनी दाखवून दिलं.

मृणालताईंना १९८८मध्ये ६० वर्षं पूर्ण झाली तेव्हा बेस्ट कामगार संघटनेने त्यांना प्रेमानं गाडी व त्यांच्या इंधनखर्चासाठी थैली भेट दिली. तिथल्या तिथे ती गाडी आणि थैली मृणालताईंनी केशव गोरे स्मारक ट्रस्टला दिली. घरी नेऊन विचार करणं वगैरे नाहीच. इतकी निरिच्छ वृत्ती.

जनता पक्षाच्या फाटाफुटीनंतर मृणालताईंच्या विरोधात प्रचार करायला एस. एम. जोशी गोरेगावला आले होते. एस. एम.ना ताप आहे, हे कळल्यावर आणि ते आपल्या विरोधात प्रचार करणार हे ठाऊक असूनही आपला प्रचार बाजूला ठेवून मृणालताई त्यांना भेटायला गेल्या. केवढे उदात्त विचार! राजकारणापेक्षा मैत्री आणि स्नेहाला महत्त्वाचं स्थान त्यांच्या आयुष्यात होतं. इतकी आंदोलनं मृणालताईंनी केली; पण हिंसेचा मार्ग कुठेही वापरला नाही. केवढं हे मानसिक सामर्थ्य.

नागरी समस्या निवारण करणं हे निवडून आलेल्या सदस्यांचं काम आहे. लोकांना नीट राहता यावं, डोक्यावर छप्पर असावं, अन्न, वस्त्र, निवारा आणि पाणी, रस्ते या समस्या सोडवून त्यांना जगण्याच्या सोई उपलब्ध करून द्यायच्या,

हा वसा समाजवादी पक्षानं घेतला. म्हणजे मृणालताईंनी घेतला. आज जे मुंबईत झोपड्यांचं उग्र आव्हान उभं राहिलं आहे, त्याचा विचार १९५८पासून मृणालताईंनी अभ्यास करून शासनाला वेळोवेळी सांगून काही कामं करून घेतली. त्यामुळेच आज झोपडपट्टीत राहणाऱ्यांना पर्यायी जागा मिळताहेत. त्यात गैरव्यवहार किती चालतो ते पाहायला, थांबवायला, मृणालताईंसारखे लोकप्रतिनिधी आज नाहीत.

फोर्ड फाउंडेशन या परदेशातल्या संस्थेकडे पं. नेहरूंनी स्वस्त घरं कशी बांधावी याबद्दल विचारणा केली. तेव्हा त्यांनी उत्तर दिलं, 'याचा विचार तुमच्या मुंबईच्या लोकांनी चांगला केला आहे. त्यापलीकडे स्वस्त घरं होऊ शकणार नाहीत.'

१९५८पासून झोपडपट्टीबद्दल समाजवादी शाखा, बोरिवली तालुका व गोरेगाव शाखा चर्चा करत होती तेव्हा त्यांच्या असं लक्षात आलं की, नवीन झोपडी बांधली जाऊ नये, अस्तित्वात असलेल्या झोपड्यांना क्रमांक द्यावेत. लहान गाळे सर्व सोईनिशी बांधण्यासाठी, त्यांना जागा उपलब्ध करून द्यावी व पंधरा वर्षांनी घरावर मजला चढवता येईल, अशी सोय असावी. झोपडपट्टीसाठी जागा राखीव असावी. आपले विचार अगदी सहज समजावेत म्हणून पक्षाने 'मुंबईतील घरबांधणीची समस्या' नावाची पुस्तिका छापली.

तामिळनाडूमध्ये (मद्रासमध्ये) तेव्हा वर्ल्ड बँकेची टीम 'स्वस्त घरबांधणी' या विषयावर मार्गदर्शन करण्याकरता आली होती. हे मृणालताईंना कळताच त्या व बाबूराव सामंत त्या टीमकडे आपण तयार केलेली पुस्तिका घेऊन गेले आणि आपल्या अभ्यासाचा मथितार्थ इंग्रजीतून समजावून सांगितला. ते ऐकून वर्ल्ड बँकेची टीम चकित झाली. त्यांनी इंग्रजी पुस्तिका मागून घेतली आणि आपण केलेल्या सूचना समाजवादी पक्षाने १९६२मध्येच केल्या आहेत, याचं त्यांना कौतुक वाटलं. अर्थात, मृणालताई व बाबूराव सामंत यांनी सर्वेक्षण करून, तज्ज्ञांशी चर्चा करून हे केलं, हे श्रेय त्यांचंच, यात शंका नाही. हा पाठपुरावा ते चाळीस वर्षं करत होते.

भारत सरकारने 'नागरी कमाल जमीनधारणा' हा कायदा केला. त्याचा हेतू होता कनिष्ठ वर्गाला घरासाठी स्वस्त जमीन मिळावी. शिवाय, नागरी सुविधा म्हणजे इस्पितळं, शाळा, आरोग्य केंद्र व रस्ते बांधायला जमीन स्वस्त मिळावी. इंदिरा गांधींनी हा कायदा केला होता; परंतु आघाडी सरकारने हा कायदा केंद्रात रद्द केला आणि राज्यांनीही तो करावा असं कळवलं.

महाराष्ट्रात हा कायदा रद्द करण्यासाठी जी कमिटी तयार केली गेली, त्यांच्यासमोर मृणालताई व बाबूराव सामंत यांनी आपलं म्हणणं मांडलं आणि हा कायदा रद्द करू नये, असं आग्रहपूर्वक मांडलं.

सर्वोच्च न्यायालयानं शहरी, नागरी कमाल जमीनधारणा कायदा हा वैध आहे, असा निकाल दिल्यानं शासनाला परस्पर चपराक मिळाली.

१९८१मध्ये मृणालताई व बाबूराव सामंतांनी 'नागरी परिषद' घेतली आणि 'नागरी कमाल जमीनधारणा या कायद्याखाली आम्हाला स्वस्त दरात जमीन द्या; आमच्या खर्चाने आम्ही घरं बांधू,' अशी मागणी केली. ही नागरी निवारा परिषदेच्या चळवळीची सुरुवात.

मग या दोघांच्या बरोबर प्रतिभा उपाध्ये, कमल देसाई, वसंत व नीला फळणीकर, श्रीधर नाखरेकर, कृष्णकांत नेवरेकर, दिगंबर खानोलकर, हेन्री नरोन्हा, नानू परमार असे अनेक कार्यकर्ते होते. त्यांनी दहा वर्षं शासनाशी झगडून जमीन मिळवली आणि स्वत:च्या प्रयत्नांनी लोकांनी सहा हजार घरं बांधली. जमीन मिळवण्यासाठी मोर्चे, उपोषण, धरणे धरणं इत्यादी करावं लागलंच.

नागरी निवारा योजनेप्रमाणे प्रत्येकी एक हजार रुपये त्यांच्याच नावावर बँकेत स्वतंत्र खातं काढून ठेवायचे. अट एकच, पैसे काढायचे नाहीत. असे पाच हजार पाचशे सदस्य झाले. मृणालताई, बाबूराव सामंत आणि अन्य सदस्यांसह मुख्यमंत्री वसंतदादा पाटील यांच्याकडे मोर्चा घेऊन गेल्या. म्हणाल्या, 'भीक नको; जमीन विकत द्या. पैसे तयार आहेत.' तयार पैशाचा ड्राफ्ट पाहिल्यावर वसंतदादा म्हणाले, 'एवढे पैसे तुम्ही कसे व कधी जमवले?' मृणालताईंनी त्यांना योजना व सभासदसंख्या सांगितली. वसंतदादा प्रभावित झाले. ते म्हणाले, 'दिली तुम्हाला जमीन.' त्यानंतर अनेक मुख्यमंत्री आले आणि गेले. पुढे शंकरराव चव्हाणांनी तर पूर्वीच्या मुख्यमंत्र्यांचा निर्णय धुडकावून लावला. 'देत नाही व देणारही नाही जमीन' अशी भाषा मृणालताईंच्या शिष्ट मंडळाबरोबर केली.

मग मृणालताई व अन्य सदस्यांनी उपोषण सुरू केलं. दर ४८ तासांसाठी दोनशे सदस्य उपोषणाला बसत होते. त्या वेळी राष्ट्रपती झैलसिंग मुंबईत आले होते. जॉर्ज फर्नांडिसही तेव्हा मुंबईत होते. त्यांनी राष्ट्रपतींना भेटून परिस्थिती सांगितली व मुख्यमंत्र्यांनी शब्द फिरवल्याचे निदर्शनास आणून दिले. त्याच दिवशी कामगार संघटनांनी उपोषणाला पाठिंबा म्हणून मोर्चा काढला. नानासाहेब गोरेही उपोषणवाल्यांना भेटायला आले.

शेवटी मुख्यमंत्री शंकरराव चव्हाणांनी जमीन दिल्याचं जाहीर केलं; पण ताबा लगेच मिळाला नाही. त्याला नऊ वर्षं लागली. अन्य पक्षांतल्या लोकांनीही अडथळे आणण्याचा प्रयत्न केला. पहिल्या वर्षी एक हजार घरं; मग आणखी सतराशे घरं झाली. असं करत सहा हजार दोनशे घरं बांधून झाली. त्यासाठी शाळा, पोस्ट ऑफिस, कनिष्ठ महाविद्यालय, इस्पितळं याचाही विचार झाला. गोरेगाव स्टेशन (पूर्व) ते नागरी निवारापर्यंत बसही सुरू झाली. बिल्डरशिवाय एकही काळा पैसा न वापरता घरं तयार झाली.

मृणालताईंचं स्वप्न त्यांच्या हयातीत पूर्ण झालं. ही घरं पती-पत्नी दोघांच्या

नावे असावीत, अशी मृणालताईंची इच्छा होती; परंतु तेव्हा तसा कायदा नव्हता. नंतर तो आलाही.

कुठल्याही लोकप्रतिनिधींनी अशा प्रकारची योजना राबवून ती यशस्वी केल्याचं ऐकिवात नाही आणि कुणी राबवली असेलच तर त्यात स्वत:चं घर प्रथम भरल्याशिवाय ती योजना पुरी झाली नसेल.

मृणालताईंना लोकांसाठी किती प्रकारची आंदोलनं करावी लागली याची यादी करणंही कठीण. १९७२ मध्ये महागाईनं उच्चांक गाठला होता. रोजच्या वस्तूसुद्धा रेशन दुकानात मिळत. रांगा लावाव्या लागत. धान्य अचानक गायब होई. स्त्रिया त्रासून गेल्या होत्या. प्रमिलाताई दंडवते, मीनाक्षी साने यांनी स्त्रियांची सभा बोलावून त्याचं अध्यक्षपद मृणालताईंकडे दिलं. १३ सप्टें., १९७२ रोजी 'महागाई प्रतिकार संयुक्त महिला समिती' स्थापन झाली. आंदोलनासाठी सभा भरवली. या सभेला सुशिक्षित, अशिक्षित स्त्रियांनी गर्दी केली. त्या सभेचं अध्यक्षपद मृणालताईंकडे आलं. सभेत महागाईवर चर्चा करताना एक स्त्री म्हणाली, 'किती ही महागाई? लाटणं घेऊनच सरकारला बदडलं पाहिजे.' आणि तिथेच मृणाल गोरे यांना महागाईविरोधी लाटणं मोर्चा काढण्याची कल्पना सुचली.

मृणालताई महिलांना सांगत, 'फक्त महागाई म्हणून मोर्चा नको. तर त्यामागची आर्थिक कारणं काळा पैसा, चलन फुगवटा, सरकारचं धोरण कसं चुकीचं आहे, हेही समजून घेतलं पाहिजे.'

आपल्या देशात स्त्री पंतप्रधान झाली, राष्ट्रपती झाली; पण कधी अर्थमंत्री झाली नाही. लोकसभेत आवाज उठवणं हे विधानसभेत आवाज उठवण्यापेक्षा कठीण असतं.

मृणालताईंचा आर्थिक कारणांचा चांगला अभ्यास होता. लोकसभेत असताना त्यांनी अर्थसंकल्पावर खूप मेहनत घेऊन भाषण तयार केलं; पण त्यांना बोलू दिलं नाही. कारण काय, रेल्वे अर्थसंकल्पावर बोलायची एकदा संधी मिळाली. तेव्हा आता परत बोलता येणार नाही. प्रत्येक ठिकाणी पुरुषी अहंकार त्यांनी अनुभवला.

त्या विरोधी पक्षनेत्या म्हणून विधानसभेत २२ डिसेंबर, १९८८ ते १९ ऑक्टोबर, १९८९ या कालावधीत होत्या. घणाघाती भाषणं करून मुंबईतल्या मोकळ्या भूखंडाचं वाटप कसं केलं जातं आणि आरक्षित असलेल्या मुंबईतल्या जमिनी शासन बड्या बिल्डरांना देत आहे. शासन बड्या बिल्डरांची बटिक होऊन काम करत आहे. नावानिशी यादी देऊन त्यांनी सांगितलं, जमिनीचं आरक्षण त्यामुळे रद्द होत आहे. शिवाय नातेवाईक व संस्थांना भूखंड दिले जात आहेत. या मुद्द्यावर त्यांनी अविश्वासाचा ठराव आणला. त्या काळात शरद पवार मुख्यमंत्री होते.

विधिमंडळात आणि विधिमंडळाबाहेरही त्यांनी आपला लढा चालू ठेवला आणि मंत्रालयाच्या सहाव्या मजल्यावर मुख्यमंत्र्यांच्या दालनासमोर घोषणा देऊन

वीस सहकाऱ्यांसह अटक करून घेतली.

अंगणवाडी कर्मचाऱ्यांना वेतनश्रेणी मिळावी म्हणून आंदोलन केलं. तेव्हा अंगणवाडीच्या पाच हजार स्त्री कर्मचाऱ्यांना घेऊन त्या रात्रभर चर्चगेटला सम्राट हॉटेलसमोरच्या रस्त्यावर बसल्या होत्या. मुख्यमंत्र्यांनीसुद्धा अडीचशे रुपये भाऊबीज भेट जाहीर केली. पारधी समाजासाठी काम करणारे व्यंकप्पा भोसले यांनी आठवणी सांगितल्या आहेत की, 'पारध्यांना पोलिसांचा त्रास होता. मृणालताई मुख्यमंत्र्यांना भेटल्या आणि चर्चा केली. तेव्हापासून पोलिसांचा त्रास कमी झाला. नागरी निवारा परिषदेने सहा हजार घरे गोरेगाव पूर्वेला बांधली. त्यासाठी दहा वर्षं जमीन मिळण्यासाठी ताईंनी संघर्ष केला.

मृणालताई गेल्यावरही गोरेगाव पश्चिम येथील काम अजूनही सुरू आहे. केशव गोरे स्मारक ट्रस्टतर्फे वैद्यकीय मदत, व्याख्यानं, ग्रंथालय आणि 'स्वाधार' ही स्त्रियांचे प्रश्न तळमळीने सोडवणारी संस्था. आजही तिथे मृणालताईंच्या तालमीत तयार झालेले कार्यकर्ते काम करताना दिसतात.

समाजकारण, राजकारण या सर्व धबडग्यात त्या महाराष्ट्रभर, देशभर हिंडत असत. बिहारमध्येही त्या मधू दंडवते यांच्या प्रचाराला गेल्या होत्या. तिथल्या बायकांमध्ये मिसळल्या होत्या. हे करत असताना मुलगी अंजली हिचं बालपण, शिक्षण, तिचं लग्न (तिनंही आई-वडिलांप्रमाणे प्रेमविवाह केला), या गोष्टी त्यांनी उत्तम प्रकारे सांभाळल्या. आणीबाणीत तुरुंगात असताना त्या म्हणत, 'बरं झालं अंजूचं लग्न आणीबाणी येण्यापूर्वी झालं. त्यामुळे मला तिची चिंता उरली नाही.'

मी गृणालताईंची लोकसत्तेसाठी १९८५/८८ मध्ये त्यांच्या टोपीवाला बंगला या निवासस्थानी मुलाखत घेतली होती. तेव्हा त्यांची साधी राहणी पाहून थक्क झाले. आंबेजोगाईला स्त्रियांच्या परिषदेला गेले होते तेव्हा त्यांच्याबरोबर प्रवास केला होता. त्या वेळी त्या विरोधी पक्षनेत्या होत्या. या थोर स्त्रीला भेटता आलं, बघता आलं याचं अप्रूप आजही वाटतं आहे.

अनेक भाडेकरू असलेलं टोपीवाला बंगला हे मृणालताईंचं भाड्याचं निवासस्थान १९४८ ते १९९५ पर्यंत होतं. तो बंगला पाडून तिथे इमारत बांधली म्हणून त्यांना विकासकांनी पर्यायी जागा उन्नत नगर (गोरेगाव पश्चिम) इथे दिली.

मृणालताईंचं कार्य इतकं अफाट आहे की ते एका लेखात देणं अशक्य आहे. २४ जून, १९२८ला जन्मलेल्या मृणालताई १७ जुलै, २०१२ ला अनंताच्या प्रवासाला गेल्या. एक नि:स्वार्थी, चारित्र्यसंपन्न, लोकांचं हित जपणारी स्त्री म्हणून आम्ही त्यांना आठवत राहू. त्यांना माझे लाख लाख प्रणाम!

◆

११/ माँ अन्नपूर्णादेवी

साक्षात सरस्वतीची जोड

बाजारात जाताना वाटेत लक्षात आलं खिशात पैसे नाहीत म्हणून बाबा घरी आले आणि दारातच थबकले. भैरव रागातला कोमल ऋषभ आणि कोमल धैवत हा भैरवमधला कठीण भाग सात वर्षांची मुलगी गाऊन दाखवत होती आणि मोठ्या भावाला सरोदवर वाजवता यावं म्हणून शिकवत होती. काही वेळापूर्वी तिच्या भावाला वडिलांनी भैरव शिकवायला घेतला; पण त्याला जमत नव्हतं म्हणून ते चिडून बाहेर गेले होते. त्यांना आपल्या छोट्या मुलीला इतकं कठीण संगीत अवगत आहे याची जराही कल्पना नव्हती. त्यांच्या मोठ्या मुलीला संगीतापायी सासरी छळ सहन करावा लागला आणि त्यातच तिचा अंत झाला म्हणून ते या छोटीला शिकवणारच नव्हते.

पण, या सात वर्षांच्या मुलीच्या गळ्यातला हा चमत्कार पाहून त्यांनी तिला शिकवायचं ठरवलं. त्यांनी तिला सरस्वतीच्या मूर्तीपुढे उभं केलं आणि आपल्या गुरूला उद्देशून नमस्कार करून म्हणाले, ''ऐक, माँ आजपासून तुला शिकवणार.'' तिच्या हाती त्यांनी सतार दिली आणि म्हणाले, ''तुला मी आजपासून सरस्वतीच्या हाती देतोय. आजपासून तुझं लग्न सतारीशी झालं, हे लक्षात ठेव. बाळ, संगीत शिकणं ही मोठी आश्चर्याची गोष्ट आहे. माझे गुरू वजीर खाँ. त्यानंतर मी अनेक गुरूंकडे शिकलो. ती कला मी तुला देत आहे. ज्ञानपरंपरेत निर्माण झालेली ही संपत्ती आहे. तू हे शीक, साक्षात सरस्वतीची जोड आहे.'' ती मुलगी बाबांकडे पाहत राहिली. त्या सात वर्षांच्या मुलीला बाबांनी जे सांगितलं ते शब्दश: समजलं होतं.

बाबांनी म्हटल्याप्रमाणे तिचं लग्न सतारीशीच होणार होतं. बाबांच्या मुखातून नियती उद्‍गारली. ती मुलगी म्हणजे अन्नपूर्णादेवी. बाबांचं शेंडेफळ. पुढे बाबांच्या शिष्याशी रवि शंकरांशीच तिचं लग्न झालं.

मैहर हे मध्य प्रदेशातल्या सतना जिल्ह्यातलं एक गाव. या गावाला विंध्य पर्वतश्रेणीचा सहवास आहे. इथल्या त्रिकूट पर्वतावर शारदादेवीचं मंदिर आहे.

मैहरचे राजे बिजेंद्रनाथसिंग या देवीला मानत, म्हणजे सगळा गावच मानत असे. या मंदिरानं मैहर घराणं देशाला दिलं. त्या घराण्याचे वादक जगभर गेले. त्यांनी देशाचं व घराण्याचं नाव दुमदुमत ठेवलं. या घराण्याचे मूळ पुरुष म्हणजे बाबा अल्लाउद्दीन खाँ. अनेक वाद्यं वाजवणारे बाबा मैहरच्या राजाचे गुरू.

पण, बाबा राजांना म्हणाले, ''मी पैसे घेऊन शिकवत नाही.'' तेव्हा त्यांचे शिष्य राजे बिजेंद्रनाथ म्हणाले, ''हरकत नाही. इथे शारदामाँचं मंदिर आहे, तिकडून आपल्याला महिना १५० रु. दिले जातील. माँचं दान म्हणून ते दिले जातील.'' राहायला जागाही दिली गेली.

बाबा गायन आणि वादन यात परिपूर्णतेने भरलेले. सतार, सूरबहार, सूरशृंगार, सरोद अशी वाद्यं आणि कंठात अलौकिक सूर, असे हे अवलिये बाबा. मग कुटुंबही मुलांसह आलं. पत्नी मदीना, मुलगी जहाँआरा आणि मुलगा अलिअकबर. स्थिर झाल्यावर उदय शंकर यांच्या नृत्यसमूहाबरोबर बाबा राजाच्या परवानगीनं परदेशी गेले, तेव्हा मदीना बेगमना दिवस गेले होते.

बाबा इथे नसतानाच मदीनानी एका मुलीला जन्म दिला, २३ एप्रिल, १९२७ रोजी. त्या दिवशी चैत्र पौर्णिमा होती. मैहरची राणी सुलतिकादेवी मुलीला पाहून गेल्या. राजानं बाहेरूनच चौकशी केली. तिच्यासाठी भेटी पाठवल्या.

बाबा (अल्लाउद्दीन खाँसाहेब) मैहरला परतल्यावर मैहरचे राजे त्यांना म्हणाले, ''चैत्रात अष्टमीला अन्नपूर्णादेवीची पूजा असते. अन्नपूर्णा हे पूर्णतेचं प्रतीक आहे. ही कन्या तुमचं संगीत भांडार पूर्ण करणार, तुमच्या आयुष्यात सुखसमृद्धी येईल. मी तिचं नाव अन्नपूर्णा ठरवलंय.'' बाबांनी ते नाव मान्य केलं. अन्नपूर्णा हे हिंदू नाव गाण्यात आणि सुरात खुलेल, तेव्हा मुस्लीम धर्माप्रमाणे मुलीचं नाव रोशनआरा ठेवलं. मोठीचं जहाँआरा होतं.

पण, छोटीचं प्रचलित नाव अन्नपूर्णाच राहिलं. या पूर्णा शब्दातलं पूर्णत्व जन्मताच त्या मुलीकडे होतं, त्या अन्नपूर्णादेवी.

एक दिवस बाबांच्या दारात मुंडन केलेला, जाडेभरडे कपडे घातलेला तरुण उभा राहिला. बाबा पाहत राहिले. जरा वेळानं त्यांनी ओळखलं, म्हणाले, ''रबू, तू इकडे कसा?'' स्वत:च्या भावाच्या उदय शंकरांच्या नृत्यपथकात रवि शंकर होते, तेव्हा बाबांनी त्यांना पाहिलं होतं; परंतु आता रवि शंकर शास्त्रीय संगीत शिकण्यासाठी आले होते. ते दारात उभे असतानाच त्यांना सतारीचा झंकार ऐकू आला. त्यांनी बाबांना नमस्कार केला. तेव्हा बाबा म्हणाले, ''बस, ऐक. माझी मुलगी अन्नपूर्णा सतार वाजवतेय. तिचं वादन ऐक. खूप काही समजेल.'' सतारीचा आवाज येतच होता. ते वादन ऐकून ते मंत्रमुग्ध झाले. ती राग वाजवत नव्हती. केवळ स्वरांचे आरोह-अवरोह तीन सप्तकांत वाजवत होती. त्यांना जाणवत होतं, मुलीच्या

हाताला जसं वजन आहे, तशी स्पष्टता आहे. गमकेबरोबरच्या मूर्च्छनेच्या वेळी प्रत्येक स्वर जणू मोत्याच्या दाण्यासारखा बाहेर पडतोय. संगीतात गुंग असलेली अकरा वर्षांची अन्नपूर्णा. दारात कुणीतरी उभा आहे म्हणून तिनं पाहिलं. एक तरुण नम्रतेनं उभा होता. दोघांची नजरानजर झाली. इतक्यात बाबा म्हणाले, "ऐकतोस ना, तिचं वादन मन लावून ऐक. ती आधार म्हणून खूप चांगली आहे. सारं काही धरून ठेवू शकते, राखू शकते." अन्नपूर्णा लाजली; पण तिचं वादन चालू होतं. आताही त्या प्रसंगात बाबांनी जणू भविष्यवाणी उच्चारली होती.

त्या काळातले उस्ताद, आपल्या घराण्याच्या संगीताचं शिक्षण फक्त मुलांना देत; मुलींना देत नसत. बाबांनी प्रथम ही प्रथा मोडली. त्यांची मोठी मुलगी जहाँआरा त्यांच्याकडे शिकली; पण त्या संगीतापायी तिचा सासरी छळ आणि मृत्यू झाला. म्हणून ते धाकट्या अन्नपूर्णेला शिकवणार नव्हते. त्यांनी अलिअकबरवरच लक्ष केंद्रित केलं होतं; परंतु मुलगा अजिबात लक्ष देत नव्हता. बळजबरीने शिकत होता. त्यात अन्नपूर्णेची प्रतिभा पाहून तिला बाबांनी शिकवायला घेतलं. तिची संगीताची अफाट जाण पाहून ते तिला सरस्वती माँ म्हणू लागले. शिवाय तिचं शिक्षण राजवाड्यात चालू होतं. तिथून रोज तिला आणायला, न्यायला गाडी येत असे. सतार, सूरबहार ही वाद्य तिनं आपलीशी केली. तिचा आवाज अत्यंत गोड, त्यामुळे शिकवताना शिकणाऱ्या विद्यार्थ्याला तिनं शिकवलेलं चटकन समजत असे. अशी मुलगी वडिलांच्या संस्कारात, कठोर तालमीत तयार झालेली, गुणी अन्नपूर्णा. तिला नियतीनं किती त्रास द्यावा याला काही अर्थ?

ती चौदा वर्षांची असताना तिचा विवाह रवि शंकरांबरोबर अलमोडाला झाला. या विवाहाचा पुढाकार रवि शंकरांचे बंधू उदय शंकर यांनी घेतला. बाबांचा होकार त्यांनी मिळवला. अन्नपूर्णा संगीतात रमलेली. ती विवाहाबद्दल अनभिज्ञ. आपल्याबरोबर शिकणारा रवि मित्र झाला होता. १५ मे, १९४१मध्ये ते दोघं पती-पत्नी झाले आणि ३० मार्च, १९४२ रोजी त्यांचा मुलगा मैहर इथे जन्माला आला. त्याचं नाव शुभेंद्र शंकर. तो जन्मापासून आजारी; त्यात रवि शंकरही अति तापानं आजारी पडले. या दोघांची शुश्रूषा पंधरा-सोळा वर्षांची अन्नपूर्णा करायची. आई मदीना आणि बाबा तिच्या पाठीशी होते. तिचा भाऊ अलिअकबर तिच्याप्रमाणेच बाबांकडे संगीताचे, सरोदचे धडे घेत होता.

आजारपणात बदल म्हणून बाबांनी त्यांना मुंबईला मालाडला पाठवलं. तिथे रवि शंकरांचे मोठे बंधू राजेंद्र शंकर आणि त्यांची पत्नी लक्ष्मी शंकर राहत होते. तिथे जवळच हे तिघं राहू लागले. लक्ष्मी शंकरची बहीण कमलाही त्यांच्या घरी आली. तिचं मूळ नाव सरस्वती. तीही उदय शंकरांच्या ताफ्यात नृत्य करत असे. त्यामुळे रवींची ती आवडती होती. तिला तिथे पाहिल्यावर रवी अन्नपूर्णेच्या प्रेमात तृप्त

असूनही त्यांना कमलाचं परत आकर्षण वाटू लागलं. त्यांनी अन्नपूर्णेला सांगितलं,

"सरस्वती मला आवडते."

"तर मग माझ्याशी लग्न का केलंत? ती तर तुमची बालपणीची मैत्रीण. माझ्याशी लग्न केलंत ते बाबांकडून विद्या हस्तगत करण्यासाठी का?"

पण, रवि शंकरनी उत्तर दिलं नाही. त्यांना वाटे, अन्नपूर्णा स्वत: कलाकार आहे. तिचं हृदय विशाल आहे. मग माझ्या मनाचा दुबळेपणा ती समजून का घेत नाही.

अन्नपूर्णा स्वत:च्या कोशात गुरफटून गेली. कोणती स्त्री मानखंडना सहन करील; मग ती कलावंत असो वा नसो. नंतर त्या माहेरी मैहरला निघून गेल्या. रवींनी प्रथम लखनौ आणि नंतर दिल्ली आकाशवाणीवर नोकरी पत्करली. मैहरला रवींचं पत्र आलं— अन्नपूर्णा, शुभ यांनी दिल्लीत यावं. शुभला बाबांपाशी राहायचं होतं. मग दिल्लीत संसार सुरू झाला. शुभही आजोबांचं वाजवणं मन लावून ऐकत आईपाशी सतार शिकत होता.

रवि शंकर दिल्लीत आले आणि त्यांनी घर घेऊन शुभ व अन्नपूर्णाला आणलं. वाद्यवृंदाची जबाबदारी, आकाशवाणीवर नोकरी, चित्रपटांना संगीत अशी रवीबाबूंची घोडदौड सुरू होती. अन्नपूर्णादेवी स्वत:चा रियाज करत होत्याच. त्यांचा भाऊ अलिअकबर आणि रवि शंकर सरोद-सतार जुगलबंदीचे कार्यक्रम करत होते. त्यात अन्नपूर्णेला रस नव्हता. दिल्लीत असताना अन्नपूर्णानं बाबांचे रेडिओवर सूरशृंगार या वाद्यावर रागेश्री आणि खमाज राग ऐकले. बाहेर रवि शंकरांकडे शिष्य मंडळी आली होती. ती बाबांच्या वादनावर टीका करत होती. अन्नपूर्णादेवींना ते आवडलं नाही. त्यांना वाटलं- जुन्या वाद्याची काही कदर नाही या लोकांना. आपल्या संगीताची श्रेष्ठ उपकरणं सूरबहार, सूरशृंगार या वाद्यांच्या ध्वनीचं ऐश्वर्य रवीला समजत नाही, असं शक्यच नाही. त्यानं स्वत: सूरबहार आणि सतार दोन्ही वाद्यं वाजवली आहेत. मंद्र सप्तकातले आलाप सतारीच्या खर्जाच्या तारेवर छेडण्यात रवीसारखा दुसरा कोणी नाही. तरीही बाहेर बाबांच्या वादनाबद्दल टिप्पणी चालू आहे हे तिला आवडलं नाही.

बाबांनी रवींना सरोद, सारंगी, सूरबहार, सतार ही वाद्यं शिकवली; पण रवींनी सतार आपलीशी केली. रवींनी सूरबहार सोडून सतार जवळ केली. सूरबहार सोडणं म्हणजे बाबांविषयी अश्रद्धा दाखवणं, हे रवींना समजावणं देवींसाठी कष्टप्रद झालं.

बाबांपाशी देवींना अखंड तालीम मिळाल्यामुळे अनेक अप्रचलित रागांचं चलन त्यांना हस्तगत झालं. बाबांनी स्वत:च्या विचाराप्रमाणे सांझगिरी, चित्रागौरी किंवा स्वत: तयार केलेला राग 'भगवती', 'देस मल्हार'मधील आलाप जोड हे मुलीला शिकवलं. अति विलंबित ध्रुपद अंगाचे आलाप सूरबहार घेऊन वाजवत असलेली अन्नपूर्णा आनंदात बुडालेली असे.

स्वत: रवि शंकर आणि अन्नपूर्णादेवी यांनी अनेक वेळा एकत्र वादन केलं. प्रथम त्यांनी मैहरचे राजे ब्रिजनाथ यांच्यासमोर राग मालकंस वाजवला. तानपुरा वाजवत होते, खुद्द बाबा.

दिल्लीतही त्या जाहीर वादन करत. संगीत नाटक अकादमी आयोजित कार्यक्रमात दोघांनी यमन कल्याण वाजवला. असे अनेक कार्यक्रम झाले. तसं तर लग्नानंतर दोघांनी अनेक वेळा वादन केलं. शुभ आजोबांकडे सतार शिकत होताच.

१९५५च्या मार्चमध्ये कॉन्स्टिट्यूशन क्लबच्या संगीत संमेलनात बिस्मिल्ला खाँ (सनई) व सहा दिग्गज वादन, गायन करून गेले होते. शेवटच्या दिवशी म्हणजे ३० मार्च रोजी रविशंकर आणि अन्नपूर्णा देवींची जुगलबंदी होती. अन्नपूर्णा सूरबहार आणि रवि शंकर सतार अशी ती जुगलबंदी होती. त्यांनी 'श्री' राग वाजवला. यापूर्वीही दोघांनी वादन केलं होत; पण या कार्यक्रमात अन्नपूर्णादेवींच्या वादनाला प्रचंड प्रतिसाद मिळाला.

कार्यक्रम संपवून घरी आल्यावर रवि शंकरांची नाराजी स्पष्ट दिसली. रवि म्हणाले, "दोघं वाजवतो तेव्हा ते थोडं अडचणीत टाकणारं आहे."

"काय झालं?" अन्नपूर्णा.

"मी तुला समजावतोय. जग पुढे चाललंय. जुनंपुराणं कवटाळून बसून चालणार नाही." रवि.

"म्हणजे?"

"आपल्या वादनात आधुनिकता असायला हवी."

"काय बोलताय ते मला कळत नाही."

"कळत नाही नव्हे, कळून घ्यायचं नाही. लग्नापासून पाहतोय. तुझे विचार, मनोधारणा, कल्पना काहीही बदलायची तुझी इच्छा नाही."

"उदाहरणार्थ? काय म्हणणं आहे?"

"मी घेतलेल्या उंची साड्या, दागिने तू वापरत नाहीस."

"हो. खरं आहे. माझ्याशी तुम्ही एकनिष्ठ राहायला हवं. ते तुम्हाला जमलं नाही. तुम्ही वारंवार माझ्यावर तेच तेच आरोप करता. याचा अर्थ काय?"

आणि मग रवि शंकरांच्या मनात काय होतं ते पुढं आलं. त्यांना म्हणायचं होतं, माझ्यापेक्षा तुझी वाहवा होते.

पण, अन्नपूर्णादेवी काय ते समजल्या. त्या फक्त इतकंच म्हणाल्या, "मी बाबांनी शिकवलं तेच वाजवणार. नाव, कीर्ती, यश, संपत्ती यातलं मला काही नको." रवि शंकरांच्या मनातलं अन्नपूर्णेला समजलं. पत्नीचं कर्तृत्व त्यांना झाकोळून टाकत होतं. त्यांना जगाच्या मंचावर भरारी घ्यायची आहे. यात पत्नीचा अडथळा कशाला, हे लक्षात घेऊन अन्नपूर्णादेवींनी प्रतिज्ञा केली, 'सभेत, संगीत महोत्सवात

वादन करायचं नाही. बाबांनी जे दिलं ते स्वत:च्या आविष्कारात शिष्यांकरता जपून ठेवणार. शुभलाही तालीम देणार.’

नवरा-बायकोमध्ये या पद्धतीची कुरबुर होती; पण संसार सुरळीत होता. रवि शंकर दिल्लीवरून मुंबईत आले. अन्नपूर्णा आणि शुभ बरोबर होते.

रवींनी शुभ शंकरला जे.जे.स्कूल ऑफ आर्टला घातलं. तो चित्रकला आणि संगीत दोन्ही शिकणार होता. १९६१मध्ये त्या मलबार हिल इथे राहत होत्या. नंतर १९६८ पासून वॉर्डन रोडवर आकाशगंगा इमारतीत अन्नपूर्णादेवी राहायला आल्या.

तत्पूर्वीच फेब्रुवारी १९६७ मध्ये रवि शंकर आणि अन्नपूर्णादेवींची फारकत झाली. रवि शंकर कमलाला घेऊन अमेरिकेत लॉस एंजलिस इथे राहू लागले. नंतर तीन वर्षांनी शुभही आईला सोडून अमेरिकेला गेला. त्याला वडिलांची कीर्ती आकर्षित करत होती.

एकाकी अन्नपूर्णादेवींकडे वाद्य शिकण्यासाठी मात्र शिष्यांची रांग लागली. खालच्या मजल्यावर असलेल्या एनसीपीएच्या क्लाससाठी त्या संगीत शिकवत. त्या मानधनात त्या अर्धपोटी राहत; पण शिष्यांकडून फी घेत नसत. नंतरही कधी घेतली नाही. वडिलांनी दिलेला जमिनीचा तुकडा विकून त्या पैशावर त्यांची गुजराण चालत होती; कारण रवि शंकरांनी त्यांना पैसे देणं बंद केलं होतं.

त्यांच्याकडे सतार, सरोद, बासरी ही वाद्यं शिकायला शिष्य येत. बासरी – हरिप्रसाद चौरसिया, नित्यानंद हळदीपूर, मिलिंद शेवडे, तर सरोद शिकायला दहा विद्यार्थी- त्यांत राजीव तारानाथ, प्रदीप बारोट, वसंत काब्रा इत्यादी.

सतारीसाठी पं.निखिल बॅनर्जी, शुभेंद्र शंकर, डॅनियल बॅडले, संध्या आपटे, लीनता वझे, सुधीर फडके, ऋषिकुमार पंड्या, ऊर्मिला आपटे इत्यादी दहा-बारा विद्यार्थी; पण त्या पैसे कुणाकडूनच घेत नसत. इतकंच नव्हे तर आहे त्यात जेवायचं व कुणी आलं तर त्याला जेवायलाही वाढायचं. कुणी काही भेट दिली तर त्याचेही पैसे द्यायचे. इतक्यात कलकत्त्याहून बाबांचा भक्त भेटायला आला. म्हणाला, “कलकत्त्यात सुभाषचंद्र बोस स्टेडिअमवर, तुम्ही घालाल त्या अटींवर कार्यक्रम करायचा आहे. तीन ते तेरा लाखापर्यंत मानधन देऊ. म्हणाल ते देऊ; पण तुम्ही सूरबहारवादन करा.” अगदी हट्ट धरून बसले.

देवी म्हणाल्या, “तुम्ही मला पैसे देऊन काय करणार. आज लोकांची अभिरुची बदलली आहे. हे गुणात्मक संगीत ऐकण्यासाठी गुणिजन आहेत कुठे? हे संगीत अनमोल आहे.”

अर्थात त्या अभ्यागताला त्यांचा नकार मिळाला.

दुसरा प्रसंग - इंदिरा गांधींनी देवींचं सूरबहार आणि सतारवादन दिल्लीत ऐकलं होतं. त्यांना पद्‌भूषण किताब जाहीर झाला. इंदिरा गांधींनी विचारलं, “आपण

दिल्लीला सन्मान घ्यायला याल का?''

माँ म्हणाल्या, ''आपल्याला माहीतच आहे, मी कुठे जात नाही. तेव्हा मला क्षमा करा.'' हा सन्मान त्यांना पोस्टाने पाठवण्यात आला.

इंदिरा गांधींच्या काळात एकदा प्रसिद्ध व्हायोलिनवादक यहुदी मेन्युन भारतात आले होते. ते इंदिराजींना म्हणाले, ''अन्नपूर्णादेवींचं संगीत ऐकायचं आहे.''

इंदिराजींनी अन्नपूर्णामाँना विचारलं, ''जॉर्ज हॅरिसन आणि यहुदी यांना तुमचं सूरबहारवादन ऐकायचं आहे.''

व्रतस्थ माँ म्हणाल्या, ''मी घरी रियाज करत असताना ते आले तर ऐकू शकतात.''

जॉर्ज हॅरिसन आले; पण यहुदींची आई आजारी झाल्याने ते निघून गेले. त्यांना ऐकता आलं नाही. पुन्हा एकदा यहुदी पुरस्कार घेण्यासाठी भारतात आले तेव्हा इंदिराजींनी अन्नपूर्णादेवींना विचारलं, ''या विख्यात संगीतकाराला भारताच्या वतीनं काय भेट द्यावी?''

माँनी सुचवलं की, ''वाद्यांमध्ये भारताची ओळख निर्माण करणारं वाद्य म्हणजे 'सरस्वती वीणा'; तेव्हा या महान तंतुवादकाला रुद्रवीणाची भेट देणं योग्य.'' हा सल्ला इंदिराजींनी मानला.

२००५मध्ये डॉ. अब्दुल कलाम राष्ट्रपती होते. त्या काळात संगीत नाटक अकादमीच्या फेलोशिपसाठी अन्नपूर्णादेवींची निवड झाली. अकादमीच्या अध्यक्ष सोनल मानसिंग यांचं पत्र देवींना आलं. 'आपल्याला हे अॅवॉर्ड देण्यासाठी राष्ट्रपती येणार आहेत. त्या वेळी आपलं दैवी संगीत ऐकण्याची इच्छा त्यांनी प्रदर्शित केली आहे. हा असा सन्मान फक्त हयात व्यक्तींनाच दिला जातो. तेव्हा आपली अनुमती कळवावी.'

परंतु, अन्नपूर्णादेवी बाबा अल्लाउद्दीन खाँ यांचीच मुलगी. निरिच्छ, निरासक्त, व्रतस्थ आणि संगीताला पूर्ण शरण गेलेली विभूती. त्यांनी पत्राचं उत्तर पाठवलं.

'मी अनेक वर्षांपासून माझे गुरू बाबा आणि सरस्वतीच्या मूर्तीसमोरच वादन करते. माझ्या शिष्यांना मी गाऊनच शिकवते. कारणास्तव मी पुरस्कार आदरपूर्वक स्वीकारते; पण तिथे न येण्याबद्दल क्षमा मागते आणि राष्ट्रपतींचे आभार मानते.'

पन्नास वर्षांहून अधिक काळ हे सांभाळलेलं व्रत. पंतप्रधान, राष्ट्रपती यांच्यासाठीही न मोडण्याची शिस्त माँमध्ये आहे. नुसती शिस्त नव्हे तर संगीत हेच जीवीचे जीवन हे कठोर व्रत आचरल्याने पैसा, यश, प्रतिष्ठा यांत माँना रस नाही.

शिकवताना जितक्या कठोर, तितक्याच शिष्यांबद्दल त्या हळव्या आहेत. म्हैसूरचे राजीव तारानाथ त्यांच्याकडे शिकत असताना आजारी पडले. औषधासाठी जवळ पैसे नव्हते. ते सामान आवरून घरी परत निघाले. माँ म्हणाल्या, ''तुम्ही

कुठेही जाणार नाही. हे पैसे घ्या. औषध सुरू करा. दही खा, रियाज करा. परत जायची गोष्ट विसरून जा.'' राजीव तारानाथ म्हणतात, 'मी शिष्य त्यांच्या भावाचा अलिअकबर खाँसाहेबांचा; पण जेव्हा माँकडे शिकलो तेव्हा रागांचे स्वर कसे आत्मसात करायचे ते शिकवून आलापी शिकवली आणि 'हे धृपद अंग आहे. त्याची शुद्धता सांभाळा,' असं म्हणाल्या. म्हणून आम्ही अनेक शिष्य अन्नपूर्णादेवींना माँ म्हणतो.'

अमेरिकेत उच्च शिक्षण घेतलेले ऋषिकुमार पंड्या कार्पोरेट कंपन्यांसाठी व्याख्यानं देत. अमेरिकेत ते अलिअकबर खाँकडे सतार शिकत होते. काही कामासाठी त्यांना चार महिने मुंबईत यायचं होतं. आता शिकवणी थांबणार असं त्यांना वाटलं; पण अलिअकबर खाँ म्हणाले, 'अरे, मुंबईत माझी बहीण आहे. तिच्याकडे जा. तिला माझं नाव सांग. शिकवेल तुला ती.'

मुंबईत आकाशगंगा इमारतीत ऋषिकुमार गेले. दारावरची घंटा वाजल्यावर (दारावर सूचनेची पाटी होती 'केवळ तीन वेळा घंटा वाजवा,' दार उघडलं नाही तर आपलं व्हिजिटिंग कार्ड आत टाका). खुद्द अन्नपूर्णादेवींनीच दार उघडलं. भावाचं नाव घेताच 'आत या' म्हणाल्या. ऋषिकुमार काय शिकले हे देवींनी ऐकलं आणि म्हणाल्या, 'ठीक है। यमन की गत उठाईये।' पंड्या चौदाव्या वर्षापासून सतार शिकत होते. तरीही पंड्यांना ती गत उचलायला अडीच तास लागले. तेवढे अडीच तास माँ तिथे बसून राहिल्या आणि ऋषिकुमार नंतर येत राहिले.

अकरा वर्षांनी मोठ्या असलेल्या अन्नपूर्णादेवींशी ९ डिसेंबर, १९८२ ला ऋषिकुमारांनी विवाह केला. या विवाहामुळे अन्नपूर्णामाँच्या एकाकी जीवनाला आधार मिळाला. आर्थिक स्थिती सुधारली. पंड्यांनी त्यांची पुढच्या आयुष्याची तरतूद करून ठेवली.

मुलगा शुभेंद्र अमेरिकेत गेला. त्यानं तिथे अमेरिकन मुलीशी लग्न केलं. त्याला दोन मुलं झाली. सोम शंकर आणि कावेरी. शुभ १९९१मध्ये भारतात आईला भेटायला आला आणि आईला म्हणाला, 'मला सतार शिकायची आहे.' त्या तयार होत्या; पण तो अमेरिकेला परतला आणि लॉस एंजलिसमध्ये १५ सप्टेंबर, १९९२ला न्यूमोनियानं वारला. माँवर आकाश कोसळलं. १९७२ला बाबा गेले तेव्हापासून त्या एकाकीच होत्या. नंतर नात कावेरी २००३मध्ये आजीला भेटून गेली. तर डिसेंबर २०१२ मध्ये रवि शंकरांचं अमेरिकेत निधन झालं आणि एप्रिल २०१३ मध्ये ऋषिकुमार पंड्या अचानक घरातच वारले. माँचा ३१/३२ वर्षांचा हा दुसरा साथीदार गेला.

आता माँ एकट्याच असतात. नित्यानंद हळदीपूर बासरीवादक हे त्यांचे शिष्य त्यांच्याकडे राहून त्यांचं पथ्यपाणी पाहतात. माँ आता बिछान्यावर आहेत; पण

कोणाला भेटत नाहीत. बाहेरच्या माणसांना त्यांच्या बोलण्याचा आवाज ऐकू येतो. मी तो तिथे जाऊन अनुभवला आहे.

२३ एप्रिल, १९२७ चा त्यांचा जन्म. या वर्षी नव्वदी पार करून एक्याण्णवव्या वर्षात अन्नपूर्णादेवी पदार्पण करत आहेत.

संगीताला पूर्ण जीवन वाहून घेतलेली व्रतस्थ कलावती. त्यांचं नाव उच्चारलं तरी मनात अनेक तरंग उमटतात. 'उपासनेला दृढ चालवावे' हे रामदासांचे शब्द आचरणात आणणारी विलक्षण स्त्री. त्यांचं नाव उच्चारताच मनात हुरहुर दाटून येते. त्यांच्या घरातून दिसणाऱ्या समुद्राचं ऐकू येणारं संगीत आणि माँमध्ये चिरस्थायी असलेलं संगीत त्यांच्या सुख-दुःखाचं, एकाकीपणाचं साक्षीदार आहे.

त्यांच्या अफाट प्रतिभेने अक्षरशः दिपून जायला होतं. त्या माँना आदरपूर्वक नमस्कार.

◆

१२/ सुधा जोशी

युगायुगांची मी स्वयंपाकीण

आपला देश १९४७ मध्ये स्वतंत्र झाला तरी 'गोवा' पोर्तुगीजांच्या ताब्यात होता. तो स्वतंत्र व्हावा म्हणून गोव्यातच 'गोवा काँग्रेस' ही गोव्याच्या स्वातंत्र्यसंग्रामासाठी स्थापन झालेली लढाऊ संस्था; पण पोर्तुगीजांच्या दडपशाहीमुळे मुंबईत त्या पक्षाचं मुख्य कार्यालय उघडलं ते समाजवादी पुढारी पीटर अलवारीस यांनी. मुंबईत त्यासाठी अधिवेशनं भरू लागली. पुण्यातही शाखा स्थापन झाली. त्याचे अध्यक्ष होते पं. महादेवशास्त्री जोशी; लेखक आणि कोशकार (संस्कृती कोश त्यांनी निर्माण केला). त्या शाखेचं कार्यालय शास्त्रीबुवांच्या घरीच होतं; कारण शास्त्रीबुवा गोव्याचे. त्यांची पत्नी सुधा याही गोव्याच्या. त्यामुळे घरात होणाऱ्या चर्चा, बैठका याबद्दल सुधाताईंना आस्था आणि आपुलकी होती. त्यांचं काम; आलेल्यांचं जेवण, चहा-पाणी करणं. शास्त्रीबुवा पीटरबरोबर गोव्याच्या सरहद्दीवर जात. तिथे गोव्यातल्या स्वातंत्र्यानं भारलेल्या तरुणांना बोलावून त्यांच्याशी चर्चा करून कामं नेमून देत.

नंतर गोवा काँग्रेसनं गोवा भारतात विलीन व्हावा म्हणून सत्याग्रह पर्व सुरू केलं. एका फेरीत शास्त्रीबुवांनी सत्तरी तालुक्यातल्या आंबेडे, नगरगाव, धावे या गावातल्या तरुणांना सरहद्दीवर बोलावून घेतलं. ते तरुण पोर्तुगीजांच्या चौक्या चुकवून पहाटे लपतछपत आले. त्यांना सत्याग्रह करायला सांगितला. २६ जानेवारी, १९५५ला सत्तरी तालुक्यातले पंचवीस तरुण सत्याग्रहासाठी वाळपई गावच्या बाजारात भारताचा झेंडा फडकवीत ढोल-ताशे वाजवत उभे राहिले. तेव्हा पोर्तुगीज पोलिसांनी त्यांना यथेच्छ मारलं आणि तुरुंगात टाकलं. त्यांनी मग शास्त्रीबुवांना निरोप पाठवला- 'तुमच्या आदेशाप्रमाणे आम्ही संग्रामात उडी घेतली. आता तुमचं कर्तव्य जे असेल ते तुम्ही करा.'

शास्त्रीबुवा बेचैन झाले. त्यांना वाटलं ते तरुण तुरुंगात गेलेत; मी तिथे असायला हवं त्यांच्याबरोबर. पुढच्या बैठकीपूर्वी पीटर मुंबईतल्या कार्यकर्त्यांची

चाचपणी करीत होते; परंतु गोव्यात जाऊन सत्याग्रह करण्यासाठी त्यांना प्रतिसाद मिळाला नाही. त्यामुळे घरात भरलेल्या बैठकीत अस्वस्थ शास्त्रीबुवा म्हणाले, "आता सत्याग्रहाला मी जाणार. कोणी बरोबर असेल तर ठीक. नाहीतर एकटा. तुम्ही तारीख ठरवा." जमलेल्या मंडळींत उत्साह संचारला; कारण लेखक म्हणून महादेवशास्त्री जोशी प्रसिद्ध होते. त्यांचं जाणं नक्की झालं.

बैठक संपल्यावर सर्व निघून गेले आणि शास्त्रीबुवांना सुधाताईंच्या प्रश्नांना उत्तरं द्यावी लागली.

"एवढा क्रांतिकारक निर्णय तुम्ही मला न विचारता कसा घेतला?" सुधाताई.

"आपल्या गावच्या पंचक्रोशीतले आंबेड्याचे शेजारी, माझा आदेश मानून तुरुंगात गेलेले तरुण त्यांचा मी विश्वासघात करणार नाही. मी जाणार." शास्त्रीबुवा.

"मी कुठे विश्वासघात करायला सांगतेय. माझा विरोध नाहीच; पण मी एक पर्याय शोधलाय."

"कोणता पर्याय?"

"तुमच्याऐवजी मी जाते."

"काय बोलतेस? तू सत्याग्रहाला जाणार? वेडी की काय?"

"मी पूर्ण विचार केलाय. पत्नीही पतीची सहधर्मचारिणी असते, हे पुराण-प्रवचनातून तुम्हीच सांगत आलात ना? तुम्हाला पटत नसलं तरी पटवून घ्यावं लागेल. तुमची हर्नियाची शस्त्रक्रिया दोन महिन्यांपूर्वीच झालेली आहे. जड उचलायला, सायकलवर बसायला डॉक्टरांनी मनाई केलीय. कुठे वर्मी मार लागला तर? आपला संसार ओढग्रस्तीचा. तुम्ही आणाल ते मुलांना कोणीही शिजवून घालील आणि पोलिसांचा मार खायला मी धाटीमुटी आहे."

यानंतर सुधाताईंनी शास्त्रीबुवांना बोलूच दिलं नाही. पीटर अलवारीसना मुंबईला निरोप गेला. ते आले. म्हणाले, "सुधाताई, तुमचा निर्णय माझ्यासह सर्वांना आवडला. तुमच्या सत्याग्रहानं उभ्या भारताचं लक्ष गोव्याकडे वळेल. चळवळीला एक नैतिक बळ मिळेल."

सुधाताई हसल्या. म्हणाल्या, "नैतिक बळ वगैरे मला ठाऊक नाही; पण माझं कर्तव्य मी माझ्यापुरतं बजावीन."

मग सुधाताईंना सत्याग्रही म्हणून न पाठवता गोवा काँग्रेसची अध्यक्ष आणि त्यांनी गोव्यात काँग्रेसचं अधिवेशन भरवायचं, असं पीटरनी सांगितलं. तारीख ठरली, ६ एप्रिल, १९५५. दुपारी चार वाजता हे अधिवेशन पोर्तुगीज सरकारचा बंदी हुकूम मोडून भरवायचं होतं. अर्थात, महाराष्ट्रात ही बातमी सर्व वृत्तपत्रांनी उचलून धरली. सुधाताईंच्या नावानं मोठे मोठे मथळे वृत्तपत्रांत आले. त्यांची झाशीच्या राणीशी तुलना केली गेली. भरभरून बातम्या, अग्रलेख आले; परंतु

सुधाताई म्हणाल्या, "मला ही आगाऊ प्रसिद्धी रुचली नाही. मी जे करायला निघाले होते, ते तर अजून पुढेच होतं. हे सगळं 'ताकाआधीच मीठ खाणं' असं मला वाटलं; पण मी कोणाला, कशी अडवणार?"

सुधाताई गोव्यात सत्याग्रहाला जाणार हे कळताच गो. नी. दांडेकरांची वृद्ध आई अंबिकाबाई दांडेकर तळेगावाहून सुधाताईंकडे पुण्यात आल्या आणि म्हणाल्या, "मी पण तुझ्याबरोबर येईन."

सुधाताई म्हणाल्या, "अहो, जाणं आपल्या हातात आहे, येणं नाही."

तेव्हा अंबिकाबाई म्हणाल्या, "माझं आता काय राहिलंय. कितीही वर्षं लागू देत. देशासाठी हातून काहीतरी घडू देत."

मग पुण्या-मुंबईत सुधाताईंचे सत्कार सुरू झाले. गोवा स्वतंत्र झाल्याशिवाय भारताचं स्वातंत्र्य पूर्ण होणार नाही, हाच सर्वांच्या भाषणाचा मुख्य विषय होता.

सुधाताई १ मार्च, १९५५ला गोव्याला जायला निघाल्या होत्या. तर आदल्या रात्री दहा वाजता पुण्यातल्या वार्ताहरांनी येऊन सुधाताईंना सांगितलं, "सुधाताई, एक गंभीर बातमी आहे. टोनी डिसूझा या कार्यकर्त्याला पोर्तुगीजांनी सव्वीस वर्षांची शिक्षा ठोठावली आहे."

त्याचा सुधाताईंवर काहीच परिणाम झाला नाही. त्या सहज बोलून गेल्या, "सव्वीस वर्षं पाठवताहेत तुरुंगात, सव्वीस महिने तरी पोर्तुगीज गोव्यात राहतील का?"

सुधाताईंना दोन मोठ्या सावत्र मुली आणि स्वत:चे दोन मुलगे अशोक आणि यदुनाथ. सावत्र मुलींना त्यांनी सख्ख्या आईसारखं प्रेम दिलं आणि त्या मुलींच्यावरच दोन मुलांची व शास्त्रीबुवांची जबाबदारी टाकून त्या सुखनैव गोव्याला जायला निघाल्या. पुणे स्टेशनवर निरोप देताना बारा वर्षांचा अशोक आणि आठ वर्षांचा यदुनाथ यांना प्रसंगाचं गांभीर्य समजलं नाही; पण मोठी मुलगी ताई हिचे डोळे भरून आले. शास्त्रीबुवा पोचवायला गोव्याच्या हद्दीपर्यंत होतेच. शिवाय पीटर अलवारीस, नानासाहेब गोरे, भाऊसाहेब रानडे हेही होते. प्रथम बेळगाव मग सावंतवाडी मग दोडामार्ग हे गाव गोवा हद्दीला जवळ. म्हणून तिथे वडाच्या झाडाखाली मांडव घालून दोन दिवसांचं कार्यकर्त्यांचं शिबिर भरलं. तिथे चर्चा, भाषणं झाली. नानासाहेबांनी बौद्धिक घेतलं आणि सांगितलं, 'कम खाना, गम खाना, तब कटे जेलखाना.'

तिथे गोव्याहून सत्याग्रहींची तुकडी येणार होती; पण त्या दोन दिवसांत ती आलीच नाही. पीटर अलवारीस अस्वस्थ झाले. ते म्हणाले, "सहा एप्रिलचा सत्याग्रह पुढे ढकलू या."

पण, सुधाताई पक्क्या निग्रही. त्यांना हा विचार पटला नाही. त्या म्हणाल्या, "तुम्ही काहीही ठरवा; पण मी परत जाणार नाही. कोणी येवो न येवो. मी उद्या पहाटे

गोव्याच्या हद्दीत प्रवेश करीन.''

मग सगळ्यांनी सुधाताईंना पाठिंबा दिला; पण शास्त्रीबुवा गंभीर झाले. म्हणाले, ''मुलांना वाढवण्याचं अवघड काम माझ्यापुढे उभं आहे. तू कधी सुटशील याचा विचार आजतरी करता येत नाही.''

सुधाताई म्हणाल्या, ''तुम्ही स्वत:ला सांभाळा, म्हणजेच मुलंही सांभाळली जातील. मी सगळी काळजी मागे टाकली आहे. काळजी करणं हा माझा स्वभावच नाही.''

५ एप्रिलच्या पहाटे सगळे जण गोवा हद्दीपाशी जीपनं गेले. अंधार होता. तो वियोगाचा क्षण होता. शास्त्रीबुवांनी सुधाताईंचे हात हातात घेतले. हात सुटले आणि सुधाताईंनी गाठोडं उचललं. सोबत अंबिकाबाई दांडेकर होत्या. एक भूमिगत कार्यकर्ता त्यांचा वाटाड्या झाला.

टेकडी चढून त्या खाली उतरल्या तर गोव्याची मणेरीची नदी लागली. नदीतून जाताना पाणी मांड्यांपर्यंत आलं तरी चालणं चालू होतं. वाटाड्यानं अस्नोडा जवळच्या आडवळणी भागात एका शेतकऱ्याच्या दारात दोघींना नेऊन बसवलं. चहापाणी झालं; पण त्याचं घर अगदी छोटं. त्यात माहेरवाशीण बाळंतपणासाठी आली होती.

म्हणून मग वाटाड्याबरोबर दोघी अस्नोडा बसस्टॅन्डवर आल्या. साखळीला जत्रा होती म्हणून खूप गर्दी होती. एका बसमध्ये जागा मिळाली. प्रत्येक बसमध्ये पोलीस होते. सुधाताई काँग्रेसचं अधिवेशन घेणार हे पोर्तुगीजांना कळलं होतं. तिला पकडून देण्यासाठी सरकारनं पाच हजारांचं बक्षीस लावलं होतं. पोलीस सर्वत्र विचारत होते, 'ती भटीण आली का तिकडे?' एक बाई सरकारी हुकमाचा भंग करायला आली म्हणजे काय?

सुधाताई व अंबिकाताई वाटेतच उतरल्या. समोर शेत आणि बोंडगेश्वराचं देऊळ होतं. तिथं या दोघी विसावल्या. पलीकडे म्हापसा शहर दिसत होतं. पुजाऱ्यानं प्रसाद दिला. संध्याकाळी दीनानाथ यंदे आणि आणखी तीन-चार कार्यकर्ते कुमुद पैंगणकर, शालिनी लोलेकर या दोन मुलीही त्यांच्याबरोबर सामील झाल्या. सगळे सत्याग्रहासाठी आले होते. रात्रभर अन्य सत्याग्रहींबरोबर लपून बसल्या.

दुसरा दिवस ६ एप्रिल, १९५५. हनुमान जयंती. म्हापशाचं मारुती मंदिर प्रसिद्ध – देवळापुढे बरीच गर्दी होती. चारच्या सुमारास सुधाताई सर्वांसह देवळापाशी आल्या. लोकांचा मोठा समुदाय होता. सुधाताईंनी पाहिलं तर त्यांचा भाऊ आत्माराम फडके आणि वहिनी निर्मला त्यामध्ये होते. मंदिरातल्या घड्याळात चारचे टोले पडले. आणि गर्दीच्या मधोमध स्टुलावर सुधाताई उभ्या राहिल्या. म्हणाल्या ''आता गोवा काँग्रेसचं अधिवेशन भरत आहे.'' लगेच त्यांनी भाषणाला सुरुवात केली.

सत्याग्रहींनी भारताचा झेंडा फडकावला आणि पोलीस आले.

पिस्तूल सुधाताईंवर रोखून ओरडले, "भाषण थांबव." पण, त्या थांबल्या नाहीत. पोलिसांनी ती भाषणाची प्रत ओढून घेतली. सगळे ओरडले, 'जय हिंद, जय हिंद!' अंबिकाबाईंच्या हातातही झेंडा होता. त्यांनीही 'जय हिंद'चा घोष लावला. लगेचच पोलिसांनी सर्वांना पकडलं.

पोलिसांनी लाठीमार करून सत्याग्रहींना अटक होताच सगळी गर्दी पांगली. सत्याग्रही घोषणा देत होते आणि पोलीस त्यांना मारत होते; पण छडीमाराचं दुःख सुधाताईंना नव्हतं. एक धुंदी चढली होती. 'मी काँग्रेसचं अधिवेशन भरवलं. कामगिरी चोख पार पाडली,' असं सुधाताईंना जाणवलं. मी एक सामान्य गृहिणी. आता माझं काहीही होवो.

पोलीस ठाण्यात पुरुष व स्त्रियांना वेगळं केलं. सुधाताईंचा भाऊ तिथे आला आणि पोलिसांना म्हणाला, "सुधा माझी बहीण आहे. मी त्यांच्यासाठी जेवण आणून देऊ का?"

पण, पोलिसांनी त्याला फटकारलं आणि सांगितलं, "आम्ही त्यांची व्यवस्था केलेली आहे." भावाला पोलिसांनी अडकवलं नाही, तो परत गेला हे पाहून सुधाताईंना हायसं वाटलं.

रात्री बारा वाजता सर्वांना दुसऱ्या तुरुंगात नेण्यात आलं. त्या वेळी गाडीत दंडुकेधारी पोलीस काहीतरी निमित्त काढून सर्वांना दंडुक्यानं मारत होते. पणजीजवळ क्वार्तेल हे मुख्य पोलीस ठाणं होतं, तिथे आणून कोठडीत बंद केलं. तिथे काही ओळखीचे स्त्री-पुरुष सत्याग्रही म्हणून आलेले होतेच. तिथल्या कोठड्या म्हणजे सर्कशीतल्या वाघ-सिंहाच्या पिंजऱ्यापेक्षा थोड्या मोठ्या होत्या. जेमतेम चार माणसं दाटीवाटीनं झोपत. वर अहोरात्र जळणारा दिवा. तिथे कशाबशा या स्त्रिया राहू लागल्या.

नंतर सुधाताईंची जबानी झाली. एक गोरा सार्जंट आणि बरोबर दुभाषी – नाव, गाव, पत्ता विचारून झाल्यावर सार्जंटने विचारलं, "म्हापशाला पोचेपर्यंत तू कोणाकडे राहिलीस?"

"कुणाकडे नाही. एका वाटाड्यानं अस्नोड्याला आणून सोडलं."

"तो वाटाड्या कोण होता?"

"माहीत नाही."

अशी परत परत तीच तीच प्रश्नोत्तरं तीन दिवस चालू होती.

पण, सुधाताईंनी कुणाचंच नाव सांगितलं नाही. त्या सार्जंटनं सुधाताईंना धमकावलं; पण मारलं नाही.

२८ एप्रिलला गोव्यात शिरगावची जत्रा होती. तिथे एका बाईंनी तिरंगा

फडकावला. त्या बाईला पोलिसांनी तोंडातून रक्त येईपर्यंत मारलं आणि त्या बाईला सुधाताईंपाशी आणलं. सुधाताई चकित झाल्या. आणि तिचे अघोरी वळ पाहून व्यथित झाल्या. कासावीस झाल्या; कारण ती त्यांची मोठी बहीण होती. बुलढाण्याहून त्यांची मोठी बहीण गोव्यात सत्याग्रहासाठी आली; कारण दोघींचं माहेर एकच-गोवा. काही दिवसांनी सुधाताईंचा भाऊही पकडला गेला; पण महिनाभरात सुधाताईंची बहीण आणि अंबिकाबाई दांडेकर यांची सुटका झाली. स्त्रियांसाठी फारशा कोठड्या तिथे नव्हत्या. तरी सुधाताईंबरोबर सात-आठ जणी होत्याच.

त्यानंतर नानासाहेब गोरे, सेनापती बापटही सत्याग्रह करून पोलीस ठाण्यावर आले होते; पण बापटांना थोडाफार मार देऊन पोलिसांनी भारतीय हद्दीत ढकलून दिलं.

गोरे, शिरूभाऊ लिमये, जगन्नाथ जोशी, मधू लिमये इत्यादी पुढारी सुधाताईंना दिसत. पुढे त्यांना कुठे पाठवत हे समजत नसे. वर्तमानपत्र, रेडिओ, बाहेरच्या बातम्या काहीच समजत नसे. नंतर पुण्याची सिंधू देशपांडे आणि मोहन रानडेंबरोबर काम करणारी शारदा सावईकरला पकडलं. तिनं बंडखोरांची नावं सांगावीत म्हणून तिच्या शरीरातून रक्त निघेपर्यंत तिला मारलं. त्या काळी स्त्री-पोलीस हा प्रकार नव्हता. खुद्द पोर्तुगीज हे सत्याग्रहींना मारत नसत, तर मिस्तीस नावाचे पोलीस मारत. हे मिस्तीस म्हणजे आई गोवानीज आणि बाप पोर्तुगीज असा त्यांचा जन्म झालेला. त्यामुळे ते जास्त क्रूर होते. त्यांचा मुख्य होता माँतेरो.

एक दिवस माँतेरो सुधाताईंच्या कोठडीपुढे येऊन उभा राहिला आणि म्हणाला, "हा तुझा फोटो का?"

"हो, पण तुला कसा मिळाला?"

तो आढ्यतेने म्हणाला, "मी पोलीस खात्याचा आजेन्त आहे."

"अरे, मग मी म्हापशाला स्टॅन्डवर अर्धा तास तरी होते. तुझ्या बावळट पोलिसांना दिसले नाही. ते ज्याला त्याला विचारीत, 'ती भटीण कुठे आहे?'" तो खाली मान घालून निघून गेला; कारण सुधाताई पोर्तुगीज कमांडन्टच्या ताब्यात होत्या.

तिथे सुधाताईंना माणसांचा त्रास नव्हता; होता तो कोठड्यांचा. त्या अगदीच गैरसोईच्या होत्या. सकाळ व संध्याकाळ एकदाच कोठडीबाहेर या स्त्रियांना काढत. बारा-बारा तास या स्त्रियांना इंद्रियनिग्रह करावा लागे. त्याचा परिणाम पचनावर व्हायचा.

पण, सगळ्या जणी मिळून, हसूनखेळून राहत होत्या.

आठवड्यातून दोन भेटीचे वार होते. रविवार आणि गुरुवार. त्या वेळी सुधाताईंची आई, वहिनी भेटायला येत. कधी पुण्याहून मुलं भेटायला येत; पण शास्त्रीबुवांची

भेट नव्हती; कारण सुधाताईंनी त्यांना आईमार्फत कळवलं होतं, इथे येऊ नका. तुम्हाला अटक होईल. २ ऑगस्ट, १९५४ला पोर्तुगीजांच्या तावडीतून नगरहवेली मुक्त झाली. तो वाढदिवस या स्त्रियांनी दिवे (पणत्या) लावून साजरा केला. तेव्हा अर्थातच त्यांचा अधिकारी सुबशेफ खवळला. त्यानं दिवे विझवायला सांगितलं. अर्थात या स्त्रिया म्हणाल्या, ''आमच्या धर्मात पणती विझवत नाहीत.''

मग त्याने स्वतः विझवल्या. या स्त्रियांना वाटलं, आता हा आपल्याला यथेच्छ छडीचा प्रसाद देणार; पण तसं काही घडलं नाही; मात्र पुरुष सत्याग्रही येत, त्यांची आक्रंदनं त्यांना ऐकावी लागत; पण हे सत्याग्रही मग सुधाताईंना सांगत, 'ताई, आम्हाला टॉवेल, साबण, तेल द्या ना.' त्या गोवा काँग्रेसच्या अध्यक्ष. मग वडिलांमार्फत त्या वस्तू त्यांना पुरवत.

मग मिलिटरी कोर्टात सुधाताईंना उभं केलं. एक वकील गोवा विमोचन समितीनं नेमले होते, श्री. कैसरे.

एक धिप्पाड फिरंगी अधिकारी न्यायासनावर बसला होता. नाव, गाव विचारल्यावर त्यांनी म्हटलं, ''तू काय गोवा इंडियात घालायला बघतेस?''

सुधाताई शांतपणे म्हणाल्या, ''गोवा इंडियातच आहे. फक्त तुमच्या सत्तेचा अडसर मध्ये आहे.''

मग अधिकारी सहानुभूतीने म्हणाला, ''तू कुटुंबवत्सल बाई. मुलंबाळं, नवरा आहे. तू कशाला यात पडतेस? तुला शिक्षा होईल. मुलं पोरकी होतील. तू फक्त एवढं सांग, मी पुन्हा गोव्यात येणार नाही.''

सुधाताईंना त्याचा कावा लक्षात आला. त्या मनाशी म्हणाल्या, 'मी सुधा जोशी नाही; साक्षात गोवा काँग्रेस आहे.'

त्यांनी उत्तर दिलं, ''गोवा माझा आहे. मी कधीही येईन-जाईन. इथे माझं माहेर, सासर दोन्ही आहे. कौटुंबिक धर्मापेक्षा राष्ट्रधर्म श्रेष्ठ. मुलं वाढवायला माझा नवरा समर्थ आहे. तुम्हाला द्यायची असेल तेवढी शिक्षा द्या.''

त्यानं मग वकिलांना सुधाताईंना समजवायला सांगितलं; पण त्यांचा निर्धार कायम होता.

त्यानं शिक्षा सुनावली - बारा वर्षं!

त्या तुरुंगात परतल्या. सख्यांनी विचारलं किती वर्षं? म्हणाल्या, ''द्रौपदीचा वनवास बारा वर्षं!''

आता दुसऱ्या मोठ्या तुरुंगात, पक्क्या जेलमध्ये पाठवणार म्हणून त्या वाट पाहत होत्या; पण सहा महिने झाले तरी तिथेच! मग सुधाताईंनी उपोषण आरंभलं. शास्त्रीबुवांना कळवलं, 'तूर्त मी जीवनावर जगत आहे.' शास्त्रीबुवांना अर्थ समजला. त्यांनी गोवा विमोचन समितीला उपोषणाबद्दल कळवलं.

अर्थात मग आकाशवाणी, वृत्तपत्र सगळीकडे बातमी झळकली, 'सुधाताईंचा गोव्यात तुरुंगात अन्नसत्याग्रह.'

मग पोलीस स्टेशनमध्ये हाहाकार उडाला. बातमी बाहेर गेली कशी, हे पोलिसांना समजेना. पत्र सेन्सॉर होत असताना सुधाताईंनी 'जीवन' शब्द वापरून पोलिसांना चकवलं होतं. खुद्द कमांडन्ट सुधाताईंना भेटायला आला. सुधाताईंबरोबर चर्चा केली आणि त्यांना केपे तालुक्यातल्या केपे जेलमध्ये पाठवण्याची व्यवस्था त्यानं केली. सत्याग्रहींचे जेलच्या लोकांनी फोटो काढले. सुधाताई कमांडन्टला म्हणाल्या, 'तूही आमच्या बरोबर उभा राहा.' आणि तोही फोटोत आला.

केपेला स्वत: करून खायचं. गावातली मंडळीही मदतीस येत; पण रात्री मात्र सुधाताईंना नवरा आणि मुलं काय करत असतील याची आठवण होई.

पुन्हा एक वर्षानं त्यांना परत मडगावला आणलं. तुरुंगातलं जिणं हाच त्रास. अशात दोन वर्षं उलटली; पण तिथले रक्षक सोल्जर त्यांना सहानुभूती दाखवत. ते सांगत, "ताई, तुम्ही इथे किती खितपत पडणार? आम्ही पाठ करून उभे राहतो. सरळ तुम्ही इथून पळा."

सुधाताई म्हणाल्या, "आम्ही तुमचे आभारी आहोत; पण पळून जाणं आमच्या सत्याग्रहात बसत नाही. सरकार सोडेल तेव्हा जाऊ."

एक दिवस विनोबा भावे यांचं पत्र त्यांना आलं. 'तुला तुरुंगवास लाभला हे तुझं भाग्य समज. वेळेचा उपयोग कर. वाच, लिही, चिंतन कर.' सुधाताईंना विनोबांचे शब्द म्हणजे प्रेमाचा आधार वाटला.

पुढे अठरा महिन्यांनी त्यांची बहीण, नानासाहेब गोरे वगैरे मंडळी सुटली; पण सुधाताई तिथेच. पोर्तुगीजांच्या दृष्टीनं ती त्यांची प्रजाजन होती.

एक दिवस लोकसभेत खासदारांनी पंतप्रधान नेहरूंना प्रश्न केला. "सुधा जोशींच्या सुटकेचं काय?" ते म्हणाले, "आम्ही प्रयत्नशील आहोत." त्या वेळी पोर्तुगीज-भारत संबंध तुटले होते. पोर्तुगाल ब्राझीलतर्फे, तर भारत इजिप्तमार्फत व्यवहार पाहत होता.

नेहरूंनी एका इजिप्शियन अधिकाऱ्याला गोव्यात सुधाताईंसाठी पाठवलं. दुभाष्यातर्फे तो सुधाताईंना भेटला. त्याने नेहरूंना परत गेल्यावर सांगितलं, "सुधा जोशी भलतीच कणखर स्त्री आहे. तिनं कोणतीच अपेक्षा व्यक्त केली नाही."

अशी वर्षामागून वर्षं गेली; चार वर्षं संपली. एक दिवस जेलर आला, म्हणाला, "आज आम्ही तुला सोडणार. सामान बांध." तिथेही सुधाताईंनी अट घातली, "मी लगेच जाणार नाही. प्रियोळला जाऊन माहेरच्यांना भेटेन. मग परत येऊन चौकीवर हजेरी लावीन." अट मान्य होताच त्या माहेरी गेल्या. त्या लिहितात, 'आईच्या हातचा अमृतघास जेवले आणि ठरवल्या दिवशी फोंड्याच्या चौकीवर

हजर झाले.'

सुधाताईंना माजाळीच्या भारतीय नाक्यावर सोडण्यात आलं. तिथल्या अधिकाऱ्याने त्यांना बेळगावला नेलं. तिथे जयंतराव टिळकांबरोबर महादेवशास्त्री आले होते. सुधाताईंनी म्हटलंय, 'पुऱ्या चार वर्षांनी पतीची भेट. त्यात घणावली भावार्द्रता होती.'

सुधाताईंचे पाय सुजलेले. ॲनिमिया जडलेला. शास्त्रींचे डोळे पाणावले. धाकटा मुलगा आईला चिकटला.

मग बेळगावात सभा, पुण्यात पोचल्यावर तिथे सभा, सत्कार. मुंबईत एक वेगळाच समारंभ वाट पाहत होता. तत्पूर्वी पं. नेहरूंचं पत्र सुधाताईंना मिळालं. 'प्रिय सुधाताई, तुझ्या सुटकेचा मला फार आनंद झाला. तू खूप कष्ट भोगलेस. आता प्रकृतीची काळजी घे. काही दिवस पूर्ण विश्रांती घे.' पत्र इंग्रजीत होतं. खाली नेहरूंची सही होती.

पुण्याच्या पत्रकारांनी सुधाताईंना विचारलं, "पुढे काय करणार?"

"काय करणार म्हणजे? संसार करणार," सुधाताई.

"अहो, लोकसभेची एक जागा रिकामी आहे. त्या जागी तुम्हाला उभं करायचे मनसुबे चालू आहेत," पत्रकार.

त्या म्हणाल्या, "मी शास्त्रीबुवांच्या संसारात सदैव उभीच आहे. मला कुणी उभं करायला नको. युगानुयुगाची मी स्वयंपाकीण."

पुढे मुंबईत अमरशेखच्या वतीने बोरीबंदरला हारांमध्ये त्या गुदमरून गेल्या. मुंबईत खूप उत्साहात स्वागत झालं. शास्त्री हॉलमधल्या स्त्रिया सुधाताईंना भेटल्या. त्यांनी त्यांचा सत्कार केला आणि सांगितलं, "गेल्या चार वर्षांत आम्ही कोऱ्या साड्या नेसायच्या नाहीत असा निर्धार केला होता. तुम्ही सुटलात, आता आम्ही त्या व्रताचं उद्यापन करू."

एका जोशी नावाच्या इंजिनिअरनं तर चार वर्षं गोड खाणं सोडलं होतं. त्यानंही सुधाताईंना घरी जेवायला बोलावून आपल्या व्रताची सांगता केली.

चार वर्षांच्या तुरुंगवासानं सुधाताई मुंबईत खूप आजारी झाल्या. सरकारी अधिकारी घरी येऊन त्यांना हॉस्पिटलमध्ये दाखल करणार होते; पण सुधाताईंनी नकार दिला. घरच्या डॉक्टरांनी केलेल्या उपचारानं त्या बऱ्या झाल्या.

सुधाताई बारा वर्षांऐवजी चार वर्षांनीच सुटल्या आणि त्यांच्याबरोबरच्या मुली सुटल्या त्या १९५९मध्ये. आणि १९६० मध्ये गोवा भारतात विलीन झाला. पोर्तुगालमध्ये ज्यांना बंदिस्त म्हणून ठेवलं होतं, त्यांना सुटायला मात्र वेळ लागला.

सुधाताईंचा जन्म १० जानेवारी, १९१९चा, गोव्याचा.

१९३३ मध्ये शास्त्रीबुवांशी चौदाव्या वर्षी त्यांचा विवाह झाला तेव्हा शास्त्रीबुवा

२७ वर्षांचे होते आणि पहिल्या पत्नीच्या दोन मुली होत्या. दुसरेपणावर हे लग्न झालं; पण तो काळच तसा होता. गोवा सोडून शास्त्रीबुवा पुण्यात आले तेव्हा आर्थिक परिस्थिती बेताची. सुधाताईंना दोन मुलगे झाले. अशोक आणि यदुनाथ. घरखर्च चालावा म्हणून सुधाताई बांगड्या, कुंकू आणि तत्सम गोष्टी पुण्यातील पेठेत घरोघरी जाऊन विकून चार पैसे मिळवत. घरात अनेक विद्यार्थी शिक्षणासाठी असत. त्या परिस्थितीत त्या संसार करत. पुढे महादेवशास्त्री संपादक, लेखक झाले तेव्हा धायरीला त्यांनी घर बांधलं. तिथे झाडंमाडं, गायीगुरं यात सुधाताईंचं आयुष्य सुखात गेलं.

२६ ऑक्टोबर, १९९२ला त्या गेल्या. पाठोपाठ महिन्याभरात शास्त्रीबुवाही गेले.

एक सामान्य गृहिणी, बेताचं शिक्षण असलेली काय करू शकते, वैचारिकदृष्ट्या किती उंचीवर पोचू शकते, त्याचा हा लेखाजोखा.

◆

संदर्भ सूची

वहिनीसाहेब – रमाबाई रानडे

१) आमच्या आयुष्यातील काही आठवणी - रमाबाई रानडे
२) रमाबाई महादेवराव रानडे – व्यक्तित्व आणि कर्तृत्व, लेखक - विलास खोले
३) श्रीमती रमाबाई रानडे – व्यक्ती आणि कार्य, लेखक - प्रा. माधव विद्वांस, सहायक प्रा. सरोजिनी वैद्य

आनंदाचा झरा – डॉ. आनंदी जोशी

१) डॉ. आनंदी जोशी (चरित्र) – ले. काशीबाई कानिटकर

चळवळी स्त्री – बाया कर्वे

१) माझे पुराण - लेखक - आनंदीबाई कर्वे (शब्दांकन – कावेरी कर्वे)
प्रथमावृत्ती : जून १९४४, द्वितीयावृत्ती : नोव्हेंबर १९५१
२) महर्षी धोंडो केशव कर्वे - विलास खोले

व्रतस्थ – पार्वती आठवले

१) माझी कहाणी - पार्वतीबाई आठवले – प्रकाशक – गोपाळ महादेव चिपळूणकर
२) प्रस्तावना – भारतरत्न धोंडो केशव कर्वे – मार्च १९२८

फुलराणी बहरलीच नाही – पार्वतीबाई ठोंबरे

१) मी आणि बालकवी - पार्वतीबाई ठोंबरे
संपादन - मु. ब. शहा आणि वा. रा. सोनार

२) निवडक बालकवी
३) मराठी समीक्षा - काव्यातील नवीनता - बा. सी. मर्ढेकर

महाराष्ट्राची विलक्षण सून – शीलवती केतकर

१) मीच हे सांगितले पाहिजे – ले. शीलवती केतकर
प्रस्तावना – दुर्गा भागवत
२) ज्ञानकोशकार केतकर यांचं चरित्र

सरस्वतीची सुकन्या – कमला सोहोनी

१) कमला सोहोनी यांच्या आठवणी - लेखिका वसुमती धरू

विभावरी – मालतीबाई बेडेकर

१) प्रत्यक्ष मुलाखत व मालतीबाईंची सर्व पुस्तकं

कुसुमानिल – कुसुमावती देशपांडे

१) कुसुमानिल – अनिल व कुसुमावती देशपांडे यांचा पत्रव्यवहार
प्रस्तावना – कृष्णाबाई मोटे
२) कुसुमावतींची सर्व पुस्तकं

जनसेवेचे बांधून कंकण... – मृणाल गोरे

१) 'पाणीवाली बाई' (चरित्र, मराठी व इंग्रजी) - रोहिणी गवाणकर
२) 'आठवणीतल्या मृणालताई' (मृणालताईंच्या सहवासातल्या ६६ लोकांनी लिहिलेल्या लेखांचा संग्रह) - केशव गोरे स्मारक ट्रस्ट

साक्षात सरस्वतीची जोड – माँ अन्नपूर्णादेवी

१) अन्नपूर्णा - सपनकुमार बंदोपाध्याय, अनुवाद – डॉ. अपर्णा झा
२) सूर योगिनीचे सुरोपनिषद, डॉ. सुनील शास्त्री, अनुवाद – ऊर्मिला आपटे
३) माँचे शिष्य प्रसिद्ध बासरीवादक नित्यानंद हळदीपूर यांच्याशी साधलेला संवाद

युगायुगांची मी स्वयंपाकीण – सुधा जोशी

१) आत्मपुराण – लेखक - महादेवशास्त्री जोशी